sự cứu rỗi của thánh nữ

Dịch từ nguyên bản tiếng Nhật, 聖女の救済

higashino keigo

sự cứu rỗi của thánh nữ

MIA NGUYỄN dịch

nhã nam

NHÀ XUẤT BẢN
HỘI NHÀ VĂN

1

Khóm păng xê trong bồn đơm vài bông hoa nhỏ. Đất đã khô lại. Nhưng vẻ rực rỡ của từng đường nét trên những cánh hoa thì vẫn còn vẹn nguyên. Tuy păng xê không phải giống hoa nổi bật nhưng có lẽ đây mới chính là điểm mạnh thực sự của chúng. Ayane đưa mắt nhìn ra ban công bên ngoài cửa kính, nghĩ bụng lát nữa phải tưới luôn mấy chậu hoa khác.

"Em có nghe anh nói không đấy?" Câu hỏi cất lên từ phía sau lưng cô.

Ayane quay lại, nở nụ cười thật tươi.

"Em đang nghe mà. Em vẫn nghe suốt đấy chứ."

"Vậy mà em phản ứng chậm nhỉ?" Yoshitaka vẫn ngồi yên trên ghế xô pha, đảo vị trí đôi chân dài đang bắt tréo nhau. Anh hay than thở mình sắp không mặc nổi mấy chiếc quần cỡ nhỏ nên dù cất công đi tập gym, có vẻ anh vẫn chú ý để cơ bắp không quá nảy nở ở chân và quanh hông.

"Em chỉ hơi lơ đễnh chút thôi."

"Lơ đễnh? Không giống em lắm nhỉ." Yoshitaka nhướng một bên lông mày được cắt tỉa cẩn thận.

"Tại em ngạc nhiên quá ấy mà."

"Thế sao? Chẳng phải em biết rõ những kế hoạch trong cuộc đời của anh à?"

"Chuyện đó thì, em cũng tưởng mình đã hiểu."

"Em định nói gì?" Yoshitaka hơi nghiêng đầu. Thái độ bình tĩnh. Như thể muốn nói chuyện đó với anh chẳng có vấn đề gì. Ayane không rõ liệu có phải anh chỉ đang diễn hay không.

Cô thở dài rồi lại nhìn thẳng vào khuôn mặt rất đẹp của anh.

"Đối với anh việc đó quan trọng đến thế à?"

"Việc đó?"

"Thì... là chuyện con cái."

Nghe vậy Yoshitaka nở nụ cười khổ nom như mỉa mai, anh nhìn sang hướng khác rồi mới quay lại với ánh mắt cô.

"Từ nãy tới giờ em nghe những gì vậy?"

"Chính vì nghe nên em mới hỏi mà."

Thấy Ayane nghiêm khắc nhìn mình, Yoshitaka cũng trở lại vẻ nghiêm túc. Anh từ tốn gật đầu.

"Đó là việc quan trọng. Anh luôn nghĩ con cái là không thể thiếu trong cuộc đời mình. Nếu không có con thì bản thân đời sống hôn nhân cũng chẳng có ý nghĩa. Bởi vì tình yêu nam nữ là thứ sẽ tiêu biến theo thời gian. Sống với nhau cốt để xây dựng cái gọi là gia đình. Đàn ông và đàn bà kết hôn, trước hết trở thành chồng và vợ. Sau đó có con rồi trở thành cha và mẹ. Chỉ đến lúc đó mới có thể trở thành bạn đời. Em không nghĩ vậy sao?"

"Em thì nghĩ đó không phải là tất cả."

Yoshitaka lắc đầu.

"Anh nghĩ thế đấy. Anh tin vào điều đó và không định thay đổi niềm tin của mình. Và nếu đã vậy thì không lý nào lại duy trì cuộc sống chẳng thể mong đợi những đứa con."

Ayane day day thái dương. Cô thấy đau đầu. Đến cả trong mơ cô cũng chưa từng nghĩ sẽ phải nghe những chuyện này.

"Rốt cuộc là như vậy à? Người phụ nữ không thể sinh con thì cũng chỉ là thứ vô dụng. Thế nên, phải nhanh chóng bỏ đi và đổi qua một người khác có khả năng sinh sản... Chỉ thế thôi sao?"

"Em nói quá lời rồi."

"Nhưng đại loại là thế đúng không?"

Không biết có phải do giọng điệu của Ayane gay gắt hơn hay không mà Yoshitaka ngồi thẳng dậy. Rồi, anh nhíu mày và gật đầu một cách do dự.

"Nếu em ép anh phải nói, thì có lẽ đúng là như vậy. Tóm lại anh luôn coi trọng những kế hoạch cuộc đời mà mình đã định ra. Có thể nói anh ưu tiên chúng hơn bất cứ điều gì."

Đôi môi Ayane chợt giãn ra. Tất nhiên cô thực sự không muốn cười.

"Anh thích mấy từ đó nhỉ. *Coi trọng những kế hoạch cuộc đời...* Lần đầu gặp nhau anh cũng nói điều đó trước nhất."

"Này Ayane, tóm lại em còn gì bất mãn nào? Em đã có mọi thứ em muốn mà. Tất nhiên, nếu em vẫn còn nguyện vọng gì thì cứ nói. Việc gì làm được anh sẽ làm.

Đừng lo lắng không đâu nữa, nghĩ về cuộc sống mới đi. Hay là em có lựa chọn nào khác?"

Ayane rời mắt khỏi anh, nhìn về phía bức tường. Trên tường treo bức thảm rộng khoảng một mét. Cô đã mất 3 tháng để hoàn thành nó. Điểm đặc biệt là cô sử dụng loại vải đặt mua từ nước Anh.

Chẳng cần Yoshitaka phải nói. Chính cô cũng mơ ước có con. Ao ước biết bao có ngày được ngồi trên ghế bập bênh khâu patchwork[1] và nâng niu cái bụng ngày một lớn dần.

Nhưng có phải ông trời trêu ngươi nên cô không được ban cho khả năng ấy? Cô từ bỏ hy vọng, chấp nhận rằng không còn cách nào khác và tiếp tục sống. Ayane cứ tin mình vẫn có thể vun đắp mối quan hệ với Yoshitaka.

"Anh à, em hỏi anh một chuyện được không? Dù có lẽ điều đó chẳng có nghĩa lý gì với anh."

"Chuyện gì thế?"

Ayane xoay người về phía anh, hít một hơi thật sâu.

"Còn tình yêu anh dành cho em? Bây giờ thế nào rồi?"

Yoshitaka hơi khựng lại như bị bất ngờ, nhưng chỉ trong thoáng chốc đôi môi anh lại giãn ra thành nụ cười như trước.

"Không có gì thay đổi," anh nói. "Anh có thể khẳng định điều đó. Tình cảm của anh không hề khác đi."

Với Ayane, những lời ấy nghe thật dối trá. Nhưng

1. Patchwork: sản phẩm bằng vải được tạo ra bằng cách khâu chắp vá nhiều mảnh vải vụn.

cô vẫn mỉm cười. Không cười thì biết làm gì đây?

"Vậy thì tốt quá," cô nói.

"Đi thôi," Yoshitaka bất ngờ quay lưng, đi về phía cửa ra vào.

Ayane vừa bước theo anh, vừa đưa mắt về phía bàn trang điểm. Cô nghĩ đến đám bột màu trắng giấu trong ngăn kéo dưới cùng bên phải. Đám bột được đựng trong túi ni lông thắt chặt.

Cô nghĩ mình chỉ còn cách dùng thứ đó. Trước mặt cô không còn ánh sáng nữa rồi.

Ayane nhìn đăm đăm vào lưng Yoshitaka. *Anh*, hướng về tấm lưng ấy, cô gọi thầm trong dạ.

Em đã yêu anh bằng cả trái tim. Nhưng những lời anh nói giờ lại xuyên vào tim em. Nên anh hãy chết đi...

2

Wakayama Hiromi có cảm giác hơi lạ khi nhìn thấy dáng vẻ của vợ chồng Mashiba vừa từ tầng hai bước xuống. Cả hai đều cười nhưng có thể thấy họ chỉ cố tỏ ra tươi tắn. Cảm giác này đặc biệt rõ ràng ở Ayane. Nhưng Hiromi tránh không hỏi han. Cô e ngại mình sẽ phá vỡ điều gì đó.

"Đã để cô phải chờ rồi. Ikai liên lạc chưa?" Yoshitaka hỏi. Giọng điệu có phần cứng nhắc.

"Vừa nãy anh ấy có gọi điện. Khoảng 5 phút nữa họ sẽ có mặt."

"Vậy ta chuẩn bị mở sâm panh thôi nhỉ?"

"Để em làm." Ayane chợt lên tiếng. "Hiromi sắp xếp giùm cô mấy chiếc ly nhé."

"Vâng."

"Tôi cũng giúp một tay." Yoshitaka nói.

Sau khi Ayane đi khuất vào bếp, Hiromi mở cửa tủ đựng ly cốc kê sát tường. Cô nghe nói món đồ nội thất kiểu cổ này có giá gần 3 triệu yên. Tất nhiên, những thứ bày bên trong toàn là hàng cao cấp.

Cô cẩn thận lấy ra 3 chiếc ly Baccarat và 2 ly Venetian. Nhân vật chính sẽ dùng ly Venetian, đó là thông lệ ở gia đình Mashiba.

Yoshitaka bắt đầu trải 5 miếng vải lót đĩa lên bàn ăn rộng đủ cho 8 người ngồi. Anh đã quen với những bữa tiệc tại nhà. Hiromi cũng biết rõ trình tự sắp xếp.

Hiromi xếp ly uống sâm panh lên trên vải lót mà Yoshitaka vừa trải. Cô nghe thấy tiếng nước chảy vọng ra từ bếp.

"Anh nói chuyện gì với cô giáo vậy?" Hiromi khẽ hỏi.

"Không có gì." Yoshitaka trả lời mà không nhìn cô.

"Anh nói rồi à?"

Đến đây, lần đầu tiên Yoshitaka nhìn Hiromi. "Nói gì cơ?"

Thì, cô vừa cất lời thì điện thoại cửa đổ chuông.

"Chắc họ đến đấy," Yoshitaka gọi với về hướng nhà bếp.

"Xin lỗi anh, em đang dở tay. Anh ra mở cửa giúp em với." Ayane đáp lại.

Anh biết rồi, Yoshitaka nói rồi lại gần chiếc máy điện thoại gắn trên tường.

Mười phút sau, tất cả đã có mặt và ngồi quanh bàn. Khuôn mặt ai cũng tươi cười. Hiromi nhận thấy mọi người đều cố tỏ ra thoải mái, đủ để không làm xáo trộn bầu không khí dễ chịu. Cô thường tự hỏi mình cần làm gì để học được lối cư xử ấy. Đó không thể là tố chất sẵn có. Hiromi biết, Mashiba Ayane đã hòa nhập được với không khí này sau khoảng một năm.

"Tay nghề nấu nướng của Ayane vẫn tuyệt thật đấy. Xốt marinade thường không đặc lại được thế này đâu." Ikai Yukiko cất lời khen ngợi khi gắp một miếng cá tuyết. Chuẩn bị lời khen cho từng món ăn luôn là nhiệm vụ của cô.

"Em thì toàn dùng loại xốt đặt mua qua mạng." Anh chồng Ikai Tatsuhiko ngồi bên cô tiếp lời.

"Anh thật quá đáng. Cũng có lúc em tự làm mà."

"Xốt aojiso chứ gì. Em thì chỉ có món ấy thôi."

"Không được à? Ngon mà."

"Tôi thích xốt aojiso lắm." Ayane nói.

"Ngon đúng không? Còn tốt cho sức khỏe nữa chứ."

"Ayane đừng bênh cô ấy nữa. Hứng lên thì cô ấy dám cho xốt aojiso vào cả món bít tết đấy."

"Ô, có vẻ ngon đấy. Để lần tới em làm thử."

Nghe Yukiko nói, mọi người bật cười còn Ikai thì nhăn mặt.

Ikai Tatsuhiko là một luật sư. Hiện anh đang làm cố vấn cho một số công ty. Công ty mà Mashiba Yoshitaka điều hành là một trong số đó, nhưng anh không chỉ cố vấn mà còn tích cực tham gia vào việc kinh doanh. Nghe nói Ikai và Yoshitaka cùng tham gia một câu lạc bộ thời sinh viên.

Ikai lấy chai rượu từ xô ướp lạnh, định rót thêm vào ly của Hiromi.

"Không, em đủ rồi." Cô đặt tay lên miệng ly.

"Thế à? Anh tưởng em thích rượu?"

"Em thích, nhưng em vẫn còn. Cảm ơn anh."

Ừm, Ikai gật đầu rồi quay sang rót rượu trắng vào ly của Yoshitaka.

"Em không khỏe à?" Ayane quan tâm.

"Không, em không sao ạ. Dạo này em uống hơi nhiều, tại hay đi ăn nhậu với bạn bè..."

"Thích nhỉ, đúng là tuổi trẻ." Sau khi rót rượu cho Ayane, Ikai liếc nhìn vợ rồi đưa chai rượu về ly của chính mình. "Yukiko cũng tạm thời kiêng rượu, thế là tối nay có bạn rồi nhé."

"Sao, kiêng rượu à?" Yoshitaka hỏi, bàn tay đang cầm dĩa dừng lại. "Đó cũng là việc nên làm đấy nhỉ."

"Bởi vì sữa mẹ là nguồn dinh dưỡng cho con mà." Ikai lắc ly rượu trên tay. "Sữa mẹ mà có cồn thì không được."

"Vậy cô phải kiêng khem bao lâu?" Yoshitaka hỏi Yukiko.

"Bác sĩ nói là khoảng một năm ạ."

"Một năm rưỡi." Ikai sửa lại. "Hai năm cũng được. Mà thôi, hay là em nhân thể bỏ rượu luôn đi."

"Anh à, nhiều năm nuôi dạy con vất vả đang chờ đợi em phía trước đấy. Đến cả rượu là món yêu thích mà cũng không cho uống thì em không thể vượt qua được đâu. Hay là anh nuôi con giùm em? Nếu vậy thì em có thể xem xét."

"Được rồi được rồi. Sau một năm nữa thì em muốn uống bia hay rượu cũng được. Nhưng vừa phải thôi đấy."

"Em biết rồi," Yukiko phùng má hờn dỗi rồi lại tươi tắn ngay. Vẻ mặt cô tràn ngập hạnh phúc. Với cô lúc này, không có gì vui hơn những cuộc cãi cọ như thế với chồng.

Ikai Yukiko vừa sinh con hai tháng trước. Đó là đứa

con đầu lòng mà hai vợ chồng rất mong đợi. Năm nay Ikai 42 tuổi và Yukiko 35 tuổi. Họ liên tục nói mình đã về đích an toàn.

Buổi hôm nay là bữa tiệc mừng em bé ra đời dành cho họ. Yoshitaka đề xuất và Ayane tiến hành chuẩn bị.

"Tối nay hai người để con cho ông bà à?" Yoshitaka hỏi vợ chồng Ikai.

Ikai gật đầu.

"Mẹ tôi bảo cứ thong thả đi chơi. Ông bà dư sức chăm sóc cháu đâu vào đó, bà hăng hái lắm. Có bố mẹ ở gần rất tiện cho những dịp thế này."

"Nói thật lòng thì em vẫn có đôi chút lo lắng. Bà hơi có xu hướng bận tâm quá mức. Em vẫn nghe bạn bè nói, nếu con khóc một chút thôi thì cứ kệ cũng được." Yukiko nhăn mày.

Nhận ra ly của cô không có gì, Hiromi nhổm dậy.

"Dạ... em đi lấy nước nhé."

"Trong tủ lạnh có nước khoáng, em cứ mang cả chai ra." Ayane nói.

Hiromi vào bếp, mở tủ lạnh. Tủ lạnh khổng lồ hai cánh, dung tích chắc phải tới 500 lít. Mặt trong cánh cửa xếp một dãy chai nước khoáng. Cô lấy ra một chai. Vừa đóng tủ lại và định quay về chỗ ngồi thì cô bắt gặp ánh nhìn của Ayane. Miệng Ayane cử động như đang nói *cảm ơn*.

"Chắc hẳn có con làm cuộc sống thay đổi lắm nhỉ?" Yoshitaka hỏi.

"Chưa nói đến công việc, giờ cuộc sống mỗi ngày đều xoay quanh thằng bé." Ikai đáp.

"Đâu còn cách nào khác. Hơn nữa đâu phải là không liên quan tới công việc nhỉ. Có con sẽ làm nảy sinh cảm giác trách nhiệm và muốn nỗ lực hơn hẳn so với trước đúng không?"

"Điều đó thì đúng thật."

Ayane nhận chai nước từ Hiromi và bắt đầu rót vào cốc cho từng người. Miệng cô hơi mỉm cười.

"Còn hai người thì sao? Cũng đến lúc rồi còn gì?" Ikai nhìn Yoshitaka và Ayane. "Kết hôn được một năm rồi đúng không? Chắc cũng chán cuộc sống chỉ có hai người rồi chứ?"

"Anh." Yukiko vỗ nhẹ vào vai chồng như khẽ trách. "Đừng nói linh tinh."

"Ừ, mỗi người một khác nhỉ." Ikai cười chữa thẹn, uống cạn ly rồi hướng ánh mắt sang Hiromi. "Còn Hiromi thế nào? Không biết tôi hỏi điều này có vô duyên quá không. Chuyện lớp học ấy. Thuận lợi chứ?"

"Vâng, giờ thì cũng ổn ạ. Dù nhiều khi em vẫn bối rối."

"Vậy là hoàn toàn giao việc cho Hiromi rồi à?" Yukiko hỏi Ayane.

Ayane gật đầu.

"Tôi chẳng còn gì để hướng dẫn cho Hiromi nữa rồi."

"Ồ, giỏi quá nhỉ!" Yukiko nhìn Hiromi một cách thán phục.

Hiromi hơi mỉm cười rồi cụp mắt xuống. Cô không tin vợ chồng Ikai thực sự quan tâm đến công việc của mình. Có lẽ họ chỉ nghĩ là để một cô gái ngồi ăn xen giữa hai cặp vợ chồng mà không được quan tâm một chút thì hơi đáng thương.

"Phải rồi. Tôi có quà cho hai người đấy." Ayane đứng dậy, nhấc lên một chiếc túi giấy lớn từ góc khuất của chiếc xô pha.

Nó đây. Nhìn thứ cô vừa lấy ra, Yukiko thốt lên kinh ngạc một cách quá mức cần thiết và đưa hai tay che miệng.

Đó là một tấm ga trải giường patchwork. Nhưng nhỏ hơn nhiều so với kích cỡ thông thường.

"Tôi nghĩ có thể dùng làm ga trải giường cho em bé," Ayane nói. "Đến lúc không cần giường trẻ em nữa thì để làm tranh trang trí cũng được."

"Đẹp tuyệt. Cảm ơn nhé, Ayane." Yukiko tỏ ra vô cùng cảm động, tay siết chặt viền tấm patchwork. "Tôi sẽ cẩn thận giữ gìn nó. Cảm ơn cô rất nhiều."

"Món này đúng là tuyệt tác còn gì. Chắc phải mất nhiều thời gian cho nó lắm nhỉ?" Ikai nhìn Hiromi như chờ đợi sự đồng thuận.

"Cô mất khoảng nửa năm đúng không ạ?" Hiromi xác nhận với Ayane. Hiromi cũng biết phần nào về quá trình làm ra sản phẩm này.

Bao lâu nhỉ? Ayane gật gù. "Dù sao thì tôi cũng mừng là chị thích nó."

"Tôi vui lắm. Nhưng không biết có nên nhận nó hay không. Này, anh biết không? Món đồ này cực kỳ đắt giá đấy. Hơn nữa còn là tác phẩm của Mita Ayane. Trong phòng triển lãm ở Ginza, ga trải giường đơn có giá đến một triệu yên đấy."

Ồ, Ikai tròn mắt. Có vẻ anh thật sự ngạc nhiên. Vẻ mặt như muốn nói *món đó chỉ là dùng vải ghép lại thôi mà*.

"Cô ấy tâm huyết với nó lắm." Yoshitaka nói. "Kể cả những hôm tôi nghỉ ở nhà cũng thấy cô ấy ngồi trên cái ghế kia miệt mài từng đường kim mũi chỉ. Suốt cả ngày luôn. Tôi nhìn mà khâm phục." Anh hất cằm chỉ cái ghế xô pha trong phòng khách.

"Thật may vì đã kịp xong." Ayane nheo mắt cười, khẽ nói.

Sau bữa ăn, họ di chuyển ra xô pha, hội đàn ông uống whisky với nhau. Yukiko nói muốn dùng thêm cà phê nên Hiromi định quay vào bếp.

"Để cô pha cà phê cho. Hiromi giúp cô chuẩn bị đồ pha loãng rượu nhé. Trong tủ lạnh có đá viên đấy." Ayane mở vòi cho nước vào ấm đun.

Hiromi đặt bộ pha loãng rượu lên khay rồi quay lại phòng khách, lúc này chủ đề tán chuyện của vợ chồng Ikai đã chuyển sang khu vườn đầy nghệ thuật. Ánh sáng tập trung vào sân nhà nên buổi tối vẫn có thể ngắm nhìn những chậu hoa.

"Chăm sóc được ngần này hoa hẳn là tốn công lắm nhỉ." Ikai nói.

"Tôi không rõ lắm nhưng có vẻ cô ấy luôn tay với chúng. Ban công tầng hai cũng có. Ngày ngày đều đặn tưới tắm. Tôi nghĩ cũng khá vất vả nhưng cô ấy có lẽ không lấy đó làm phiền. Chắc là thực sự yêu hoa." Yoshitaka dường như không mấy hào hứng với chủ đề này. Hiromi biết anh vốn không quan tâm tới thực vật và những gì thuộc về tự nhiên nói chung.

Ayane đã pha cà phê cho ba người và quay lại. Hiromi vội vàng bắt đầu pha loãng rượu.

Vợ chồng Ikai nói lời tạm biệt khi đã quá 11 giờ đêm.

"Cảm ơn đã thiết đãi hết sức chu đáo. Lại thêm món quà tuyệt vời này nữa, vô cùng cảm ơn mọi người." Ikai đứng dậy và nói. "Lần tới nhất định sang nhà chúng tôi chơi nhé. Tuy là giờ khá bừa bộn vì việc chăm sóc em bé."

"Em sẽ dọn ngay mà," Yukiko chọc nhẹ ngón tay vào hông chồng và cười với Ayane. "Cô đến ngó hoàng tử nhà tôi nhé. Mặt cu cậu như cái bánh mochi ấy."

"Nhất định rồi," Ayane đáp.

Hiromi cũng tới lúc phải ra về. Cô tranh thủ chào tạm biệt cùng vợ chồng nhà Ikai. Ikai nói sẽ đưa cô về tận nhà bằng taxi.

"Hiromi này, từ mai cô sẽ đi vắng một thời gian." Hiromi đang xỏ giày ở sảnh nhà thì Ayane lên tiếng.

"Từ mai là đợt nghỉ liên tục 3 ngày nhỉ. Cô đi du lịch ạ?" Hiromi hỏi.

"Không, cô có việc phải về nhà."

"Nhà... Sapporo ấy ạ?"

Vẫn giữ nguyên nụ cười, Ayane gật đầu.

"Sức khỏe của ba cô không được tốt, cô về giúp mẹ. Dù tình hình có vẻ không quá nghiêm trọng."

"Chắc cô lo lắng lắm. Giữa lúc này mà còn tổ chức tiệc mừng em bé nhà tôi, thật ngại với cô quá." Ikai đập tay lên trán.

Ayane lắc đầu.

"Đừng bận tâm. Thực sự là không có gì to tát lắm

đâu... Ừm, Hiromi, vì vậy nếu có vấn đề phát sinh thì liên lạc với cô qua điện thoại nhé."

"Cô định bao giờ quay lại ạ?"

"Cái đó thì..." Ayane nghiêng đầu. "Cân nhắc xong xuôi cô sẽ gọi cho em."

"Vâng ạ."

Hiromi ngó phản ứng của Yoshitaka. Anh đang nhìn theo hướng khác.

Rời khỏi nhà Mashiba, ra tới đường lớn thì Ikai vẫy taxi. Hiromi sẽ xuống xe trước nên cô là người sau cùng bước lên xe.

"Mình có nói hơi nhiều về chuyện con cái không nhỉ?" Taxi vừa lăn bánh, Yukiko nói.

"Sao em nói vậy? Chẳng vấn đề gì đâu. Họ mừng cho mình mà." Ngồi trên ghế phụ, Ikai đáp.

"Không phải chuyện đó, em đang lo là mình vô ý không nghĩ tới chuyện của họ. Bởi vì, họ cũng rất mong có con mà?"

"Anh cũng có lần nghe Mashiba nói thế."

"Chắc là không thành công rồi. Hiromi có biết gì không?"

"Dạ không ạ."

Vậy à, Yukiko lộ vẻ thất vọng. Hiromi tự hỏi, không biết có phải vì muốn có được thông tin nào đó nên họ mới đưa cô về nhà hay không.

Sáng hôm sau, như thường lệ, Hiromi rời khỏi nhà lúc 9 giờ sáng và đến "Anzu House" ở Daikanyama. Cô sẽ cải tạo lại một căn phòng trong khu chung cư để mở lớp học patchwork. Tất nhiên người đứng ra mở lớp không phải cô mà là Ayane. Khoảng ba chục học viên tham gia lớp đều vì muốn được học những kỹ thuật do Mita Ayane trực tiếp chỉ dạy.

Vừa bước ra từ thang máy chung cư, Hiromi thấy Ayane đã đứng trước căn phòng. Bên cạnh cô là một chiếc vali xách tay. Ayane nhìn Hiromi và tủm tỉm cười.

"Sao thế ạ?"

"Không có gì. Cô đang tính giao lại nơi này cho em." Ayane lấy ra một vật gì đó từ túi áo jacket. Trên bàn tay đang giơ lên của cô là một chiếc chìa khóa.

"Đây là..."

"Chìa khóa nhà cô. Hôm qua cô cũng nói rồi đấy, chẳng biết khi nào mới có thể quay về nên cô khá lo chuyện nhà cửa. Vì thế trước mắt cô muốn gửi em."

"A... vậy ạ."

"Em không thích à?"

"Không phải vậy, nhưng cô có chìa khóa chưa ạ?"

"Đừng lo. Trước khi về cô sẽ liên lạc với em, nếu em không tiện thì đến tối vẫn có chồng cô ở nhà."

"Nếu vậy thì em sẽ giữ nó ạ."

"Nhờ em đấy." Ayane cầm lấy tay Hiromi và đặt chìa khóa vào đó. Cô gập các ngón tay lại để Hiromi nắm chặt nó.

Vậy nhé, Ayane nói rồi kéo chiếc vali xách tay bước đi. Nhìn dáng vẻ cô lúc ấy, Hiromi bất giác cất lời, "Cô à..."

Ayane dừng bước. "Sao vậy?"

"Không có gì ạ, cô đi cẩn thận nhé."

"Cảm ơn em." Ayane khẽ vẫy tay rồi rảo bước tiếp.

Lớp học patchwork kéo dài đến tối. Học viên thì giữa chừng có thay đổi người nhưng Hiromi hầu như không được nghỉ. Lúc tiễn xong học viên cuối cùng thì vai và cổ cô đã mỏi rã rời.

Hiromi vừa dọn dẹp xong lớp và chuẩn bị ra về thì điện thoại di động đổ chuông. Nhìn xuống màn hình tinh thể, trong khoảnh khắc, cô nín thở vì ngạc nhiên. Cuộc gọi từ Yoshitaka.

"Lớp học kết thúc rồi chứ?" Anh bất ngờ hỏi.

"Vừa xong được một lúc ạ."

"Thế à. Giờ anh đang có cái hẹn ăn uống. Xong xuôi sẽ về nhà luôn, em đến nhé."

Lời đề nghị đường đột khiến Hiromi không biết nên phản ứng thế nào.

"Sao? Không tiện à?"

"Không phải vậy nhưng... em đến không sao chứ?"

"Chắc chắn là không rồi. Chắc em cũng biết đấy, tạm thời cô ấy không về nhà."

Hiromi nhìn đăm đăm vào cái túi xách để bên cạnh. Trong đó có chiếc chìa khóa cô vừa nhận được lúc sáng.

"Hơn nữa, anh cũng có chuyện muốn nói với em." Anh nói.

"Chuyện gì thế?"

"Cứ gặp nhau đã. Anh sẽ về nhà lúc 9 giờ. Trước khi tới gọi cho anh nhé." Anh đơn phương quyết định như vậy rồi tắt máy.

Sau khi dùng pasta cho bữa tối ở một nhà hàng gia

đình có tiếng, Hiromi gọi điện thoại cho Yoshitaka. Anh đã về nhà. *Đến nhanh lên nhé*, anh nói bằng giọng đầy hân hoan.

Ngồi trên chiếc taxi hướng đến nhà Mashiba, Hiromi chìm trong cảm giác ghét bỏ chính mình. Vừa thấy không thoải mái trước kiểu bộc lộ hoàn toàn không day dứt của Yoshitaka, cô vừa buộc phải thừa nhận chính mình cũng cảm thấy vui mừng.

Yoshitaka vui ra mặt khi đón cô. Không hề tỏ ra vụng trộm, mọi hành động của anh đều rất thong thả.

Phòng khách thơm mùi cà phê.

"Lâu lắm rồi anh mới tự pha cà phê đấy. Chẳng biết có ngon không nữa." Yoshitaka vào bếp rồi quay trở ra với hai chiếc cốc trên tay. Có vẻ anh không dùng đĩa lót.

"Lần đầu tiên em thấy đấy. Anh Mashiba vào bếp."

"Vậy à. Có khi thế thật. Vì từ khi lấy cô ấy, anh chẳng động vào việc gì nữa."

"Cô giáo là người tận tâm mà." Hiromi nhấp một ngụm cà phê. Nó có vị rất đắng.

Yoshitaka cũng cong môi. "Chắc là nhiều bột cà phê quá."

"Để em pha lại nhé."

"Thôi. Không sao. Lần tới sẽ nhờ em sau. Phải rồi," anh đặt cốc cà phê lên giữa chiếc bàn làm bằng đá cẩm thạch. "Hôm qua, anh đã nói với cô ấy rồi."

"Quả nhiên..."

"Nhưng anh không nói rõ là em. Anh nói đó là một người mà cô ấy không biết. Chỉ không biết cô ấy tin đến đâu."

Hiromi nhớ lại khuôn mặt của Ayane khi gửi chìa khóa cho cô vào buổi sáng. Không thể nghĩ rằng nụ cười ấy ẩn giấu một ý đồ nào đó.

"Rồi cô giáo nói sao?"

"Cô ấy chấp nhận tất cả."

"Thật à?"

"Thật. Anh đã bảo rồi mà. Cô ấy sẽ không phản đối đâu."

Hiromi lắc đầu.

"Em nói ra điều này có thể hơi kỳ quặc nhưng... không thể hiểu được."

"Là quy tắc đó đấy. Quy tắc mà anh đã đặt ra. Dù sao đi nữa, nhờ đó mà giờ không còn phải lăn tăn gì nữa. Tất cả được giải quyết."

"Có thể yên tâm thì tốt quá."

"Đương nhiên rồi." Dứt lời, Yoshitaka liền đặt tay lên vai Hiromi và kéo cô lại gần. Hiromi ngả vào lòng anh. Cô cảm thấy đôi môi anh ghé sát vào tai cô. "Trước hết là, đêm nay em ở lại được rồi."

"Ngủ trong phòng ngủ ạ?"

Khóe miệng Mashiba trễ xuống.

"Phòng dành cho khách có giường ngủ. Đó cũng là giường đôi."

Với tâm trạng xen lẫn bối rối, phân vân, nhẹ nhõm và cả nỗi bất an thường trực từ trước, Hiromi khẽ gật đầu.

Sáng hôm sau, Hiromi vừa định pha cà phê ở bếp thì Yoshitaka bước vào.

"Cho anh thấy em khéo tay thế nào đi," anh nói.

"Em cũng chỉ được cô giáo dạy cho thôi."

"Thế cũng được. Cho anh xem nào." Yoshitaka khoanh tay trước ngực.

Hiromi xếp giấy lọc vào phễu, sử dụng muỗng đong để đổ bột cà phê. Nhìn lượng bột, Yoshitaka gật gù.

"Trước hết cho chút xíu nước nóng vào đây. Thật ít thôi. Rồi, chờ cho tới khi cà phê nở ra." Rót một lượng nhỏ nước đã đun sôi trong bình, đợi khoảng 20 giây, Hiromi tiếp tục rót nước. "Giống như vẽ một vòng tròn ấy. Cà phê sẽ nở bung lên, vừa rót vừa duy trì trạng thái đó. Nhìn mực nước trong bình đựng, đủ phần cho hai người thì gỡ phễu ra ngay. Nếu cứ để thế thì cà phê sẽ bị nhạt."

"Không ngờ lại khó thế."

"Trước đây anh vẫn tự pha mà."

"Anh dùng máy pha cà phê. Nhưng sau khi lấy Ayane là nó bị vứt luôn. Cô ấy nói pha kiểu này ngon hơn."

"Nhất định cô giáo biết anh Mashiba nghiền cà phê nên muốn pha ngon hết mức có thể đấy."

Miệng Yoshitaka trễ xuống, anh từ tốn lắc đầu. Mỗi lần Hiromi nhắc chuyện Ayane tận tụy đến mức nào, anh đều có biểu cảm như vậy.

"Cà phê vừa pha quả là uống rất ngon," Yoshitaka nói.

Chủ nhật thì Anzu House không mở cửa. Nhưng như vậy không có nghĩa là Hiromi được nghỉ ngơi. Cô còn dạy thêm cho một trường học văn hóa ở Ikebukuro. Đó cũng là công việc cô tiếp quản từ Ayane.

Yoshitaka bảo cô gọi điện cho anh sau khi xong việc.

Dường như anh muốn ăn tối cùng cô. Hiromi không có lý do để từ chối.

Lúc xong việc ở trường văn hóa thì đã quá 7 giờ, Hiromi vừa sắp đồ chuẩn bị ra về vừa gọi điện thoại. Nhưng cô không kết nối được với di động của Yoshitaka. Tuy có đổ chuông nhưng anh không bắt máy. Cô thử gọi vào máy bàn của gia đình Mashiba mà kết quả vẫn vậy.

Hay là anh ấy ra ngoài? Nhưng mình không nghĩ anh ấy để di động ở nhà.

Chẳng còn cách nào khác, Hiromi quyết định đi thẳng tới nhà Mashiba. Trên đường, cô thử gọi thêm vài cuộc điện thoại nhưng đều không liên lạc được.

Cuối cùng cô cũng đến cửa nhà Mashiba. Nhìn qua cổng cô thấy phòng khách sáng đèn. Nhưng vẫn không có ai nghe máy.

Hiromi quyết định lấy chiếc chìa khóa đang nằm trong túi. Đó là chìa khóa dự phòng mà Ayane gửi cô.

Cửa vào sảnh nhà đang khóa. Cô mở khóa rồi hé cửa. Gian phòng ngoài cũng sáng đèn.

Hiromi cởi giày, đi dọc hành lang. Thoang thoảng hương cà phê. *Không thể là mùi cà phê lúc sáng còn vương lại, Yoshitaka lại pha nữa à?*

Mở cửa phòng khách. Ngay lập tức, cô đứng chết trân tại chỗ.

Yoshitaka nằm dưới sàn. Cốc cà phê đổ bên cạnh anh, chất lỏng màu đen loang trên nền nhà.

Xe cấp cứu, điện thoại, số máy là, số máy... Hiromi cầm di động bằng đôi tay run rẩy. Nhưng cô hoàn toàn không nhớ được mình phải bấm số máy nào.

3

Những căn biệt thự có kiến trúc sang trọng xếp thành hàng dọc theo con dốc thoai thoải. Chỉ nhờ ánh sáng đèn đường cũng đủ thấy rõ mỗi căn đều được chăm chút hết sức tỉ mỉ. Nơi này không giống một khu phố của những người phải dùng hết khả năng mới mua được một căn nhà.

Vài xe cảnh sát đỗ trên mặt đường. "Anh lái xe, dừng ở đây được rồi." Kusanagi nói.

Xuống xe, anh vừa nhìn đồng hồ vừa rảo bước. Đã quá 10 giờ. *Tối nay có chương trình mình thích mới chán*, Kusanagi nghĩ. Đó là bộ phim anh để lỡ không đến rạp xem. Khi biết nó sẽ được chiếu trên ti vi, Kusanagi bỏ ý định thuê phim ở cửa hàng băng đĩa. Bị gọi đi gấp phải vội vàng rời khỏi nhà, anh quên không cài đặt chế độ ghi hình.

Chẳng rõ có phải vì đang buổi tối hay không mà không thấy bóng dáng những kẻ hiếu kỳ. Cũng chưa thấy đám phóng viên truyền hình kéo tới. *Nếu có thể nhanh chóng giải quyết thì tốt*, anh thầm hy vọng.

Trước cổng ngôi biệt thự nơi xảy ra vụ án, viên cảnh sát đứng gác với vẻ mặt cứng nhắc. *Vất vả cho anh quá*, anh ta cúi chào khi Kusanagi chìa sổ tay cảnh sát.

Anh đưa mắt nhìn toàn bộ khuôn viên trước khi

lách qua cổng. Có thể nghe thấy giọng nói của nhiều người từ trong nhà vọng ra. Hầu hết đèn trong nhà đang bật sáng.

Có bóng người bên hàng rào cây. Tuy không nhìn rõ trong bóng tối lờ mờ nhưng từ vóc dáng nhỏ con và kiểu tóc, Kusanagi biết đó là ai. Anh lại gần người đó.

"Cô đang làm gì đấy?"

Anh cất tiếng gọi, Utsumi Kaoru từ từ quay lại, có vẻ không hề bất ngờ.

"Anh vất vả rồi." Cô đáp bằng giọng đều đều không cảm xúc.

"Tôi hỏi cô đang làm gì mà không vào trong đó đấy."

"Chẳng có gì đặc biệt," Utsumi Kaoru lắc đầu, giữ nguyên vẻ vô cảm. "Tôi đang ngắm rào cây, hoa trong vườn. Cả hoa ở ban công nữa."

"Ban công?"

"Ở kia." Cô chỉ tay lên trên.

Kusanagi ngẩng lên nhìn, quả là tầng hai có ban công với nhiều hoa lá đang chìa ra. Nhưng đó chẳng phải một khung cảnh đặc biệt hiếm thấy.

"Có thể tôi hơi lắm điều nhưng sao cô không vào trong?"

"Nhiều người lắm rồi. Mật độ dân số khá cao."

"Cô ghét phải chen chúc?"

"Tôi nghĩ cả đám người cùng quan sát một chỗ chẳng để làm gì. Lại còn cản trở đội giám định. Vì thế tôi quyết định sẽ quan sát bên ngoài ngôi nhà."

"Quan sát gì cơ? Cô đang ngắm hoa mà."

"Vừa kết thúc một vòng đấy."

"Thôi được rồi. Thế cô đã xem qua hiện trường rồi chứ?"

"Chưa. Vào đến sảnh nhà là tôi quay ra luôn."

Kusanagi lấy làm kỳ lạ trước vẻ tỉnh bơ trên khuôn mặt Utsumi Kaoru. Anh vốn cho rằng, mong muốn có mặt ở hiện trường sớm hơn bất kỳ ai là bản năng của cảnh sát điều tra. Tuy nhiên, điều đó dường như không đúng với cô điều tra viên trẻ tuổi này.

"Tôi hiểu cô nghĩ gì nhưng dù sao cũng vào cùng tôi đi. Có nhiều điều nên tự mình quan sát."

Kusanagi quay gót hướng về cánh cửa, cô gái cũng im lặng theo sau.

Đúng là bên trong ngôi nhà có rất đông cảnh sát điều tra. Trong số đó có cả cảnh sát quận và đồng nghiệp của hai người. Viên cảnh sát đàn em Kishitani cười giễu khi trông thấy Kusanagi.

"Phải đi làm sớm, thật vất vả cho anh."

"Mỉa mai nhau quá. Có thật là án mạng không?"

"Chưa thể khẳng định được. Nhưng khả năng cao là như vậy."

"Đầu đuôi thế nào? Cậu nói qua cho tôi đi."

"Nói ngắn gọn là chủ nhân ngôi nhà này đột tử. Trong phòng khách. Chỉ có một mình."

"Chỉ có một mình?"

"Anh lại đây."

Kishitani dẫn hai người vào phòng khách. Căn phòng rộng cỡ 30 chiếu[1]. Chính giữa phòng bày ghế xô

1. Tương đương khoảng 48,6 m^2.

pha bọc da màu xanh lá và một bàn đá cẩm thạch.

Trên sàn nhà, ở ngay cạnh chiếc bàn có một hình người được vẽ bằng băng dính màu trắng. Kishitani nhìn xuống hình vẽ ấy rồi hướng mắt sang Kusanagi.

"Người chết là Mashiba Yoshitaka, chủ nhân ngôi nhà này."

"Chuyện đó thì tôi đã biết từ trước khi đến đây. Là giám đốc công ty nào đó đúng không?"

"Hình như là công ty về IT. Hôm nay là Chủ nhật nên anh ta không làm việc. Chưa rõ ban ngày có ra khỏi nhà hay không."

"Sàn nhà bị ẩm thì phải." Trên tấm thảm trải còn sót dấu vết của một thứ chất lỏng nào đó.

"Cà phê đấy." Kishitani nói. "Thời điểm thi thể được phát hiện thì cà phê đã đổ ra sàn rồi. Bộ phận giám định lấy mẫu bằng ống hút nhỏ giọt. Có cả một cốc cà phê lăn lóc trên sàn nhà."

"Ai là người phát hiện thi thể?"

"Để xem nào," Kishitani mở sổ tay và nói ra cái tên Wakayama Hiromi. "Hình như là học trò của người vợ."

"Học trò?"

"Người vợ là một nghệ nhân patchwork nổi tiếng."

"Patchwork? Có thể nổi tiếng vì món ấy á?"

"Hình như vậy. Tôi cũng không rõ lắm." Kishitani nhìn sang Utsumi Kaoru. "Phụ nữ chắc sẽ rõ hơn. Không biết cô có từng nghe đến cái tên Mita Ayane không? Viết thế này."

Trong sổ tay của Kishitani viết tên Mita Ayane bằng chữ Hán.

"Không biết," cô cộc cằn đáp lại. "Sao cậu lại cho là phụ nữ thì phải biết?"

"À không, tôi chỉ nói đại thôi." Kishitani gãi đầu.

Kusanagi tủm tỉm cười nhìn hai người đối đáp. Mãi mới có người vào đơn vị sau mình, anh chàng Kishitani dường như muốn thể hiện vai vế đàn anh nhưng quả không dễ khi đối phương là phụ nữ.

"Bao lâu thì phát hiện thi thể?" Kusanagi hỏi Kishitani.

"Thực ra thì người vợ đã về nhà bố mẹ từ hôm qua. Trước khi đi có giao chìa khóa nhà cho cô Wakayama. Người vợ không biết lúc nào mới quay trở lại nên gửi chìa khóa để phòng khi có việc cần. Cô Wakayama kể, tối nay thấy anh Mashiba Yoshitaka có gì đó không ổn nên gọi điện thoại thì thấy cả số di động và máy bàn đều không có người bắt máy. Nóng ruột, cô ấy mới đến đây. Lần đầu tiên gọi điện là hơn 7 giờ. Thời điểm bước vào nhà có lẽ là gần 8 giờ."

"Vậy cô ấy phát hiện thi thể?"

"Đúng thế. Cô ấy gọi đến 119 bằng di động của mình. Xe cấp cứu đến ngay và xác định được nạn nhân đã tử vong nên họ nhờ bác sĩ ở gần đây đến xem xét tử thi. Tuy nhiên, do nguyên nhân tử vong có điểm bất thường nên đội cấp cứu đã liên lạc với sở cảnh sát. Đại khái trình tự vụ việc là như vậy."

Hừm, Kusanagi vừa gật gù vừa quay sang nhìn Utsumi Kaoru. Không biết từ lúc nào, cô đã rời khỏi chỗ anh và đến đứng trước tủ ly cốc.

"Vậy, người phát hiện giờ ở đâu?"

"Cô Wakayama đang nghỉ trong xe cảnh sát. Sếp cũng ở đó."

"Ông già cũng đến à. Nãy tôi không dòm vào trong xe." Kusanagi nhăn mặt. "Nguyên nhân tử vong đã rõ chưa?"

"Đáng nghi nhất là do chất độc. Tuy cũng có khả năng tự sát nhưng hoàn toàn có thể xét tới trường hợp bị giết, vì thế nên mới gọi đến chúng ta."

Hừm, Kusanagi dõi theo Utsumi Kaoru đang đi vào bếp. "Cô gái đó, Wakayama Hiromi à, khi cô ta bước vào nhà thì cửa có khóa không nhỉ."

"Hình như cửa khóa."

"Cửa sổ và cửa kính thì sao? Tình trạng cửa nẻo thế nào?"

"Khi cảnh sát quận đến thì tất cả đều đóng, ngoại trừ cửa sổ nhà vệ sinh tầng hai."

"Tầng hai có nhà vệ sinh à? Có thể ra vào chỗ đó không?"

"Tôi chưa thử nhưng có lẽ là không."

"Thế thì là tự sát rồi." Kusanagi ngồi xuống ghế xô pha, bắt tréo hai chân. "Ai đó bỏ thuốc độc vào cà phê? Nếu vậy thì kẻ đó làm sao mà rời khỏi ngôi nhà này được. Tại sao cảnh sát quận lại nghĩ tới khả năng bị giết nhỉ."

"Tất nhiên là nếu chỉ như vậy thì có lẽ khó mà nghĩ theo hướng đó."

"Còn gì nữa à?"

"Trong khi tổ điều tra của quận nghiên cứu hiện trường thì điện thoại di động đổ chuông. Đó là máy của anh Mashiba, người đã mất. Cuộc gọi đến từ một nhà hàng ở Ebisu. Thì ra anh Mashiba có đặt bàn ở đó vào 8 giờ tối nay. Bàn đặt cho hai người. Đến giờ hẹn mà không thấy anh ta xuất hiện nên phía cửa hàng chủ động liên lạc. Thời điểm gọi đặt bàn là khoảng 6 rưỡi tối nay. Khi nãy tôi đã kể, cô Wakayama gọi đến cho Mashiba lúc hơn 7 giờ và không liên lạc được. Một người gọi đặt bàn ở nhà hàng lúc 6 giờ 30 phút mà hơn 7 giờ lại tìm đến cái chết... thì quả là một chuyện kỳ quặc. Tôi nghĩ nhận định của cảnh sát quận là hợp lý."

Kusanagi nhăn mặt lắng nghe, ngón tay gãi gãi đuôi lông mày.

"Vậy sao không nói sớm hơn?"

"Mải trả lời các câu hỏi của anh Kusanagi nên tôi kể sót."

"Tôi hiểu rồi." Kusanagi đập tay vào hai đầu gối rồi đứng dậy. Utsumi Kaoru từ trong bếp đã quay trở lại trước tủ ly. Anh tiến đến sau lưng cô. "Cậu Kishitani kể lại vụ việc mà cô cứ lượn lờ làm gì thế?"

"Tôi vẫn nghe mà. Anh Kishitani, cảm ơn nhé."

"Không có gì," Kishitani nhún vai.

"Tủ ly có vấn đề à?"

"Chỗ này." Cô chỉ vào bên trong chiếc tủ. "Chỗ này của cái tủ, anh có thấy nó trống trải so với những chỗ khác không?"

Quả là nhìn nó trống một cách không tự nhiên. Dường như từng có ly cốc đặt ở đó.

"Có vẻ như vậy."

"Tôi vừa xem qua căn bếp, có 5 ly sâm panh đã

rửa sạch trong đó."

"Chúng vốn được xếp ở đây à?"

"Tôi nghĩ vậy."

"Nhưng thế thì sao?"

Utsumi Kaoru ngước nhìn Kusanagi, khẽ mấp máy môi. Nhưng, như thể nghĩ lại nên cô lắc đầu.

"Không có gì quan trọng. Tôi chỉ đoán là gần đây họ có một bữa tiệc. Ly sâm panh chỉ dùng trong những trường hợp ấy thôi."

"Có lý. Nếu giàu cỡ này thì tiệc tùng tại gia chắc cũng nhiều. Tuy nhiên, không thể chỉ vì gần đây có tiệc mà khẳng định là họ không có trăn trở nào đến mức tự sát." Kusanagi quay về phía Kishitani. "Con người vốn phức tạp và mâu thuẫn. Dù trước đó phấn khích vì bữa tiệc hay là ngay sau khi đặt bàn ăn ở nhà hàng thì họ vẫn sẽ chết vào thời điểm muốn chết."

Thế à, Kishitani gật đầu vẻ mơ hồ.

"Người vợ thì sao?" Kusanagi hỏi.

"Vâng?"

"Vợ của nạn nhân... à không, vợ của người đã mất. Đã liên lạc rồi chứ?"

"Vẫn chưa liên lạc được với chị ta. Cô Wakayama nói rằng nhà cha mẹ của người vợ ở Sapporo. Hơn nữa còn hơi xa thành thị nên dù trước mắt có liên lạc được thì chắc cũng không thể về đây trong đêm nay."

"Hokkaido à. Nếu vậy thì đúng là không thể."

May quá, Kusanagi thở phào. Nếu người vợ chạy đến ngay thì sẽ có người phải chờ ở đây. Khi đó, có thể nói chắc chắn sếp Mamiya sẽ giao việc đó cho Kusanagi.

Giờ đã muộn, muốn nghe ngóng thông tin từ hàng xóm phải để qua ngày mai. Kusanagi vừa chớm mong với đà này thì đêm nay có thể về qua nhà thì nhìn thấy gương mặt vuông vức của Mamiya.

"Kusanagi, đã đến rồi đấy. Muộn nhỉ."

"Tôi đến lâu rồi. Đã nắm được đại khái vụ việc nhờ Kishitani."

Mamiya gật đầu rồi quay về phía sau, "Xin mời vào đây."

Người được mời bước vào căn phòng là một cô gái khoảng 25 tuổi, dáng người mảnh mai. Tóc dài ngang vai có màu đen hiếm thấy ở những cô gái thời nay. Màu tóc đó làm cho làn da trắng trông càng nổi bật. Có lẽ nên nói làn da cô gái trông xanh xao sẽ đúng hơn là trắng. Dù sao cũng thuộc vào nhóm người đẹp. Cách trang điểm cũng rất tinh tế.

Chắc đây là Wakayama Hiromi, Kusanagi đoán.

"Theo lời kể khi nãy, vừa bước vào căn phòng này cô nhìn thấy thi thể ngay lập tức đúng không? Vậy thì, nhìn chung là cô đã nhìn thấy từ vị trí đang đứng phải không?"

Wakayama Hiromi hơi cúi mặt, nghe Mamiya hỏi liền thoáng đưa mắt về phía ghế xô pha. *Chắc là đang hồi tưởng thời điểm phát hiện tử thi.*

"Vâng, tôi nghĩ là từ chỗ này." Hiromi khẽ đáp.

Không rõ có phải vì vóc người gầy và sắc mặt không được tốt hay không mà Kusanagi thấy riêng việc đứng vững dường như cũng là quá sức với cô. Hẳn là do ảnh hưởng của cú sốc khi nhìn thấy tử thi.

"Trước đấy, lần cuối cùng cô vào căn phòng này là buổi tối cách đó một ngày phải không?" Mamiya hỏi để xác nhận.

"Vâng," Wakayama Hiromi gật đầu.

"Thời điểm đó và hiện tại cô thấy có gì thay đổi không? Những điểm rất nhỏ thôi cũng được."

Nghe câu hỏi, cô gái đưa mắt nhìn quanh căn phòng với vẻ lo sợ. Nhưng cô ngay lập tức lắc đầu.

"Tôi không rõ. Một ngày trước vẫn còn nhiều người khác và đó là sau khi tất cả cùng ăn uống..." Cô run run đáp.

Mamiya nhíu mày nhưng vẫn gật đầu. Biểu cảm như nói rằng *đành chấp nhận vậy*.

"Xin lỗi vì hỏi khi cô đang mệt. Tối nay cô cứ thong thả nghỉ ngơi. Có điều, ngày mai chúng tôi sẽ gọi điện hỏi chuyện cô thêm một lần nữa, được chứ?"

"Được ạ, dù tôi nghĩ những điều mình có thể nói đều không quan trọng."

"Có lẽ vậy nhưng phía chúng tôi muốn biết sự việc chi tiết hết mức có thể. Rất mong cô sẽ hợp tác trong việc điều tra."

"Vâng," vẫn cúi đầu, Wakayama Hiromi đáp ngắn gọn.

"Để tôi cho cấp dưới đưa cô về nhà." Mamiya nói và nhìn sang Kusanagi. "Hôm nay cậu đến đây bằng gì? Ô tô đúng không?"

"Xin lỗi, tôi đi taxi."

"Gì chứ, đúng ngày hôm nay."

"Gần đây tôi ít dùng ô tô."

Mamiya chép miệng, đúng lúc ấy Utsumi Kaoru lên tiếng, "Tôi lái xe đến đây."

Kusanagi ngạc nhiên quay lại nhìn. "Ô tô à? Ghê nhỉ."

"Tôi nhận được thông báo lúc đang lái xe đi ăn. Xin lỗi."

"Đâu cần xin lỗi. Nếu vậy, cô có thể tiễn cô Wakayama về được không?" Mamiya hỏi.

"Vâng. Nhưng trước đó, tôi có thể xin phép hỏi cô Wakayama một điều được không ạ?"

Nghe Utsumi Kaoru hỏi, trông vẻ mặt Mamiya như thể vừa bị lừa. Wakayama Hiromi trong một thoáng cũng lộ vẻ căng thẳng.

"Chuyện gì thế?" Mamiya hỏi.

Utsumi Kaoru đăm đăm nhìn Wakayama Hiromi và bước về phía trước một bước.

"Dường như anh Mashiba Yoshitaka đột tử giữa lúc đang uống cà phê, nhưng anh ấy không thường xuyên sử dụng đĩa lót đúng không?"

Wakayama Hiromi mở to mắt kinh ngạc. Ánh mắt cô lay động.

"Vâng, có... có thể là thế khi uống một mình."

"Như vậy có nghĩa là hôm qua hoặc hôm nay có khách, cô có nghĩ tới khả năng nào không?"

Kusanagi quay sang nhìn Utsumi Kaoru khi nghe cô tự tin khẳng định.

"Sao cô biết là có khách đến?"

"Trong chậu rửa ở bếp vẫn còn 1 cốc cà phê và 2 cái đĩa chưa rửa. Nếu anh Mashiba dùng cà phê một mình thì chắc chắn đã không có đĩa."

Kishitani bước vào bếp rồi ngay lập tức trở ra.

"Đúng như lời Utsumi. Có 1 chiếc cốc và 2 cái đĩa ở đó."

Kusanagi trao đổi ánh mắt với Mamiya rồi quay lại nhìn Wakayama Hiromi.

"Cô có ý kiến gì về chuyện đó không?"

Cô gái lắc đầu, vẻ mặt bất an.

"Tôi... không biết. Bởi vì, sau khi rời khỏi đây từ tối hôm kia, tôi không hề quay lại. Tôi không biết chuyện có khách đến hay không."

Kusanagi lại nhìn Mamiya. Mamiya gật đầu vẻ đăm chiêu.

"Tôi hiểu rồi. Cảm ơn cô đã hỗ trợ đến tận lúc này... Utsumi, vậy nhờ cô đưa cô ấy về. Kusanagi, cậu cũng lên xe cùng họ đi."

"Vâng," Kusanagi đáp. Anh hiểu ý đồ của Mamiya. *Wakayama Hiromi rõ ràng đang che giấu chuyện gì đó. Muốn bảo mình tìm hiểu đây mà.*

Ba người họ bước ra khỏi nhà thì Utsumi Kaoru nói, "Ở đây nhé. Tôi đi lấy xe." Đó là loại xe phổ thông nên cô đỗ ở bãi gửi xe tự động[1].

Trong khi chờ đợi, Kusanagi quan sát Wakayama Hiromi đứng bên cạnh. Có thể thấy cô ta đang chấn động mạnh. Không thể cho rằng chỉ vì cú sốc khi nhìn thấy xác chết.

1. Coin Parking: Bãi đỗ xe trả tiền theo giờ, có máy tính thời gian đỗ và mức tiền để người lái tự đưa xe vào, ra khỏi bãi và thanh toán.

"Cô có lạnh không?" Kusanagi hỏi.

"Không sao đâu ạ."

"Tối nay cô có dự định ra ngoài không?"

"Việc đó... anh cũng thấy là không mà?"

"Thế à. Tôi chỉ nghĩ biết đâu cô lại có hẹn với ai đó thôi."

Wakayama Hiromi khẽ mấp máy môi. Có thể thấy cô ta bối rối.

"Có một việc chắc cô cũng được hỏi nhiều lần rồi nhưng tôi có thể hỏi thêm lần nữa không?"

"Việc gì vậy?"

"Vì sao tối nay cô lại nghĩ tới việc gọi điện cho anh Mashiba?"

"Bởi vì, tôi nghĩ là đã nhận giữ chìa khóa nhà giúp cô giáo thì thi thoảng phải liên lạc. Nếu anh Mashiba có gì bất tiện thì nên hỗ trợ..."

"Nhưng không kết nối được nên cô đã đến nhà đúng không?"

"Vâng," cô khẽ gật đầu.

"Tuy nhiên, di động không liên lạc được là việc cũng khá bình thường mà? Điện thoại bàn cũng vậy. Cô không nghĩ anh Mashiba chỉ đi đâu đó và đúng lúc ấy không thể nghe máy à?"

Sau một thoáng im lặng, Wakayama Hiromi nhẹ nhàng lắc đầu.

"Tôi không nghĩ thế..."

"Tại sao vậy? Có gì làm cô lo lắng à?"

"Không phải như vậy. Chỉ là, tôi bất chợt nóng ruột..."

"Nóng ruột à?"

"Không được ư? Chỉ vì cảm thấy nóng ruột nên đến nhà xem tình hình thế nào?"

"Không, tôi không có ý đó. Chỉ nhận giữ chìa khóa mà có trách nhiệm đến vậy, quả là hiếm có nên tôi thấy ngưỡng mộ. Hơn thế, trực giác của cô còn chuẩn xác nữa nên việc đó thật đáng khen ngợi."

Dường như không chấp nhận lời giải thích của Kusanagi, Wakayama Hiromi quay mặt sang hướng khác.

Một chiếc pajero màu đỏ đậm dừng lại trước khuôn viên. Utsumi Kaoru mở cửa bước xuống.

"Xe dẫn động cơ à?" Kusanagi tròn mắt ngạc nhiên.

"Cảm giác ngồi trên xe không tệ đâu. Xin mời, cô Wakayama."

Được Utsumi Kaoru mời, Wakayama Hiromi bước vào ghế sau. Kusanagi theo sau cô.

Ngồi vào ghế lái, Utsumi Kaoru bắt đầu cài đặt thiết bị dẫn đường. Chắc cô đã xác nhận trước địa chỉ nơi ở của Wakayama Hiromi. Có lẽ nhà cô gái ở cạnh ga Gakugei Daigaku.

Xe vừa chạy được một lát thì Wakayama Hiromi lên tiếng.

"Anh Mashiba, vụ... đó không phải là tai nạn hay tự sát à?"

Kusanagi nhìn lên ghế lái. Ánh mắt anh và Utsumi Kaoru giao nhau qua gương chiếu hậu.

"Chưa thể khẳng định được gì. Kết quả giải phẫu cũng chưa có."

"Nhưng mà, hai người là cảnh sát hình sự phụ trách điều tra những vụ giết người đúng không?"

"Đúng là như vậy, nhưng ở thời điểm hiện tại, chỉ có thể nói là có khả năng bị giết. Không phải chúng tôi không thể tiết lộ nhiều hơn mà là chúng tôi cũng không rõ."

Thế à, Wakayama Hiromi nhỏ giọng đáp.

"Vậy, cô Wakayama, tôi xin hỏi ngược lại về chuyện đó, nếu đây là vụ giết người thì cô có suy nghĩ nào không?"

Kusanagi cảm thấy cô gái như nín thở. Anh chăm chú nhìn khóe miệng cô.

"Tôi không biết... về anh Mashiba, tôi hầu như không biết gì ngoài chuyện đó là chồng của cô giáo." Cô thấp giọng đáp.

"Vậy à. Ừm, ngay lúc này không thể nghĩ ra cũng không sao. Nếu cô nhớ ra điều gì xin hãy cho chúng tôi biết nhé."

Nhưng Wakayama Hiromi chỉ im lặng chứ không gật đầu.

Sau khi để cô gái xuống xe ở trước khu chung cư, Kusanagi lên ngồi trên ghế phụ.

"Cô thấy sao?" Kusanagi hỏi, mắt vẫn nhìn thẳng phía trước.

"Một người mạnh mẽ đấy nhỉ." Utsumi Kaoru cho xe lăn bánh.

"Mạnh mẽ? Thế à."

"Cô ta kiềm chế không khóc suốt đấy thôi? Trước mặt chúng ta, đến phút cuối cũng không nhỏ một giọt nước mắt."

"Có thể nghĩ là cô ta không đến mức đau buồn mà."

"Không. Cô ta chắc chắn đã khóc. Tôi tin là cô ta đã khóc suốt khoảng thời gian đợi xe cấp cứu."

"Sao cô biết?"

"Phần trang điểm ở đuôi mắt. Ở đó có dấu vết vội vã sửa lại lớp trang điểm bị nhòe."

Kusanagi nhìn chằm chằm vào khuôn mặt của nữ điều tra viên đàn em.

"Tôi tin là mình đúng."

"Quả nhiên phụ nữ chú ý tới những điểm khác hẳn. Chà, đây là tôi đang khen cô đấy."

"Tôi biết," miệng cô giãn ra, "anh Kusanagi cảm thấy thế nào?"

"Nói ngắn gọn một chữ là 'đáng ngờ'. Dù có viện cớ giữ giùm chìa khóa, việc một phụ nữ trẻ đến tận nơi xem tình hình của người đàn ông đang ở nhà một mình quả là đáng ngờ."

"Đồng ý. Nếu là tôi, chắc không thể nghĩ tới việc ấy."

"Cô gái ấy và người đã khuất, thực sự là có tư tình... Trí tưởng tượng của ta có bay xa quá không nhỉ?"

Utsumi Kaoru chợt thở dài.

"Không những không bay xa mà chỉ có thể nghĩ theo hướng đó thôi. Chẳng phải là hai người đó định cùng nhau ăn tối hôm nay à?"

Kusanagi vỗ hai đầu gối. "Nhà hàng ở Ebisu à?"

"Đến giờ đặt bàn mà không thấy người đâu nên phía nhà hàng mới gọi điện đúng không nào. Bàn ăn đặt trước cho hai người. Vậy là không chỉ anh Mashiba mà người được mời cũng không xuất hiện."

"Nếu đoán rằng người được mời đến là Wakayama Hiromi thì mọi tình tiết vừa khớp luôn."

Có vẻ không sai rồi, Kusanagi xác nhận.

"Nếu giữa hai người có mối quan hệ đặc biệt thì tôi nghĩ nó sẽ sớm được chứng minh."

"Vì sao?"

"Dựa vào cốc cà phê. Mấy món trong bồn rửa là do hai người sử dụng phải không? Nếu vậy thì trong đó nhất định sẽ có dấu vân tay của cô ta."

"Hợp lý. Nhưng, việc hai người đó có tư tình không đủ làm căn cứ coi cô ta là nghi phạm."

"Tất nhiên là tôi hiểu điều đó." Cô đáp và đỗ xe vào lề đường bên trái.

"Tôi gọi điện một chút được không? Tôi có việc muốn xác nhận."

"Được, nhưng cô gọi cho ai?"

"Đương nhiên là Wakayama Hiromi rồi."

Phớt lờ vẻ ngạc nhiên của Kusanagi, Utsumi Kaoru bấm di động. Điện thoại nhanh chóng kết nối.

"Cô Wakayama phải không ạ? Tôi là Utsumi của sở cảnh sát. Tối nay đã làm phiền cô... Không, không có gì nghiêm trọng đâu. Tôi vừa nhớ ra khi nãy quên không hỏi cô về kế hoạch ngày mai... Vậy à. Tôi hiểu rồi. Xin lỗi vì làm phiền cô lúc mệt mỏi. Cô nghỉ ngơi đi nhé." Dứt lời, Utsumi Kaoru ngắt máy.

"Cô hỏi ngày mai cô ta định làm gì à?" Kusanagi hỏi.

"Chưa có dự định cụ thể, cô ấy nói chắc sẽ ở nhà. Lớp patchwork có lẽ cũng nghỉ."

"Ừm."

"Nhưng, mục đích tôi gọi đến không chỉ để xác nhận kế hoạch ngày mai."

"Nghĩa là sao?"

"Giọng nói của cô ta, giờ nghe đã nghẹn ngào. Có vẻ cô ta cũng cố gắng che đậy nhưng nghe rất rõ. Tôi đoán là ngay khi được ở trong phòng một mình, cảm xúc dồn nén nãy giờ liền vỡ òa."

Kusanagi đang tựa vào ghế liền nhỏm dậy. "Cô gọi điện chỉ để xác nhận việc ấy à?"

"Dù không phải người có quan hệ đặc biệt thân thiết, song khi tiếp nhận cú sốc là họ thực sự đã chết, nếu có vô thức bật khóc cũng là việc bình thường. Nhưng sau một khoảng thời gian nhất định mà lại khóc tiếp thì..."

"Có nghĩa là họ có tình cảm đặc biệt dành cho đối phương phải không?" Kusanagi nhìn nữ cảnh sát trẻ, cười đầy ẩn ý. "Cô khá thật đấy."

"Cảm ơn anh đã khen." Utsumi Kaoru mỉm cười và nhả phanh tay.

Buổi sáng hôm sau, Kusanagi tỉnh giấc bởi tiếng chuông điện thoại. Người gọi là Mamiya. Mới khoảng 7 giờ sáng.

"Sớm quá nhỉ," anh phàn nàn.

"Riêng việc được ngủ ở nhà thôi là cậu phải thấy biết ơn rồi. Hôm nay có cuộc họp điều tra ở quận Meguro từ sáng. Có lẽ đội điều tra sẽ được thành lập. Từ đêm nay chắc không về nhà được đâu."

"Sếp mất công gọi điện chỉ để thông báo việc đó à?"

"Đương nhiên là không rồi. Giờ cậu đi Haneda mau."

"Haneda? Sao lại là chỗ đó..."

"Haneda đương nhiên là sân bay rồi. Vợ của Mashiba đang bay về từ Sapporo. Cậu ra đón đi. Đưa lên xe chở về Meguro luôn nhé."

"Sếp trao đổi trước rồi chứ?"

"Còn phải nói. Cậu đi cùng Utsumi nhé. Cô bé sẽ lái xe. Chuyến bay hạ cánh lúc 8 giờ."

"Tám giờ!" Kusanagi bật dậy.

Đang vội vàng chuẩn bị thì điện thoại di động lại đổ chuông. Lần này là Utsumi Kaoru. Cô đã đến và chờ phía trước chung cư.

Anh leo lên chiếc pajero tối hôm qua, họ hướng về sân bay Haneda.

"Lại bị ép làm việc khó rồi. Dù có tiếp xúc với thân nhân người mất bao nhiêu lần thì tôi cũng không quen được."

"Nhưng sếp lại nói người khéo cư xử với họ nhất chính là anh Kusanagi đấy."

"Ầy, ông già nói thế á?"

"Sếp còn bảo gương mặt anh tạo cảm giác an tâm."

"Gì chứ? Chắc ý nói trông tôi ngớ ngẩn đấy." Kusanagi chép miệng thành tiếng.

Họ đến sân bay lúc 8 giờ kém 5 phút. Vừa đứng chờ ở sảnh đến thì hành khách ùn ùn xuất hiện. Kusanagi và Utsumi Kaoru dõi mắt tìm Mashiba Ayane. Dấu hiệu để nhận diện là áo khoác be và hành lý màu xanh nước biển.

"Người đó phải không?" Utsumi Kaoru nhìn chằm chằm về một hướng.

Kusanagi nhìn theo ánh mắt của cô. Đúng là có một người phụ nữ vừa khớp các dấu hiệu. Ánh mắt nhuốm vẻ đau buồn hơi cúi xuống, toàn thân toát lên vẻ sang trọng.

"Có vẻ... đúng là người đó đấy." Kusanagi nhỏ giọng đáp.

Anh đang dao động. Không thể rời mắt khỏi người phụ nữ ấy. Chính anh cũng không hiểu vì sao tim mình lại rung lên như thế.

4

Sau khi nghe nhóm Kusanagi giới thiệu về mình, điều đầu tiên Mashiba Ayane hỏi là nơi đặt di hài của Yoshitaka.

"Di hài đã được chuyển đến nơi khám nghiệm pháp y. Tôi không nắm rõ tình hình hiện tại nhưng sẽ sớm xác nhận và thông tin đến cô." Kusanagi trả lời.

"Thế ạ... Vậy là tôi không thể gặp anh ấy ngay bây giờ phải không?" Ayane chớp mắt buồn bã. Có thể thấy cô đang kìm nén những giọt nước mắt chỉ chực trào ra. Làn da hơi khô nẻ nhưng chắc hẳn không phải là vẻ vốn có của người phụ nữ này.

"Chúng tôi đã sắp xếp để có thể trao trả di hài cho gia đình ngay sau khi khám nghiệm xong."

Kusanagi cảm thấy giọng mình hơi thiếu tự nhiên. Anh vẫn hơi căng thẳng mỗi khi tiếp xúc với thân nhân người mất nhưng cảm giác này hơi khác so với mọi khi.

"Vâng. Mong anh giúp cho."

Giọng của Ayane nghe hơi thấp so với giọng phụ nữ bình thường. Nhưng tiếng nói ấy vọng sâu vào đôi tai của Kusanagi một cách mê hoặc.

"Chúng tôi có thể hỏi chuyện cô khi đến trụ sở

quận Meguro được chứ?"

"Vâng, tôi cũng đã được báo trước."

"Cảm ơn. Mong cô hợp tác. Chúng tôi đã chuẩn bị xe."

Cô ngồi vào ghế sau chiếc pajero của Utsumi Kaoru, Kusanagi ngồi ở ghế phụ.

"Tối hôm qua, cô nhận được liên lạc khi đang ở đâu?" Kusanagi quay lại hỏi.

"Suối nước nóng địa phương. Tôi ở đó cùng người bạn cũ. Vì tắt nguồn điện thoại nên tôi hoàn toàn không để ý đến tin nhắn... Trước lúc đi ngủ mới nghe tin nhắn thoại." Ayane đáp rồi thở dài. "Tôi đã tưởng đó là trò đùa. Đã bao giờ có điện thoại từ cảnh sát đâu."

"Tôi hiểu," Kusanagi nói.

"Vậy... mọi chuyện là thế nào ạ? Tôi không hiểu đâu vào với đâu cả."

Nghe Ayane ngập ngừng hỏi mình, Kusanagi thấy lòng nhói lên. Chắc chắn cô ấy muốn hỏi câu này nhất. Nhưng đồng thời lại sợ.

"Cô nghe được những gì qua điện thoại rồi?"

"Tôi chỉ nghe tin anh ấy mất, nguyên nhân qua đời không rõ ràng nên phía cảnh sát sẽ điều tra. Thông tin cụ thể hơn thì..."

Ở vị trí của mình, người cảnh sát gọi điện cho cô đúng là không thể nói nhiều hơn. Nhưng đối với Ayane thì chẳng khác nào cơn ác mộng và chắc hẳn cô đã trải qua một đêm khổ sở. Không hiểu cô đã lên chuyến bay với tâm trạng như thế nào, chỉ tưởng tượng thôi Kusanagi cũng cảm thấy nặng nề.

"Chồng cô mất tại nhà." Kusanagi nói. "Vẫn chưa rõ nguyên nhân. Bề ngoài không có vết thương nào đáng chú ý. Cô Wakayama Hiromi phát hiện anh ấy ở phòng khách."

"Cô ấy..." Ayane như nín thở.

Kusanagi nhìn sang Utsumi Kaoru đang lái xe. Trong một thoáng cô cũng hướng ánh nhìn về phía anh. Ánh mắt họ giao nhau.

Kusanagi đoán cả hai đang nghĩ về cùng một việc. Không đến 12 tiếng trước, anh đã trò chuyện với Utsumi Kaoru về mối quan hệ giữa Wakayama Hiromi và Mashiba Yoshitaka.

Wakayama Hiromi là học trò cưng của Ayane. Từ việc gọi cô ta đến bữa tiệc tại gia, có thể thấy cô học trò được đối xử như người trong nhà. Nếu cô gái đó mà ngủ với chồng mình, thật chẳng khác nào nuôi ong tay áo.

Vấn đề là Ayane đã nhận ra quan hệ giữa hai người đó hay chưa. Không phải cứ gần gũi thì chắc chắn sẽ nhận ra. Kusanagi biết vài trường hợp vì quá gần gũi người ta lại không chú ý.

"Chồng cô có mắc căn bệnh mãn tính nào không?"

Ayane lắc đầu.

"Chắc chắn là không. Anh ấy vẫn kiểm tra sức khỏe định kỳ, tôi chưa từng nghe có vấn đề gì. Cũng không bia rượu quá độ."

"Cho đến nay, anh nhà chắc cũng không bao giờ đột ngột bị ngất nhỉ?"

"Tôi nghĩ là không. Tôi không biết. Vì thế tôi không

ngờ lại xảy ra chuyện ấy." Ayane đặt tay lên trán như để ngăn cơn nhức đầu.

Kusanagi cho rằng chưa vội nói về khả năng trúng độc thì hơn. Nên giấu đi việc nghi ngờ người chết tự sát hoặc bị giết cho tới khi có kết quả khám nghiệm.

"Ở thời điểm hiện tại, đây là trường hợp tử vong bất thường." Kusanagi nói. "Trong trường hợp này, bất kể sự việc có tính chất vụ án hay không, cảnh sát bắt buộc phải lưu lại tình trạng hiện trường nhiều nhất có thể. Vì thế, cô Wakayama Hiromi đã làm nhân chứng và để chúng tôi kiểm tra hiện trường ở mức nhất định. Do lúc đó chúng tôi không thể liên lạc được với cô."

"Tôi có biết việc này qua điện thoại tối hôm qua."

"Cô có hay về Sapporo không?"

Ayane lắc đầu.

"Đây là lần đầu tiên kể từ khi kết hôn."

"Gia đình cô có chuyện à?"

"Tôi chỉ nghĩ đôi lúc nên về nhà vì sức khỏe bố tôi không ổn lắm. Không ngờ cụ lại khỏe mạnh nên tôi quyết định đi suối nước nóng với bạn..."

"Ra là thế. Sao cô lại gửi chìa khóa nhà cho Wakayama Hiromi?"

"Để phòng khi có chuyện trong lúc tôi vắng nhà. Tôi nhờ cô ấy hỗ trợ công việc, cũng có lúc cần đến tài liệu lưu giữ ở nhà hoặc cần mang tác phẩm nào đó đến lớp học chẳng hạn."

"Cô Wakayama kể rằng, vì không biết anh nhà có ổn không nên gọi điện thoại, nhưng lại không thể liên lạc được, cô ấy lo lắng nên đến nhà xem tình hình ra sao.

Cô nhờ cô Wakayama cả những việc thường ngày liên quan đến anh nhà à?" Kusanagi hỏi, thận trọng lựa chọn từ ngữ và tập trung vào điểm quan trọng.

Ayane nhíu mày, nghiêng đầu suy nghĩ.

"Tôi không chắc. Cũng có thể tôi đã nhờ. Cô bé đó rất chu đáo nên cũng có thể sẽ lo lắng không biết chồng tôi có gì bất tiện khi ở một mình hay không... Xin hỏi, có chuyện gì không ạ? Việc tôi gửi cô ấy chìa khóa nhà có gì không ổn à?"

"Không, tôi không có ý đó. Tôi chỉ xác nhận lại đầu đuôi câu chuyện mà cô Wakayama kể lại ngày hôm qua thôi."

Ayane úp hai bàn tay lên mặt.

"Tôi thật sự không thể tin được. Chồng tôi thậm chí chưa từng ốm đau bệnh tật, tối thứ Sáu còn mời bạn đến chơi và tổ chức tiệc ở nhà. Anh ấy luôn rất vui vẻ, vậy mà..." Giọng cô run lên.

"Tôi hiểu tâm trạng của cô. Người bạn đến bữa tiệc hôm đó là ai vậy?"

"Bạn từ thời đại học của chồng tôi và vợ anh ấy."

Ayane nói ra tên của Ikai Tatsuhiko và Yukiko.

Cô hạ đôi tay đang che khuôn mặt của mình xuống, dường như đang tập trung suy nghĩ.

"Tôi có việc này muốn nhờ anh."

"Việc gì vậy?"

"Giờ chúng ta phải đi thẳng đến chỗ cảnh sát ạ?"

"Có vấn đề gì à?"

"Nếu có thể, tôi muốn về xem tình hình ở nhà trước. Tôi cũng muốn biết anh ấy đã ra đi như thế nào...

Có được không ạ?"

Kusanagi lại nhìn sang Utsumi Kaoru. Nhưng lần này anh không gặp ánh mắt cô nhìn lại. Nữ cảnh sát điều tra vẫn nhìn thẳng phía trước như thể đang tập trung lái xe.

"Tôi hiểu rồi, để tôi trao đổi với cấp trên xem sao." Kusanagi lấy điện thoại di động.

Mamiya bắt máy, anh truyền đạt lại mong muốn của Ayane. Mamiya hơi cằn nhằn nhưng rồi cũng đồng ý.

"Thực ra tình huống có chút thay đổi. Có lẽ nên hỏi chuyện cô ta ở hiện trường. Cậu đưa về nhà đi."

"Tình huống có thay đổi là sao?"

"Chuyện đó tôi sẽ nói sau."

"Vâng."

"Chúng ta sẽ đến nhà cô." Kusanagi tắt máy rồi nói với Ayane.

May quá, Ayane nói khẽ.

Kusanagi vừa hướng ánh mắt về con đường trước mặt thì nghe thấy tiếng bấm điện thoại di động của Ayane.

"A lô, Hiromi à? Cô Ayane đây."

Kusanagi bối rối. Anh không ngờ vào lúc này, ở đây, mà cô lại gọi cho Wakayama Hiromi. Nhưng cũng không thể bảo cô dừng lại.

"... Ừ, cô biết rồi. Bây giờ cô đang đi cùng cảnh sát. Đang trên đường về nhà. Vất vả cho Hiromi quá."

Kusanagi lo lắng. Anh không hình dung được Wakayama Hiromi sẽ cư xử thế nào. Quá đau buồn do mất đi người yêu, rất có thể cô ta sẽ nói hết mọi điều đang che giấu. Khi đó Ayane chắc cũng không thể nào giữ được bình tĩnh.

"... Chắc là thế nhỉ. Em không sao chứ? Sức khỏe có ổn không?... Thế à, nếu vậy thì tốt. Vậy, Hiromi cũng đến nhà cô được không? Tất nhiên là nếu em không muốn thì thôi. Chỉ vì cô muốn nghe mọi chuyện từ Hiromi thôi."

Có vẻ như Wakayama Hiromi đang bình tĩnh nói chuyện. Nhưng việc Ayane gọi cô ta tới nằm ngoài dự đoán của Kusanagi.

"Được chứ? Vậy chúng ta nói chuyện sau nhé... Ừ, cảm ơn em. Em cũng đừng làm gì quá sức nhé." Hình như Ayane đã ngắt máy. Có tiếng sụt sịt.

"Cô Wakayama cũng đến à?" Kusanagi xác nhận.

"Vâng. A! không được ạ?"

"Không sao. Người phát hiện vụ việc là cô ấy, nên trực tiếp nghe cô ấy kể." Nói vậy nhưng Kusanagi lại thấy hồi hộp. Đơn giản vì anh tò mò muốn biết tình nhân của người đã mất sẽ nói với người vợ như thế nào về chuyện phát hiện thi thể của anh ta. Mặt khác, anh tính rằng nếu chú ý quan sát trạng thái của Ayane lúc ấy, có thể sẽ thấy rõ cô đã nhận ra việc ngoại tình giữa chồng và học trò của mình hay chưa.

Rời khỏi đường cao tốc thủ đô, Utsumi Kaoru cho chiếc pajero hướng về biệt thự nhà Mashiba. Hôm qua cô đã chạy đến hiện trường bằng chiếc xe này. Chắc vì vậy mà không có cảm giác cô sẽ lạc đường.

Vừa tới biệt thự gia đình Mashiba đã thấy Mamiya ở đó. Ông đứng chờ trước cổng cùng Kishitani.

Xuống xe, Kusanagi liền giới thiệu Ayane với nhóm Mamiya.

"Chúng tôi rất tiếc về chuyện vừa xảy ra."

Mamiya lịch sự cúi đầu chào Ayane rồi quay sang hỏi Kusanagi.

"Cậu đã kể lại sự việc rồi chứ?"

"Chỉ những nội dung chính thôi ạ."

Mamiya gật đầu và một lần nữa nhìn sang Ayane.

"Thực sự, chúng tôi có rất nhiều điều muốn hỏi cô. Rất xin lỗi vì làm phiền dù cô vừa về đến nơi."

"Không sao đâu ạ."

"Chúng ta vào trong đã. Kishitani, chìa khóa."

Kishitani lấy chìa khóa trong túi. Ayane nhận lại nó với vẻ băn khoăn.

Ayane mở cổng rồi bước vào biệt thự, nhóm Mamiya theo sau. Kusanagi cũng đuổi theo, tay vẫn xách hành lý của cô.

"Chồng tôi được tìm thấy ở chỗ nào?" Ayane hỏi sau khi vào trong nhà.

"Hướng này," Mamiya đi lên phía trước.

Trên tấm thảm trong phòng khách vẫn còn dán băng dính. Nhìn thấy đường băng dính có hình dáng người nằm đó, Ayane đưa tay lên che miệng, đứng lặng đi.

"Theo lời cô Wakayama thì chồng chị đã gục xuống ở chỗ đó." Mamiya giải thích.

Dường như nỗi đau buồn và cú sốc lại dội lên toàn thân Ayane. Cô quỳ xuống sàn hồ như gục ngã. Kusanagi thấy đôi vai ấy run lên từng nhịp. Những tiếng khóc nấc lên bật ra khe khẽ.

"Chuyện xảy ra lúc mấy giờ ạ?" Cô khẽ hỏi.

"Lúc cô Wakayama phát hiện là gần 8 giờ." Mamiya đáp.

"8 giờ thì... anh ấy đang làm gì nhỉ?"

"Có vẻ như đang uống cà phê. Tất cả đã được thu dọn rồi nhưng có một cốc cà phê rơi trên sàn, cà phê loang ra."

"Cà phê... anh ấy tự pha sao?"

"Ý cô là?" Kusanagi hỏi.

"Bởi vì, anh ấy chẳng động vào bất cứ việc gì. Tôi chưa từng nhìn thấy chồng mình pha cà phê."

Kusanagi thấy đôi lông mày của Mamiya khẽ động đậy.

"Không có chuyện tự pha lấy à?" Mamiya nhắc lại.

"Trước khi lấy tôi thì hình như cũng tự pha. Nhưng khi ấy có máy pha cà phê."

"Bây giờ có máy pha không?"

"Không ạ. Vì không cần nên tôi bỏ đi rồi."

Ánh mắt Mamiya trở nên dữ dội. Giữ nguyên vẻ mặt ấy, ông nói.

"Thưa cô, đúng ra không thể nói gì khi chưa có kết quả khám nghiệm nhưng có vẻ như chồng cô đã trúng độc mà qua đời."

Ayane thoáng ngây ra rồi mở to đôi mắt.

"Trúng độc... trúng độc gì cơ ạ?"

"Chúng tôi vẫn đang điều tra. Tuy nhiên, có chất độc mạnh được tìm thấy trong cốc cà phê rơi ở hiện trường. Cũng có nghĩa, nguyên nhân cái chết của chồng cô không phải là bệnh tật hay tai nạn đơn thuần."

Ayane che miệng, liên tục chớp mắt. Đôi mắt ấy phút chốc đỏ hoe.

"Chuyện đó, tại sao anh ấy lại, chuyện như thế..."

"Điều đó vẫn là bí ẩn. Vì thế mà tôi muốn hỏi xem cô có nghĩ ra manh mối nào không."

Kusanagi thầm khớp việc này với "tình huống đã thay đổi" mà Mamiya nói qua điện thoại. Anh đã hiểu vì sao Mamiya lại trực tiếp đến đây.

Tay vẫn đặt trên trán, Ayane ngồi xuống chiếc ghế xô pha bên cạnh.

"Manh mối à, tôi không nghĩ được gì cả."

"Lần cuối cô nói chuyện với chồng là khi nào?" Mamiya hỏi.

"Buổi sáng hôm thứ Bảy. Lúc tôi rời khỏi nhà, anh ấy cũng đi cùng."

"Khi đó cô thấy anh nhà có biểu hiện gì khác mọi khi không? Khác biệt rất nhỏ cũng được."

Ayane im lặng suy nghĩ một hồi rồi lắc đầu.

"Tôi chịu không thể nghĩ được gì."

Cũng đúng thôi, Kusanagi thông cảm cho người phụ nữ. Riêng việc chồng mình đột ngột qua đời đã là một cú sốc, vậy mà đó còn là cái chết có nguyên nhân bất thường như trúng độc, đầu óc rối loạn là đương nhiên.

"Nghỉ một chút được không sếp?" Kusanagi nói. "Cô ấy vừa đi từ Sapporo về nên chắc cũng mệt."

"Ừ, cậu nói phải."

"Không, tôi ổn mà." Ayane ngồi thẳng dậy. "Có điều, tôi muốn đi thay quần áo có được không? Bộ đồ này mặc từ đêm qua." Cô đang mặc bộ vest tuyền một màu đen.

"Từ đêm qua?" Kusanagi hỏi.

"Vâng. Tôi cứ nghĩ suốt xem phải làm gì để về Tokyo. Vì vậy mới chuẩn bị sẵn trang phục để có thể lên đường bất cứ lúc nào."

"Nói vậy có nghĩa là cô không ngủ luôn à?"

"Vâng ạ, đằng nào thì tôi cũng chẳng ngủ được."

"Như vậy không được đâu." Mamiya nói. "Đúng là cô nên nghỉ ngơi một chút đấy."

"Không sao, xin đừng bận tâm. Tôi thay đồ xong sẽ quay lại ngay." Ayane đứng dậy.

Sau khi chắc chắn cô đã rời khỏi phòng, Kusanagi hỏi Mamiya.

"Đã biết chất độc là gì chưa?"

Mamiya gật đầu.

"Thạch tín được tìm thấy trong phần cà phê còn sót lại."

"Thạch tín? Thứ được dùng trong vụ đầu độc cà ri?"

"Bộ phận giám định cho biết đó là natri arsenite. Từ nồng độ độc tố trong cà phê, có thể thấy lượng chất độc Yoshitaka đã uống vượt xa mức gây chết người ngay lập tức. Chiều nay chắc sẽ có kết quả giải phẫu chi tiết nhưng xét biểu hiện trúng độc thạch tín thì hoàn toàn khớp với tình trạng thi thể."

Kusanagi thở dài gật đầu. Khả năng chết tự nhiên gần như bằng không.

"Yoshitaka chưa từng tự mình pha cà phê à... Vậy

thì cà phê do ai pha?" Mamiya tự nói với chính mình và tất nhiên cũng là nói để cấp dưới nghe thấy.

"Tôi nghĩ anh ta cũng tự pha cà phê đấy." Giọng nói bất ngờ xen ngang là của Utsumi Kaoru.

"Sao cô có thể khẳng định như vậy?" Mamiya hỏi.

"Vì có người xác nhận điều đó." Utsumi Kaoru nhìn Kusanagi rồi tiếp tục. "Là cô Wakayama."

"Cô gái đó đã nói gì ấy nhỉ?" Kusanagi lục lọi trí nhớ.

"Anh có nhớ chuyện tối hôm qua tôi hỏi cô ấy về những cái đĩa không? Tôi hỏi là Mashiba Yoshitaka có dùng đĩa lót khi uống cà phê hay không. Cô Wakayama nói rằng khi uống một mình thì có lẽ không dùng."

Kusanagi nhớ lại đoạn hội thoại ấy.

"Nhắc mới nhớ. Tôi cũng nghe thấy đoạn ấy." Mamiya gật gù. "Vấn đề là tại sao học trò của người vợ lại biết điều mà chính người vợ còn không biết nhỉ."

"Tôi cũng muốn trao đổi trước về chuyện đó."

Kusanagi ghé sát tai Mamiya và kể lại nội dung trò chuyện giữa anh và Utsumi Kaoru, suy luận rằng Wakayama Hiromi và Mashiba Yoshitaka có lẽ có mối quan hệ đặc biệt.

Mamiya nhìn từ Kusanagi sang Utsumi Kaoru, cười ẩn ý.

"Hai người cũng nghĩ thế à?"

"Sếp cũng vậy?" Kusanagi nhìn Mamiya, lòng cảm thấy bất ngờ.

"Đừng tưởng tôi già đầu thì chẳng biết gì. Trực giác mách bảo từ tối qua đấy." Mamiya gõ ngón tay lên đầu.

"Mọi người đang nói chuyện gì thế ạ?" Kishitani hỏi xen vào.

"Tôi sẽ cho cậu biết sau." Mamiya nói rồi lại nhìn sang nhóm Kusanagi. "Đừng bóng gió về việc ấy trước mặt cô vợ. Tuyệt đối không."

"Tôi hiểu," Kusanagi đáp. Bên cạnh, Utsumi Kaoru cũng gật đầu.

"Vậy, chất độc đó chỉ có trong cà phê sót lại thôi à?" Kusanagi hỏi.

"Còn một chỗ nữa."

"Đó là..."

"Giấy lọc xếp thành bộ với phễu pha cà phê. Chính xác là trong bột cà phê đã pha còn sót lại ở giấy lọc."

"Nghĩa là chất độc được trộn vào bột cà phê lúc pha à?" Kishitani nói.

"Thường thì có thể nghĩ theo hướng đó. Tuy nhiên vẫn có thể nghĩ tới một khả năng khác." Mamiya nói, ngón tay trỏ giơ lên.

"Trộn sẵn vào bột cà phê từ trước." Utsumi Kaoru nói.

Mamiya gật đầu vẻ hài lòng.

"Chính xác. Bột cà phê ở trong tủ lạnh. Bên giám định không phát hiện chất độc trong đó nhưng không vì thế mà có thể khẳng định là không có sự chuẩn bị trước. Có thể chỉ trộn vào phần trên cùng, khi xúc cà phê bằng thìa sẽ lấy ra hết."

"Nếu vậy thì trộn vào lúc nào?" Kusanagi hỏi.

"Không biết. Bên giám định có thu hồi vài giấy lọc đã qua sử dụng lẫn trong túi rác song không tìm thấy chất độc. Nhưng thế là đương nhiên. Nếu tìm thấy thì có nghĩa là trước đó có người đã uống phải cà phê pha chất độc rồi."

"Trong bồn có cốc cà phê chưa rửa." Utsumi Kaoru nói. "Thời điểm chúng được sử dụng là một chi tiết quan trọng. Và người đã sử dụng chúng cũng vậy."

Mamiya liếm mép.

"Mấy điểm đó đã rõ rồi. Đã có kết quả kiểm tra dấu vân tay. Một người là Yoshitaka. Người còn lại chính là nhân vật mà các cậu đang nghĩ đến."

Kusanagi và Utsumi Kaoru nhìn nhau. Thế là điều mà hai người suy đoán có vẻ đã tìm được bằng chứng.

"Sếp, thực ra thì Wakayama Hiromi đang trên đường đến đây." Kusanagi kể lại với Mamiya về cuộc điện thoại của Ayane.

Mamiya nhăn trán, ông gật đầu.

"Cũng đúng lúc đấy. Hỏi Wakayama Hiromi xem họ uống cà phê lúc nào. Đừng để cô ta quanh co lấp liếm."

"Tôi hiểu," Kusanagi đáp.

Họ ngừng trao đổi vì nghe thấy tiếng bước chân từ cầu thang xuống.

"Đã để các vị phải chờ," Ayane bước vào. Cô mặc chiếc áo sơ mi màu xanh nước biển nhạt và quần dài màu đen. Sắc mặt có vẻ khá hơn nhưng cũng có thể do cô vừa trang điểm lại.

"Cho phép tôi hỏi cô một lần nữa nhé." Mamiya nói.

"Vâng, ông nói đi ạ."

"Cô ngồi xuống đã. Chắc cô vẫn mệt lắm." Đội trưởng chỉ chiếc ghế xô pha.

Ayane đặt mình xuống ghế. Qua cửa kính, cô dõi mắt nhìn khu vườn.

"Trông chúng thật tội nghiệp, chẳng còn chút sức sống nào. Tôi đã nhờ chồng tưới nước giùm nhưng anh ấy không hứng thú với hoa cỏ."

Kusanagi hướng mắt nhìn theo. Những bông hoa đủ màu sắc đang xòe cánh trong các chậu cây và bồn hoa.

"Xin lỗi, tôi có thể tưới cây được không? Mặc kệ chúng như vậy tôi bứt rứt lắm."

Mamiya thoáng vẻ băn khoăn nhưng ngay lập tức nét mặt ông giãn ra.

"Không vấn đề gì. Chúng tôi cũng không vội."

"Tôi xin phép," Ayane nói và đứng lên. Nhưng không hiểu sao cô lại đi vào bếp. Kusanagi ngờ vực nhìn theo thì thấy cô bắt đầu xả nước từ vòi vào xô.

"Đường ống nước không dẫn ra vườn à?" Kusanagi cất tiếng hỏi từ sau lưng cô.

Ayane mỉm cười lắc đầu.

"Nước này để tưới chỗ hoa ngoài ban công. Vì tầng hai không có bồn rửa mặt."

"Ra là thế."

Kusanagi nhớ lại ngày hôm qua, lần đầu tiên đến ngôi nhà này, Utsumi Kaoru đã đứng ở dưới nhìn mãi lên ban công tầng hai.

Xô nước đầy có vẻ khá nặng. Kusanagi chìa tay ra đề nghị xách giúp.

"Không sao đâu ạ."

"Đừng bận tâm. Xách lên tầng hai phải không?"

"Cảm ơn anh," Ayane khẽ khàng đáp lại.

Căn phòng của hai vợ chồng bài trí kiểu Tây phương, rộng khoảng 20 chiếu[1]. Bức tường được trang trí bởi một tấm thảm patchwork rất lớn, phối màu rất tươi tắn, Kusanagi lập tức bị thu hút.

"Tranh này là do cô làm?"

"Vâng, tác phẩm này cũng được một thời gian rồi."

"Giỏi quá. Tôi vốn nghĩ những món này chỉ là thêu thùa đơn giản thôi. Không ngờ lại đầy tính nghệ thuật như thế này..."

"Không tới mức nghệ thuật đâu ạ. Patchwork chỉ là các món đồ thường dùng. Quan trọng nhất là hữu dụng cho cuộc sống. Tuy thế, anh có thấy sẽ tốt hơn nữa nếu có thể vui vẻ ngắm nhìn chúng không?"

"Có chứ. Làm ra được sản phẩm thế này quả là tuyệt vời đấy. Nhưng mà tốn công lắm đúng không?"

"Mất nhiều thời gian nên thường đòi hỏi tính kiên nhẫn. Nhưng khoảng thời gian làm ra chúng cũng thú vị lắm. Nếu không làm một cách vui vẻ thì sẽ không thể có những sản phẩm tốt."

Kusanagi gật đầu rồi lại ngắm tấm thảm. Thoạt nhìn, màu sắc của nó có vẻ được sắp xếp tùy tiện nhưng khi hình dung Ayane đã vui vẻ làm ra nó thì chỉ ngắm nhìn thôi anh cũng thấy thư giãn.

---

1. Tương đương khoảng 33 m^2.

Ban công được xây khá rộng, tương xứng với căn phòng. Tuy nhiên, do hàng loạt các chậu hoa xếp thành dãy nên tạo cảm giác chỉ đủ chỗ cho một người di chuyển.

Ayane nhặt lấy một cái lon rỗng đặt ở góc ban công.

"Anh thấy nó thú vị không?" Cô nói và chìa cho Kusanagi xem.

Ở đáy cái lon có đục vài lỗ nhỏ. Cô dùng nó để múc nước trong xô. Tất nhiên nước sẽ rơi xuống qua những lỗ nhỏ. Nước bắt đầu rỏ xuống các chậu hoa.

"À ha, thay cho bình tưới."

"Đúng vậy. Dùng bình tưới thì khó lấy nước trong xô hơn mà. Vì thế tôi mới khoan lỗ dưới đáy lon."

"Good idea."

"Đúng không? Nhưng nếu là chồng tôi, anh ấy sẽ phàn nàn không hiểu tôi trồng hoa ở ban công làm gì nếu mất công đến thế." Bất chợt khuôn mặt Ayane khựng lại, cô ngồi thụp xuống. Nước trong lon rỗng vẫn tiếp tục chảy.

"Cô Mashiba." Kusanagi cất tiếng gọi.

"Xin lỗi, dù thế nào tôi cũng chưa thể tin được là anh ấy không còn trên cõi đời này nữa..."

"Ép mình tin ngay mới là điều không thể."

"Chắc anh cũng biết rồi, chúng tôi kết hôn còn chưa được một năm. Mãi mới quen với cuộc sống mới, tôi vừa kịp nắm rõ sở thích ăn uống của chồng mình. Tôi cứ nghĩ sẽ còn rất nhiều niềm vui..."

Nhìn Ayane đặt một bàn tay lên mặt, đầu rũ xuống, Kusanagi không biết nên nói gì. Những đóa hoa như vậy lấy cô, vẻ rực rỡ của chúng lúc này trông cũng thật u buồn.

Tôi xin lỗi, cô khe khẽ nói.

"Cứ thế này thì tôi chẳng giúp được gì cho phía cảnh sát. Biết là phải mạnh mẽ lên, vậy mà..."

"Hay để chúng tôi chuyển việc thẩm vấn sang hôm khác nhé?" Kusanagi bất giác nói. Mamiya mà nghe thấy chắc hẳn lại nhăn mặt.

"Không sao đâu. Bởi vì chính tôi cũng mong sớm biết được chân tướng sự việc. Nhưng, nghĩ thế nào thì tôi cũng không hiểu được. Vì sao anh ấy, chất độc..."

Ayane nói đến đây thì chuông cửa reo vang. Cô có vẻ bất ngờ và đứng dậy. Từ trên ban công cô chăm chú nhìn xuống.

"Hiromi ơi!" Ayane gọi vọng xuống, khẽ giơ tay lên.

"Cô Wakayama à?"

"Vâng," Ayane đáp rồi quay vào.

Cô rời khỏi căn phòng nên Kusanagi bước theo. Họ vừa xuống đến chân cầu thang thì thấy Utsumi Kaoru đứng ở hành lang. Chắc cô nghe thấy tiếng chuông. *Wakayama Hiromi đến*, anh nói nhỏ đủ để cô nghe thấy.

Ayane mở cánh cửa nơi sảnh nhà. Wakayama Hiromi đã đứng trước cửa.

"Hiromi à," giọng Ayane nghe như sắp khóc.

"Cô giáo, cô ổn không ạ?"

"Cô ổn. Cảm ơn em đã đến."

Vừa dứt câu nói, Ayane đã ôm lấy Wakayama Hiromi. Cô bắt đầu òa lên khóc như đứa trẻ.

5

Ngừng ôm Wakayama Hiromi, Mashiba Ayane đưa ngón tay lên gạt nước mắt, khẽ nói *xin lỗi*.

"Cô đã cố gắng kìm nén nhưng vừa nhìn thấy Hiromi thì đột nhiên không ngăn được cảm xúc. Nhưng cô bình tĩnh lại rồi. Thực sự không sao đâu."

Nhìn Ayane cố gắng nặn ra nụ cười, Kusanagi cảm thấy khổ sở. Anh muốn nhanh chóng để cô được ở một mình.

"Cô giáo, em có thể làm được gì không ạ?" Wakayama Hiromi nhìn Ayane và khiêm nhường hỏi.

Ayane lắc đầu.

"Em đến với cô là tốt rồi. Với lại, giờ cô cũng không suy nghĩ được gì. Em vào nhà đi đã. Cô muốn nghe em kể chi tiết mọi chuyện."

"Không, ừm, cô Mashiba này," Kusanagi nhìn hai người phụ nữ và vội vàng nói. "Thực ra thì chúng tôi cũng muốn hỏi chuyện cô Wakayama. Tối hôm qua lộn xộn quá nên chúng tôi không thể từ tốn trao đổi."

Ánh mắt Wakayama Hiromi dao động vẻ bối rối. Chẳng lẽ cô ta nghĩ 20 phút trình bày về thời điểm phát hiện thi thể là đủ và không cần phải nói gì thêm nữa?

"Tất nhiên là cảnh sát các anh ngồi nghe luôn

cũng được." Ayane hoàn toàn không nhận ra ý đồ của Kusanagi.

"Không, ý tôi là, chúng tôi muốn trao đổi riêng với cô Wakayama trước."

Nghe Kusanagi nói vậy, Ayane chớp mắt vẻ không bằng lòng.

"Sao thế ạ? Tôi cũng muốn nghe Hiromi nói. Bởi vì đó là lý do mà cô ấy đến đây."

"Phu nhân. Cô Mashiba." Không rõ Mamiya đã ở đó từ bao giờ và nói xen vào. "Vô cùng xin lỗi, nhưng công việc của cảnh sát chúng tôi cũng có nguyên tắc nhất định, cô có thể để nhóm Kusanagi làm việc trước được không? Trong mắt cô thì đó là việc làm hình thức nhưng nếu không tuân thủ hình thức đó thì có thể sẽ phát sinh rắc rối về sau."

Trước cách nói khách sáo thái quá này, Ayane có vẻ không thoải mái. Nhưng cô gật đầu.

"Tôi hiểu rồi. Vậy tôi nên đợi ở đâu?"

"Cô cứ ở đây. Tôi cũng có việc muốn hỏi cô." Mamiya nói rồi đưa mắt nhìn Kusanagi và Utsumi Kaoru. "Đưa cô Wakayama ra chỗ nào có thể bình tĩnh nói chuyện nhé."

"Vâng," Kusanagi đáp.

"Tôi đi lấy xe." Utsumi Kaoru mở cửa trước sảnh nhà và bước ra ngoài.

Khoảng 20 phút sau, nhóm Kusanagi đã ngồi trong góc một nhà hàng gia đình. Utsumi Kaoru ngồi cạnh anh, đối diện hai người là Wakayama Hiromi đang cúi xuống, vẻ mặt căng thẳng.

"Tối hôm qua cô ngủ được không?" Kusanagi nhấp một ngụm cà phê và hỏi.

"Cũng không..."

"Việc phát hiện thi thể đúng là cú sốc lớn phải không?"

Wakayama Hiromi không trả lời. Cô vẫn cắn môi nhìn xuống.

Theo Utsumi Kaoru thì có vẻ cô gái đã khóc sau khi về nhà tối hôm qua. Tuy là quan hệ bất chính nhưng việc chứng kiến cái chết của người mình yêu chắc không phải một cú sốc bình thường.

"Tôi muốn hỏi một số câu mà hôm qua không trao đổi được, cô sẵn sàng chứ?"

Wakayama Hiromi hít sâu một hơi.

"Tôi không biết gì cả... Chắc không phải câu hỏi nào tôi cũng trả lời được đâu."

"Không có chuyện đó đâu. Không có câu hỏi nào khó đến thế. Đó là, nếu cô có ý định trả lời thành thực."

Wakayama Hiromi liếc nhìn Kusanagi. Tuy gườm mắt nhìn anh nhưng đôi mắt cô vẫn ánh lên vẻ lương thiện.

"Tôi không nói dối."

"Thế là đủ rồi. Vậy tôi hỏi, cô phát hiện thi thể của anh Mashiba Yoshitaka vào khoảng 8 giờ tối hôm qua, còn lần trước đó cô đến nhà Mashiba là vào bữa tiệc tại gia tổ chức hôm thứ Sáu, chuyện đó không có gì sai chứ?"

"Không sai."

"Cô chắc không? Nhiều người vì quá sốc mà tâm lý

hoảng loạn và ký ức trở nên lộn xộn. Cô bình tĩnh nghĩ lần nữa đi. Kể từ lúc chào ra về hôm thứ Sáu cho đến tối hôm qua, cô thực sự không đến biệt thự nhà Mashiba lần nào à?" Kusanagi hỏi, mắt vẫn chăm chú nhìn hàng lông mi dài của Wakayama Hiromi. Anh nhấn giọng khi nói chữ "thực sự".

Sau một hồi im lặng, cô mấp máy đôi môi.

"Sao lại hỏi tôi việc đó? Tôi đã nói là không sai mà sao anh vẫn hỏi dai dẳng thế?"

Miệng Kusanagi giãn ra.

"Phía đang hỏi là tôi đấy."

"Nhưng..."

"Hãy nghĩ đơn giản là tôi chỉ xác nhận thôi. Nhưng, như cô vừa mới nói, chỉ có vậy thôi mà đã là dai dẳng hỏi thì tôi cũng muốn cô thận trọng trả lời. Nếu nói ra điều không hay lắm rồi sau đó cô lại thay đổi thì cũng khó cho chúng tôi lắm."

Wakayama Hiromi tiếp tục im lặng. Kusanagi cảm thấy cô ta đang thầm tính toán nhiều điều. Chắc chắn là đang cân nhắc về khả năng bại lộ chuyện nói dối cảnh sát và thú nhận mọi chuyện ở đây có phải là thượng sách hay không.

Nhưng dường như chiếc cân trong lòng vẫn không ngừng dao động nên cô ta tiếp tục im lặng. Kusanagi đã thấy sốt ruột.

"Tối hôm qua, khi đến hiện trường, chúng tôi thấy có một cốc cà phê và hai chiếc đĩa nằm trong bồn rửa. Khi được hỏi có biết gì về chúng không thì cô đáp là không. Tuy nhiên, chúng tôi đã xác nhận được dấu vân tay của cô ở đó. Cô đã chạm vào bộ cốc chén đó khi nào?"

Đôi vai Wakayama Hiromi hạ xuống cùng tiếng thở dài.

"Cô gặp anh Mashiba vào thứ Bảy đúng không? Tất nhiên là một Mashiba còn sống."

Cô gái đặt tay lên trán, cùi trỏ tì vào bàn. Có thể cô đang nghĩ cách quanh co nhưng Kusanagi tự tin sẽ không để cô lảng tránh.

Thả cánh tay đang đặt trên trán xuống, vẫn không ngước lên, cô gật đầu.

"Đúng như lời anh nói. Tôi xin lỗi."

"Cô đã gặp anh Mashiba phải không?"

"Vâng," cô đáp sau một chút ngập ngừng.

"Khi nào?"

Cô gái lại không định trả lời câu hỏi này ngay lập tức. Kusanagi đã thấy bực bội trước sự bướng bỉnh đó.

"Bắt buộc phải trả lời à?" Wakayama Hiromi ngẩng mặt lên, nhìn Kusanagi và Utsumi Kaoru. "Bởi vì đó là việc hoàn toàn không liên quan mà? Như vậy không phải là xâm phạm đời tư à?"

Khuôn mặt như sắp khóc nhưng ánh mắt cô thật sự tức giận. Khẩu khí cũng sắc sảo.

Kusanagi nhớ đến những lời trước đây được nghe từ một đàn anh trong ngành. Đó là, dù trông có yếu đuối đến đâu thì một phụ nữ đang ngoại tình sẽ luôn cứng rắn.

Tuy thế, không thể mất thì giờ ở đây được. Kusanagi đưa ra quân bài tiếp theo.

"Đã làm rõ được nguyên nhân cái chết của anh Mashiba: Trúng độc."

Wakayama Hiromi lộ vẻ dao động.

"Độc..."

"Chất độc được tìm thấy trong cà phê còn sót lại ở hiện trường."

Cô mở to mắt. "Tại sao... sao có thể..."

Kusanagi hơi rướn người lên, nhìn thẳng vào khuôn mặt cô gái.

"Tại sao? Sao có thể? Ý cô là?"

"Bởi vì..."

"Vì khi cô uống trước đó thì không có gì bất thường phải không?"

Cô chớp mắt, dù hơi lưỡng lự nhưng vẫn gật đầu.

"Cô Wakayama. Vấn đề chính là ở chỗ đó. Nếu anh Mashiba tự bỏ thuốc độc vào, và nếu có dấu vết chứng minh điều đó thì chúng tôi hầu như không còn gì phải băn khoăn. Khi ấy đây chỉ là một vụ tự sát hoặc tai nạn. Nhưng, ở thời điểm hiện tại, khả năng đó là vô cùng thấp. Đây là tình huống chỉ có thể xét tới khả năng có người, với ý đồ nào đó, đã chủ động bỏ độc vào cà phê của anh Mashiba. Hơn nữa chất độc còn được tìm thấy trong giấy lọc cà phê đã qua sử dụng. Bây giờ, giả thiết hợp lý nhất là chất độc đã được trộn lẫn vào bột cà phê."

Wakayama Hiromi lộ rõ vẻ hoang mang, liên tục lắc đầu.

"Tôi không biết gì hết."

"Vậy thì, ít nhất hãy trả lời câu hỏi của chúng tôi. Việc cô uống cà phê ở biệt thự nhà Mashiba là manh mối vô cùng quan trọng. Tội phạm... không, chưa thể khẳng định đó là tội phạm, nhưng lời khai của cô là yếu tố quan trọng để suy đoán đúng thời gian mà ai đó đã trộn chất độc vào cà phê."

"Được chứ?" Kusanagi hỏi dồn và cương quyết đứng dậy nhìn xuống cô. Anh định sẽ im lặng cho đến khi đối phương nói ra điều gì đó.

Wakayama Hiromi đưa hai tay lên che miệng. Điểm nhìn di chuyển bất định trên mặt bàn. Rồi cô bật lên từng tiếng rõ ràng.

"Không phải tôi."

"Sao?"

"Không phải là tôi," cô lắc đầu, ánh mắt khẩn cầu. "Tôi không cho chất độc vào. Đó là sự thật. Xin hãy tin tôi."

Kusanagi bất giác quay sang nhìn Utsumi Kaoru.

Quả thật Wakayama Hiromi là một trong những đối tượng tình nghi. Thậm chí có thể nói là người đáng nghi nhất. Có cơ hội để đầu độc. Nếu có mối quan hệ bất chính với Mashiba Yoshitaka thì hoàn toàn có thể nghĩ tới việc phát sinh động cơ vì cái gọi là rắc rối tình cảm. Và hoàn toàn có thể tự mình giết người rồi đóng vai người phát hiện để đánh lừa.

Tuy nhiên, ở giai đoạn hiện tại thì Kusanagi tuyệt đối loại trừ định kiến đó khi tiếp cận với cô gái. Chắc chắn anh không nói một lời nào thể hiện sự nghi ngờ đối với cô. Anh chỉ hỏi cô đã uống cà phê với Mashiba Yoshitaka vào lúc nào. Tuy vậy, lời cô vừa nói thể hiện điều gì? Có thể chính vì bản thân là kẻ phạm tội nên nhìn thấu suy nghĩ của cảnh sát, cũng có thể đó chỉ là hành vi tự phát.

"Tôi hỏi vậy không có nghĩa là nghi ngờ cô," anh cười. "Như tôi đã nói, giờ chúng tôi chỉ muốn làm rõ thời điểm xảy ra hành vi phạm tội. Nếu cô đã gặp anh Mashiba và uống cà phê thì đó là lúc nào và ai đã pha cà phê, pha như thế nào? Cô có thể nói được chứ?"

Wakayama Hiromi lộ vẻ khổ sở trên khuôn mặt trắng nhợt. Liệu có đơn giản là cô chỉ đang phân vân không biết có nên thú nhận chuyện ngoại tình hay không, Kusanagi chưa thể đoan chắc.

"Cô Wakayama." Utsumi Kaoru bất ngờ lên tiếng.

Wakayama Hiromi ngạc nhiên ngước lên.

"Chúng tôi có hình dung nhất định về mối quan hệ giữa cô với Mashiba Yoshitaka." Utsumi Kaoru tiếp tục. "Dù cô có phủ nhận đi chăng nữa thì chúng tôi vẫn phải xác nhận lại điểm đó. Và khi cảnh sát để ý tới thì hầu hết câu chuyện sẽ được sáng tỏ. Hơn nữa trong quá trình tìm hiểu, sẽ có rất nhiều người đến hỏi về sự tình. Bây giờ, ở đây, nếu cô thành thật nói ra thì phía chúng tôi có thể sẽ xử lý được. Và chúng tôi sẽ cân nhắc nếu cô kiên quyết đề nghị không tiết lộ cho người khác biết."

Sau khi kiên nhẫn giải thích cán bộ điều tra sẽ tiến hành những thủ tục gì, Utsumi Kaoru mới nhìn sang Kusanagi và hơi cúi đầu xuống. Chắc cô có ý xin lỗi vì đã tùy tiện xen ngang.

Tuy nhiên, lời khuyên đó dường như có tác động đến tâm lý của Wakayama Hiromi. Có thể lời nói của người cùng giới tính cũng có trọng lượng hơn. Cô cúi đầu thấp hơn rồi lại ngẩng mặt lên, từ từ chớp mắt rồi thở hắt ra.

"Thực sự các vị có thể giữ bí mật cho tôi chứ?"

"Nếu là việc không liên quan đến vụ án thì chúng tôi sẽ không tùy tiện nói ra. Hãy tin chúng tôi." Kusanagi cũng tuyên bố.

Wakayama Hiromi gật đầu.

"Đúng như cô nói, tôi và anh Mashiba có mối quan hệ đặc biệt. Cuối tuần này đúng là tôi không chỉ đến nhà anh ấy vào tối hôm qua."

"Trước đó là khi nào?"

"Tối ngày thứ Bảy. Tôi nghĩ là 9 giờ tối."

Có vẻ Mashiba Ayane vừa ra khỏi nhà là cặp tình nhân đã tranh thủ hẹn hò.

"Hai người hẹn trước rồi à?"

"Không. Sau khi lớp học patchwork kết thúc thì anh Mashiba gọi điện cho tôi. Anh ấy bảo tôi đến nhà."

"Vì thế cô đã tới đó. Sau đó thì sao?"

Sau một thoáng phân vân, Wakayama Hiromi nhìn thẳng vào Kusanagi như đã quyết tâm.

"Tôi ở lại đêm hôm đó. Tôi rời khỏi nhà anh Mashiba vào sáng hôm sau."

Ngồi bên cạnh Kusanagi, Utsumi Kaoru bắt đầu ghi chép. Nhìn sang khuôn mặt cô anh không thể nắm bắt được bất cứ biểu cảm gì. Nhưng chắc chắn cô đang có những cảm nhận của riêng mình. Kusanagi dự định sẽ hỏi cô sau.

"Hai người uống cà phê vào lúc nào?"

"Sáng hôm qua. Tôi là người pha. À, nhưng tối hôm

trước chúng tôi cũng uống."

"Tối thứ Bảy cũng uống? Vậy là uống hai lần à?"

"Đúng vậy."

"Lần đó cũng là cô pha?"

"Không. Tối thứ Bảy thì khi tôi đến nơi, anh Mashiba đã pha xong rồi. Anh ấy pha sẵn luôn phần của tôi." Wakayama Hiromi tiếp tục cúi đầu. "Đó là lần đầu tiên tôi nhìn thấy anh ấy pha cà phê. Anh ấy cũng nói lâu rồi mới tự làm việc này."

"Khi đó hai người không dùng đến đĩa nhỉ." Utsumi Kaoru ngẩng mặt lên hỏi.

"Đúng vậy," Wakayama Hiromi đáp.

"Vậy là sáng hôm sau cô pha cà phê?" Kusanagi xác nhận thêm một lần nữa.

"Cà phê anh Mashiba pha hơi đắng nên anh ấy nói muốn tôi pha lần tiếp theo. Sáng hôm qua, anh ấy đã đứng bên cạnh chăm chú nhìn suốt khoảng thời gian tôi pha cà phê." Ánh mắt cô chuyển sang Utsumi Kaoru. "Lúc đó thì chúng tôi dùng đĩa. Đó chính là những cái đĩa bỏ trong bồn rửa."

Kusanagi gật đầu. Đến đây không có chi tiết nào mâu thuẫn.

"Tôi hỏi lại cho chắc chắn, cà phê sử dụng vào tối thứ Bảy và sáng Chủ nhật là loại vẫn dùng ở nhà Mashiba phải không?"

"Chắc chắn là thế. Tôi chỉ dùng bột cà phê được để sẵn trong tủ lạnh thôi. Còn về cà phê anh Mashiba dùng để pha tối thứ Bảy thì tôi không rõ. Nhưng tôi nghĩ vẫn là loại đó."

"Cô từng pha cà phê ở nhà anh Mashiba rồi à?"

"Thỉnh thoảng tôi pha khi cô giáo nhờ. Cách pha cà phê tôi cũng học từ cô. Sáng hôm qua cũng vậy."

"Cô thấy có gì khác thường khi pha cà phê không? Vị trí để dụng cụ hay nhãn cà phê loại khác chẳng hạn."

Wakayama Hiromi khẽ nheo mắt rồi lắc đầu.

"Không. Tôi nghĩ tất cả mọi thứ đều như bình thường." Nói đoạn, cô mở to mắt và nghiêng đầu thắc mắc, "Với lại, lúc đó chẳng phải là không liên quan à?"

"Ý cô là sao?"

"Bởi vì," cô thu cằm lại, mắt vẫn hướng lên. "Lúc đó thuốc độc chưa bị bỏ vào. Nếu có ai đó bỏ thuốc độc vào thì phải là sau đó đúng không?"

"Đúng vậy, có khả năng là thủ phạm đã sử dụng mánh khóe nào đó."

"Mánh khóe..." Cô gái có vẻ không đồng tình và nhắc lại. "Tôi không thấy gì khác thường cả."

"Uống cà phê xong thì sao?"

"Tôi rời khỏi đó ngay. Chủ nhật tôi dạy patchwork tại một trường văn hóa ở Ikebukuro."

"Lớp học bắt đầu và kết thúc lúc mấy giờ?"

"Buổi sáng từ 9 giờ đến 12 giờ, buổi chiều từ 3 giờ đến 6 giờ."

"Cô ở đâu giữa hai buổi học?"

"Tôi dọn dẹp sau giờ học, ăn trưa rồi chuẩn bị cho lớp buổi chiều."

"Cô ăn trưa ở ngoài à?"

"Vâng. Hôm qua thì tôi ăn ở một tiệm mì nằm trên phố ăn uống của khu bách hóa," cô nhíu mày. "Tôi nghĩ mình ra ngoài trong khoảng một tiếng. Chắc chắn không thể đến nhà anh Mashiba rồi lại quay lại đâu."

Được rồi, được rồi, Kusanagi cười khổ sở và nói lời trấn an.

"Chúng tôi có đang điều tra chứng cứ ngoại phạm đâu, cô đừng lo lắng. Theo lời kể ngày hôm qua thì cô đã gọi điện cho anh Mashiba sau khi lớp học kết thúc, cô có đính chính gì về việc này không?"

Wakayama Hiromi tránh ánh mắt của Kusanagi, vẻ mặt không thoải mái.

"Việc tôi gọi điện là sự thật. Nhưng lý do gọi điện thì hơi khác với những gì tôi đã nói."

"Hôm qua cô giải thích lý do gọi điện là vì lo lắng không biết anh ta có gì bất tiện khi vợ vắng nhà hay không."

"Sự thật là, lúc tôi rời khỏi nhà vào buổi sáng, anh Mashiba bảo tôi hãy gọi điện cho anh khi dạy học xong."

Đôi mắt Wakayama Hiromi hướng xuống, Kusanagi vừa nhìn cô vừa gật đầu.

"Anh ấy rủ cô đi ăn tối ở nhà hàng phải không?"

"Có vẻ như vậy."

"Hoàn toàn hợp lý. Tôi đã băn khoăn suốt, dù là cô giáo mà mình vô cùng tôn kính thì cũng có cần bận lòng đến thế hay không. Hơn nữa, chỉ vì đối phương không nghe điện thoại mà đến tận nhà."

Wakayama Hiromi nhún vai, không buồn phản đối.

"Tôi cũng biết nói vậy chắc sẽ bị nghi ngờ. Nhưng tôi không nghĩ ra lời giải thích nào khác..."

"Vì anh Mashiba không nghe máy nên cô thấy lo lắng và đến nhà họ. Phần lời khai này thì sao? Có cần chỉnh sửa gì không?"

"Không. Sau đó thì đúng như những gì hôm qua tôi đã nói. Xin lỗi vì đã nói dối." Đầu cô rũ xuống, đôi vai buông thõng.

Bên cạnh Kusanagi, Utsumi Kaoru vẫn đang ghi chép. Anh liếc nhanh sang đó rồi lại quan sát dáng vẻ của Wakayama Hiromi.

Đến giờ thì không có điểm nào đáng ngờ trong lời khai. Thậm chí hầu hết những nghi vấn tối hôm qua đã được giải quyết. Nhưng chỉ như vậy thì chưa đủ cơ sở để hoàn toàn tin tưởng Wakayama Hiromi.

"Như tôi đã nói, chúng tôi càng lúc càng nghi ngờ vụ này là án mạng. Tối qua tôi cũng đã hỏi, trong trường hợp đó thì cô có nghĩ ra bất cứ manh mối nào không. Câu trả lời của cô là không. Cô còn nói bản thân không biết gì về anh Mashiba ngoài việc đó là chồng của cô giáo. Nhưng giờ cô đã thừa nhận mối quan hệ đặc biệt với anh Mashiba, vậy cô có điều gì có thể nói với chúng tôi không?"

Wakayama Hiromi có vẻ bối rối, đôi lông mày cụp xuống.

"Tôi không biết. Tôi không thể tin là anh ấy lại bị ai đó giết hại."

Kusanagi nhận ra trước đó cô luôn gọi "anh Mashiba" nhưng giờ đã chuyển thành "anh ấy".

"Cô hãy nhớ lại những lần nói chuyện gần đây với anh Mashiba. Nếu đây là một vụ án mạng thì rõ ràng là được lên kế hoạch. Tóm lại là sẽ có động cơ cụ thể. Thông thường trong các trường hợp như vậy, bản thân người bị hại cũng ý thức rất rõ về điều đó. Dù có ý định che giấu thì nhiều khi vẫn lỡ miệng nói ra."

Wakayama Hiromi ấn hai tay vào thái dương, lắc đầu.

"Tôi không biết. Công việc có vẻ thuận lợi, chẳng có nỗi lo lắng đặc biệt nào và anh ấy không bao giờ nói xấu ai."

"Cô cố gắng nghĩ thêm được không?"

Ngay lập tức, cô nhìn thẳng vào Kusanagi như muốn phản đối, ánh mắt đầy u buồn.

"Tôi đã nghĩ rất nhiều. Suốt cả đêm, tôi đã vừa khóc vừa nghĩ xem tại sao lại xảy ra chuyện thế này. Anh ấy đã tự sát à? Hay là bị ai giết? Tôi nghĩ rất rất nhiều. Nhưng tôi không biết. Tôi đã nghĩ đi nghĩ lại không biết bao nhiêu lần về những gì chúng tôi từng nói. Nhưng quả thực là tôi không biết. Anh cảnh sát, tại sao anh ấy lại bị giết, tôi là người muốn biết nhất."

Kusanagi nhận thấy đôi mắt cô đang đỏ ngầu lên. Vành mắt thoáng chốc cũng chuyển sang màu hồng.

Tuy là ngoại tình nhưng cô ta thật lòng yêu Mashiba Yoshitaka, Kusanagi nghĩ. Mặt khác anh cũng cảnh giác, nếu đây là diễn trò thì quả là ghê gớm.

"Mối quan hệ đặc biệt với anh Mashiba Yoshitaka bắt đầu từ khoảng thời gian nào?"

Wakayama Hiromi mở to đôi mắt đỏ hoe trước câu hỏi của anh.

"Việc đó, tôi nghĩ là không liên quan gì đến vụ án."

"Có liên quan hay không, phía nhận định không phải cô mà là chúng tôi. Như chúng tôi đã nói khi nãy, chúng tôi sẽ không cho người ngoài cuộc biết, nếu thấy đó là việc không liên quan thì về sau chúng tôi tuyệt đối không đặt những câu hỏi dạng này nữa."

Cô mím chặt đôi môi, hít một hơi thật sâu. Đưa tay ra với lấy cốc trà, nhấp một ngụm hồng trà có lẽ đã nguội ngắt.

"Từ khoảng ba tháng trước."

"Ra vậy," Kusanagi gật đầu. Anh muốn hỏi chuyện gì dẫn tới mối quan hệ ấy nhưng lại thôi. "Có ai biết về quan hệ giữa hai người không?"

"Không, chắc chắn là không."

"Nhưng những lúc hai người đi ăn riêng với nhau chẳng hạn, phải có chứ? Hoàn toàn có khả năng bị ai đó nhìn thấy."

"Chúng tôi khá cẩn thận về chuyện đó. Không bao giờ chúng tôi dùng bữa ở cùng một nhà hàng hơn một lần. Hơn nữa, anh ấy cũng hay ăn uống với người quen là phụ nữ hoặc với các cô tiếp viên nhà hàng nên dù có bắt gặp ngồi cùng tôi thì cũng không phải chuyện gì đặc biệt."

Mashiba Yoshitaka có vẻ là một tay ăn chơi. Biết đâu anh ta lại có tình nhân khác nữa ngoài Wakayama Hiromi. Nếu vậy thì ngay cả cô gái trước mặt cũng có thể nảy sinh động cơ hạ sát Mashiba Yoshitaka. Kusanagi thầm nghĩ.

Utsumi Kaoru ngừng ghi chép, ngẩng lên hỏi.

"Hai người có đến khách sạn tình yêu khi bí mật

gặp nhau không?"

Kusanagi bất giác nhìn chằm chằm nữ đồng nghiệp, ngữ điệu trong câu hỏi của cô sặc mùi điều tra. Anh cũng muốn hỏi câu tương tự nhưng không định dùng lối nói trực tiếp đến vậy.

"Chuyện đó cũng cần thiết cho việc điều tra à?" Giọng cô gái hơi đanh lại.

Nhưng Utsumi Kaoru không hề thay đổi thái độ.

"Tất nhiên là cần thiết. Để giải quyết vụ án, chúng tôi phải tìm hiểu mọi sinh hoạt của anh Mashiba Yoshitaka. Phải làm rõ trong khả năng có thể xem anh ta đã làm gì, ở đâu. Cứ tiếp tục thế này thì rõ ràng sẽ phát sinh những khoảng trống trong hành động của anh Mashiba. Tôi sẽ không hỏi sâu về việc anh ta đã làm gì với cô nhưng ít nhất cô phải cho chúng tôi biết hai người đã đi những đâu."

Cứ hỏi xem họ đã làm gì thì sao nào? Kusanagi muốn nói xen vào nhưng cố kiềm chế.

Wakayama Hiromi nhếch môi đáp vẻ bực bội.

"Chúng tôi hay đến những khách sạn thông thường."

"Khách sạn có phải là cố định trong những lần đó không?"

"Có ba khách sạn chúng tôi thường lui tới. Nhưng tôi nghĩ không thể xác nhận được. Vì anh ấy luôn dùng tên giả."

"Để phòng khi cần, cô nói tên những khách sạn đó đi." Utsumi Kaoru đã sẵn sàng ghi chép.

Vẻ như đã buông xuôi, Wakayama Hiromi đọc

tên ba khách sạn. Tất cả đều là khách sạn hạng sang ở nội thành, hơn nữa còn là những nơi có quy mô lớn. Dù khách có đến thường xuyên thì khả năng nhân viên có thể nhớ mặt là khá thấp.

"Những ngày gặp nhau có được quy định trước không?" Utsumi Kaoru hỏi tiếp.

"Không, chúng tôi trao đổi qua mail để xác nhận những hôm thuận tiện."

"Tần suất thì sao?"

Wakayama Hiromi nghiêng đầu.

"Một tuần một lần, tôi nghĩ vậy."

Ghi chép xong, Utsumi Kaoru nhìn sang Kusanagi và khẽ gật đầu.

"Cảm ơn cô. Hôm nay đến đây là đủ rồi." Anh nói.

"Tôi nghĩ mình cũng không thể nói gì hơn được nữa."

Wakayama Hiromi đáp vẻ khó chịu. Kusanagi mỉm cười với cô và cầm lấy hóa đơn.

Trên đường rời khỏi nhà hàng gia đình đi về bãi đỗ xe, Wayakama Hiromi bất ngờ đứng lại.

"Tôi..."

"Sao thế?"

"Tôi có thể về được không?"

Kusanagi quay lại nhìn cô, trong lòng ngờ vực.

"Cô không đến nhà Mashiba nữa thì có ổn không? Cô được gọi đến mà?"

"Nhưng giờ tôi mệt quá và tâm trạng cũng không tốt. Các vị cảnh sát có thể báo lại với cô giáo giúp tôi được không?"

"Cũng được thôi."

Việc thẩm vấn đã xong, đối với nhóm Kusanagi thì không thành vấn đề.

"Vậy chúng tôi đưa cô về nhé?" Utsumi Kaoru nói.

"Không sao đâu. Tôi sẽ gọi taxi. Cảm ơn cô."

Wakayama Hiromi quay lưng bước đi. Vừa đúng lúc có một chiếc taxi còn trống ghé đến, cô vẫy xe và bước vào. Kusanagi nhìn theo đến khi chiếc xe đi khuất.

"Chắc cô ta nghĩ chúng ta sẽ nói với phu nhân Mashiba về chuyện dan díu."

"Tôi không chắc, nhưng sau khi kể cho chúng ta nghe thì hẳn là không muốn chúng ta thấy mình tiếp xúc với phu nhân như thể không có chuyện gì xảy ra, đúng không?"

"Cũng đúng, có thể là như vậy."

"Nhưng, phía kia thì sao nhỉ?"

"Phía kia?"

"Phu nhân Mashiba ấy. Có thật là không nhận ra chuyện ngoại tình của chồng?"

"Chuyện đó thì ko nhận ra đâu."

"Sao anh nghĩ vậy?"

"Cứ nhìn thái độ khi nãy là biết. Người ta chẳng ôm lấy Wakayama Hiromi mà khóc đấy thôi?"

"Thế à," Utsumi Kaoru nhìn xuống.

"Sao nào? Có gì muốn nói thì nói đi chứ."

Cô ngẩng đầu lên, nhìn thẳng vào Kusanagi.

"Khi nhìn cảnh ấy, tôi bất giác nghĩ. Có khi nào người này muốn cho người khác thấy cảnh mình khóc lóc vật vã. Trước mặt người khác, vật vã khóc với một kẻ đúng ra không thể khóc với họ."

"Ý cô là?"

"Xin lỗi. Tôi đã nói linh tinh rồi. Tôi đi lấy xe nhé."

Kusanagi nhìn bóng Utsumi Kaoru chạy đi, lòng vẫn chưa hết ngạc nhiên.

6

Ở biệt thự Mashiba, Mamiya cho hay việc điều tra thông tin từ Ayane cũng đã hoàn tất. Kusanagi thông báo cho Ayane là Wakayama Hiromi đã về nhà do không được khỏe.

"Vậy à. Đúng là con bé cũng chịu cú sốc lớn." Ayane bưng cốc trà bằng hai tay, ánh mắt xa xăm. Vẻ đau buồn vẫn như lúc trước. Nhưng dáng ngồi thẳng lưng trên ghế xô pha lại toát lên vẻ cứng cỏi, khiến người ta cảm thấy sự mạnh mẽ bên trong.

Có tiếng chuông điện thoại di động. Chuông phát ra từ túi xách bên cạnh Ayane. Cô lấy điện thoại ra và nhìn Mamiya tỏ ý xin phép.

Mamiya gật đầu đồng ý.

Ayane xác nhận tên người gọi đến trên màn hình rồi mới nghe máy.

"Vâng... Vâng, con không sao đâu... Bây giờ cảnh sát đang ở đây... Việc đó thì con hoàn toàn không biết. Chỉ biết anh ấy được phát hiện ở phòng khách... Vâng, con sẽ báo ngay khi biết... Vâng, mẹ cũng nhắn bố đừng lo lắng nhé... Vâng, con chào mẹ." Ayane ngắt máy rồi nhìn Mamiya, "Mẹ tôi ở quê gọi đến."

"Cô kể chi tiết sự việc cho bà ấy rồi à?" Kusanagi hỏi.

"Tôi chỉ nói anh ấy đột tử. Mẹ cũng hỏi chuyện gì xảy ra nhưng tôi không biết nói sao cho phải..." Ayane đưa tay lên trán.

"Cô đã thông báo cho công ty của anh nhà chưa?"

"Sáng nay, trước khi rời Sapporo tôi có báo cho luật sư cố vấn của công ty. Chính là anh Ikai mà tôi kể khi nãy."

"Người tham dự bữa tiệc tại nhà nhỉ?"

"Vâng. Người đứng đầu bất ngờ qua đời, tôi e nội bộ công ty giờ đang hỗn loạn nhưng tôi cũng không làm được gì nên..."

Ayane đăm đăm nhìn vào khoảng không như đang trăn trở suy nghĩ. Tuy rất cố gắng tỏ ra bình tĩnh, nhưng có thể thấy cô căng thẳng đến mức gục ngã ngay được. Kusanagi bỗng có cảm giác muốn để cô dựa vào.

"Cho đến lúc cô Wakayama khỏe lên, nên có ai đó đến đây thì hơn, họ hàng thân thích hay bạn bè cũng được. Tôi nghĩ sẽ có nhiều khó khăn trong sinh hoạt thường ngày đấy."

"Không sao đâu. Với lại, hôm nay vẫn chưa cho ai vào nhà thì hơn đúng không ạ?" Ayane hỏi Mamiya để xác nhận.

Mamiya quay sang Kusanagi, vẻ không thoải mái.

"Chiều nay bên giám định sẽ đến một lần nữa. Việc này phu nhân cũng đã đồng ý rồi."

Cô ấy chẳng được có thời gian để mà đau buồn nữa. Kusanagi im lặng gật đầu với Ayane.

Mamiya đứng dậy, quay sang chào người góa phụ.

"Chúng tôi đã làm phiền quá lâu. Kishitani sẽ ở lại đây, nếu có việc gì cần, cô đừng ngại nói với cậu ấy. Dù là đỡ cô những việc lặt vặt trong nhà cũng được."

"Cảm ơn ông," Ayane khẽ đáp.

"Tình hình thế nào?" Vừa rời khỏi khuôn viên ngôi nhà, Mamiya ngay lập tức hỏi cả Kusanagi và Utsumi Kaoru.

"Wakayama Hiromi đã thừa nhận mối quan hệ với anh Yoshitaka. Họ bắt đầu từ khoảng ba tháng trước. Cô ta tin rằng không một ai biết chuyện đó."

Mũi Mamiya phồng lên khi nghe Kusanagi nói.

"Vậy thì cốc cà phê còn sót lại trong bồn rửa là..."

"Họ đã uống cà phê vào sáng Chủ nhật. Lúc đó Wakayama Hiromi là người pha cà phê. Cô ấy nói khi đó không thấy gì khác thường."

"Nếu vậy thì việc chuẩn bị chất độc diễn ra sau đó à?" Mamiya đưa tay lên xoa cái cằm lởm chởm râu chưa cạo.

"Sếp có lấy được thông tin gì từ phu nhân Mashiba không?" Kusanagi hỏi.

Mamiya nhăn mặt lắc đầu.

"Chẳng có gì quan trọng. Cũng không rõ cô ta có nhận ra việc ngoại tình của Yoshitaka hay không. Tôi đã thẳng thắn hỏi về mối quan hệ với phụ nữ của người chồng nhưng cô vợ có vẻ ngạc nhiên và phủ nhận. Hoàn toàn không dao động một chút nào. Không có vẻ đóng kịch nhưng nếu đóng kịch thì cô ta quả là diễn viên giỏi."

Kusanagi liếc trộm sang Utsumi Kaoru. Cô có nói

việc Ayane ôm chầm lấy Wakayama Hiromi rồi khóc to chỉ là một màn kịch. Anh tò mò muốn biết cô sẽ phản ứng thế nào khi nghe ý kiến của đội trưởng. Tuy nhiên, nữ cảnh sát trẻ không hề thay đổi thái độ mà chỉ lấy sổ tay và bút.

"Chuyện ngoại tình của Yoshitaka, có nên cho phu nhân biết không?"

Nghe Kusanagi hỏi, Mamiya ngay lập tức lắc đầu.

"Chúng ta không cần thông báo việc ấy. Có làm thế cũng chẳng giúp ích gì cho việc điều tra. Tới đây các cậu chắc sẽ gặp mặt phu nhân nhiều hơn, hãy cẩn trọng từng lời nói."

"Tức là cứ giấu chuyện ấy đi đã."

"Không cần thiết phải nói. Chỉ làm họ suy đoán bừa bãi thôi. Ở thời điểm hiện tại thì thực sự là không nên biết." Nói đoạn, Mamiya lấy ra từ túi áo ngực một mẩu giấy nhớ. "Giờ hai người đến ngôi nhà này đi."

Mẩu giấy viết tên Ikai Tatsuhiko cùng số điện thoại và địa chỉ.

"Hãy hỏi về tình hình của Yoshitaka trong thời gian gần đây và chuyện tối hôm thứ Sáu."

"Nhưng theo nội dung trao đổi khi nãy, tôi nghĩ giờ Ikai đang chạy đôn chạy đáo để thu xếp tình hình."

"Chắc người vợ ở nhà đấy. Gọi điện trước rồi hãy đến. Phu nhân Mashiba nói cô đấy mới sinh con được hai tháng. Chắc hẳn chăm sóc em bé cũng vất vả nên mong chúng ta làm việc gọn lẹ."

Có vẻ Ayane cũng biết cảnh sát sẽ đi thu thập thông tin từ vợ chồng Ikai. Trong tình cảnh này mà vẫn lo lắng cho sức khỏe của bạn bè. Kusanagi cảm thấy xúc động.

Họ đến nhà Ikai bằng xe của Utsumi Kaoru. Trên đường đi, anh gọi điện tới đó. Vừa biết người gọi là cảnh sát, giọng Ikai Yukiko thoắt nghiêm trọng hẳn. Kusanagi nhấn mạnh rằng chỉ cần trả lời các câu hỏi và họ sắp ghé đến nhà cô. Yukiko chấp nhận nhưng xin lùi thời gian gặp lại một tiếng. Không còn cách nào khác, hai người tìm một quán cà phê có chỗ đỗ ô tô.

"Khi nãy, cô thật sự nghĩ phu nhân Mashiba biết chuyện ngoại tình của chồng à?" Nghiêng cốc ca cao trên tay, Kusanagi hỏi. Anh đã uống cà phê lúc hỏi chuyện Wakayama Hiromi nên đổi đồ uống khác.

"Tôi chỉ có cảm giác đó thôi."

"Nhưng cô cũng nghĩ thế đúng không?"

Utsumi Kaoru không đáp, cô im lặng nhìn cốc cà phê.

"Giả sử cô ta nhận ra, tại sao không trách móc chồng và Wakayama Hiromi? Cuối tuần tổ chức tiệc cũng gọi cô ta đến. Bình thường chẳng ai làm thế cả."

"Nếu là phụ nữ bình thường thì đúng là sẽ giận điên người rồi."

"Phu nhân không phải là phụ nữ bình thường à?"

"Chưa thể nói gì nhưng tôi thấy đó là một người rất thông minh. Một phụ nữ không những thông minh mà còn giỏi chịu đựng nữa."

"Giỏi chịu đựng nên chấp nhận người chồng ngoại tình?"

"Nên hiểu rằng có trách móc đối phương cũng

chẳng được gì. Nếu làm thế, phu nhân sẽ đánh mất hai thứ quan trọng. Một là cuộc sống hôn nhân yên ấm ổn định, hai là người học trò ưu tú."

"Đúng là không thể để đối tượng ngoại tình của chồng kè kè bên cạnh mãi nhỉ. Nhưng cuộc sống hôn nhân chỉ có vỏ bọc thì còn giá trị gì không?"

"Giá trị quan của mỗi người một khác. Nếu khổ sở vì bạo lực gia đình thì không nói làm gì, còn đến mức mở tiệc tại nhà thì vợ chồng Mashiba quả thực viên mãn. Ít nhất bề ngoài là vậy. Không phải đau đầu về tiền bạc, có thể tập trung cho môn patchwork yêu thích... đánh mất cuộc sống như vậy một cách bốc đồng thì phu nhân không phải là ngu ngốc hay sao. Có thể nghĩ rằng, chờ đợi mối quan hệ bất chính giữa chồng và học trò tự nhiên biến mất thì phu nhân sẽ chẳng mất gì hết, đúng không?" Sau khi nói một hơi dài hơn bình thường, không biết có phải hối hận bởi đã phát ngôn những lời có tính khẳng định hay không mà cô đế thêm, "Chỉ là tưởng tượng của tôi thôi. Có thể sẽ không chuẩn."

Kusanagi uống một ngụm ca cao rồi nhăn mặt vì quá ngọt. Anh vội vàng uống thêm nước.

"Nhưng tôi không thấy Ayane là kiểu người toan tính như vậy đâu."

"Không phải toan tính. Là bản năng phòng vệ. Là đặc tính của phụ nữ thông minh."

Kusanagi lau miệng bằng mu bàn tay, mắt nhìn đồng nghiệp trẻ.

"Utsumi cũng có bản năng ấy à?"

Cô nhăn mặt cười, lắc đầu.

"Tôi thì không. Nếu đối phương ngoại tình, chắc chắn tôi sẽ chẳng nghĩ trước nghĩ sau mà phát điên luôn đấy."

"Tưởng tượng thử xem kẻ đó xui xẻo cỡ nào mà thấy đáng thương. Dù sao thì tôi cũng không hiểu được. Sao có thể biết chuyện ngoại tình mà vẫn bình thản duy trì cuộc sống hôn nhân được."

Kusanagi nhìn đồng hồ. Đã 30 phút trôi qua từ lúc anh kết thúc cuộc điện thoại với Ikai Yukiko.

Nhà của vợ chồng Ikai là một biệt thự có thiết kế sang trọng không kém gia đình Mashiba. Trụ cổng ra vào có gắn đá ốp mô phỏng gạch nung, ngay cạnh đó là ga ra xây riêng cho khách đến nhà. Nhờ vậy Utsumi Kaoru không phải tìm bãi gửi xe.

Bên trong tòa nhà, không chỉ Ikai Yukiko mà chồng cô, Tatsuhiko cũng đang chờ họ. Nghe vợ nói cảnh sát điều tra sắp đến, anh ta vội vàng trở về nhà.

"Tình hình công ty có ổn không?" Kusanagi hỏi.

"Những nhân viên giỏi nhất đều có mặt nên không có gì đáng ngại. Nhưng tiếp theo chắc cũng khó để giải thích với khách hàng. Chính vì thế mà tôi mong chân tướng sự việc được làm sáng tỏ càng sớm càng tốt," Ikai nhìn hai viên cảnh sát, ánh mắt như thăm dò. "Đại khái sự việc thế nào? Chuyện gì đã xảy ra thế?"

"Mashiba Yoshitaka tử vong tại nhà riêng."

"Tôi đã biết chuyện đó. Nhưng cảnh sát điều tra hình sự của sở cảnh sát thành phố đã hành động thì chắc không được coi là tai nạn hoặc tự sát phải không?"

Kusanagi khẽ thở dài. Đối phương là luật sư. Hắn

anh ta sẽ không thỏa mãn với lời giải thích nửa vời và cũng có khả năng, nếu quá bận tâm thì anh ta khắc có cách khác để nắm được chi tiết.

Sau khi dặn dò không được để lộ ra ngoài, Kusanagi cho họ biết nạn nhân trúng độc thạch tín, chất độc được tìm thấy trong cà phê nạn nhân đã uống.

Ngồi cạnh Ikai trên ghế xô pha bọc da, Yukiko đặt hai tay lên má như ôm lấy khuôn mặt tròn. Đôi mắt mở to dần đỏ lên. Không biết trước đây trông cô thế nào nên Kusanagi không rõ cơ thể tròn trịa kia có phải do vừa sinh em bé hay không.

Ikai vuốt mái tóc mềm mại trông như được uốn về phía sau.

"Quả nhiên. Tôi đã nghĩ nếu chỉ là bệnh mà chết thì thật lạ khi cảnh sát liên lạc, rồi lại đưa thi thể đi khám nghiệm. Mặt khác tôi hoàn toàn không nghĩ anh ấy tự vẫn."

"Vậy anh cho rằng đó là án mạng?"

"Bởi vì, tuy tôi không biết đó là ai, họ nghĩ thế nào. Nhưng mà chuyện trúng độc thì..." Ikai cau mày lắc đầu.

"Có ai hận thù anh Mashiba không?"

"Ví dụ như trong công việc, nếu hỏi anh ấy có từng va chạm với ai hay không, thì không thể nói là hoàn toàn không. Nhưng dù sao trong kinh doanh, không có chuyện anh ấy bị thù hằn cá nhân chỉ vì không thỏa hiệp được. Khi phát sinh rắc rối thì người đứng mũi chịu sào không phải anh ấy mà là tôi cơ." Ikai vỗ ngực.

"Vậy còn đời sống cá nhân thì sao? Anh Mashiba có kẻ thù không?"

Nghe Kusanagi hỏi, Ikai dựa hẳn vào xô pha, bắt tréo chân.

"Việc đó thì tôi không biết. Bởi vì, tuy tôi và Mashiba là cộng sự tốt nhưng đều có thói quen tuyệt đối không can thiệp vào chuyện riêng tư của nhau."

"Nhưng vẫn là quan hệ thân thiết đủ để mời nhau đến dùng tiệc tại nhà đúng không?"

Ikai lắc đầu như thể nói chính anh cũng không biết.

"Vì bình thường không can thiệp lẫn nhau nên mới tổ chức tiệc ở nhà. Những người bận rộn như tôi và anh ấy cần co giãn hợp lý mà."

Chắc anh ta muốn nói họ không rảnh đến mức có thời gian thong thả cho quan hệ với bạn thân.

"Trong bữa tiệc hôm ấy, anh có để ý điều gì không?"

"Nếu anh muốn hỏi tôi có dự cảm gì về vụ án hay không thì tôi chỉ có thể đáp là KHÔNG. Đó là một giờ đồng hồ rất vui vẻ và ý nghĩa." Dứt lời, giữa đôi lông mày của Ikai hằn lên nếp nhăn. "Từ hôm ấy đến giờ còn chưa hết ba ngày, vậy mà anh ấy đã gặp chuyện như thế."

"Anh Mashiba có kể gì không? Chẳng hạn như sẽ gặp ai đó vào thứ Bảy Chủ nhật?"

"Tôi không nghe thấy chuyện đó." Ikai nói rồi quay sang nhìn vợ.

"Tôi cũng không. Chỉ biết Ayane sẽ về nhà bố mẹ..."

Kusanagi gật đầu, lấy đuôi bút bi day day thái dương. Anh dần thấy không hy vọng thu được thông tin hữu ích từ hai người này.

"Tiệc ở nhà có được tổ chức thường xuyên không?" Utsumi Kaoru đặt câu hỏi.

"Có lẽ hai hoặc ba tháng một lần."

"Luôn diễn ra ở nhà anh Mashiba à?"

"Ngay sau đám cưới của họ thì chúng tôi mời họ đến nhà. Sau đó thì luôn ở bên ấy. Vì vợ tôi mang thai."

"Anh có quen Ayane trước khi cô ấy kết hôn với anh Mashiba không?"

"Biết chứ. Bởi vì tôi cũng có mặt khi Mashiba gặp cô ấy mà."

"Là sao?"

"Có một bữa tiệc nhỏ, tôi và Mashiba đến dự và cô ấy cũng tới đó. Họ bắt đầu qua lại với nhau từ dịp ấy."

"Đó là khoảng thời gian nào?"

"Xem nào..." Ikai xoay cổ. "Chắc là cách đây khoảng một năm rưỡi. Không, có thể sau đó một chút..."

Nghe đến đây, Kusanagi bỗng muốn xen vào.

"Họ kết hôn khoảng một năm trước nhỉ. Tôi có cảm giác như vậy là khá nhanh."

"Ừ thì..."

"Bởi vì anh Mashiba muốn sớm có con." Yukiko cắt ngang. "Mãi không gặp được người phù hợp nên có lẽ anh ấy hơi sốt ruột chăng."

"Đừng nói linh tinh." Ikai trách vợ rồi quay sang nhóm Kusanagi. "Việc hai vợ chồng họ gặp nhau hay chuyện kết hôn có liên quan gì đến vụ này à?"

"Không, đâu có." Kusanagi phẩy tay. "Vì lúc này chúng tôi không có manh mối nào đáng kể nên muốn biết thêm một chút về gia đình anh Mashiba thôi."

"Vậy à. Tôi hiểu tâm lý muốn thu thập thông tin liên quan đến người bị hại vì mục đích điều tra, nhưng tôi nghĩ tìm hiểu quá sâu thì không hay lắm." Ikai chuyển sang thái độ của một luật sư, đôi mắt ánh lên vẻ cảnh cáo.

"Tôi hiểu," Kusanagi gật đầu. Sau đó anh nhìn thẳng vào đôi mắt của vị luật sư.

"Đã trót thất lễ nên tôi muốn hỏi thêm một điều. Xin đừng lo vì câu hỏi chỉ mang tính hình thức thôi. Xin cho biết hai người đã làm gì vào thứ Bảy và Chủ nhật vừa rồi."

Ikai trề môi, từ từ gật đầu.

"Chứng cứ ngoại phạm phải không? Tất nhiên là chúng tôi cũng bị điều tra rồi." Anh lấy ra cuốn sổ tay từ túi áo khoác.

Ikai làm việc ở văn phòng riêng vào thứ Bảy, sau đó đi uống rượu với khách hàng. Chủ nhật anh đi chơi golf với một khách hàng khác, về đến nhà có lẽ đã hơn 7 giờ. Yukiko ở nhà suốt nhưng hôm Chủ nhật có mẹ cùng em gái từ quê đến chơi.

Tối nay có buổi họp điều tra diễn ra ở quận Meguro. Quản lý đội 1 tổ điều tra thuộc sở cảnh sát thành phố phát biểu ngay từ đầu rằng sự việc lần này có khả năng rất cao là một vụ án mạng. Việc thạch tín, chất độc chí mạng, được tìm thấy trong bột cà phê đã qua sử dụng là căn cứ lớn nhất cho nhận định đó. Nếu là tự sát thì không ai trộn độc vào cà phê để uống và giả sử có làm vậy, thông thường người ta sẽ hòa vào cà phê đã pha.

Vậy chất độc đã được trộn vào bằng cách nào? Để

làm sáng tỏ điểm này, cán bộ chịu trách nhiệm khám nghiệm đã báo cáo kết quả điều tra, nhưng cho đến lúc này kết luận rút ra từ báo cáo vẫn như trước: không xác định được rõ ràng.

Chiều hôm nay, đội khám nghiệm đã kiểm tra lại nhà Mashiba. Mục đích là để xác nhận xem trong thực phẩm, gia vị, đồ uống, thuốc men, tất cả những gì Mashiba Yoshitaka có thể cho vào miệng, có chứa chất độc hay không. Việc kiểm tra cũng được tiến hành trên các vật dụng nhà bếp. Tại thời điểm cuộc họp diễn ra thì việc kiểm tra đã hoàn tất 80% nhưng chưa tìm thấy chất độc ở bất cứ chỗ nào. Với tình hình này, cán bộ phụ trách khám nghiệm đánh giá ít có khả năng tìm thấy chất độc trong 20% vật dụng còn lại.

Tóm lại, thủ phạm nhắm tới cà phê mà Yoshitaka sử dụng để chuẩn bị việc đầu độc. Có hai phương thức để thực hiện việc này. Hoặc chuẩn bị sẵn chất độc trong bột cà phê hoặc giấy lọc hay cốc uống, hoặc trộn vào khi pha cà phê. Tuy nhiên, trước mắt chưa thể khẳng định thủ phạm thực hiện theo cách nào. Lý do là không tìm thấy thạch tín ở bất cứ chỗ nào khác, cũng không có căn cứ xác định ai đó có mặt lúc Yoshitaka pha cà phê.

Kết quả tìm hiểu sau khi nghe ngóng khu vực xung quanh biệt thự nhà Mashiba cũng được báo cáo. Theo đó, không ai nhìn thấy có người đến nhà Mashiba trước khi xảy ra vụ án. Đặc biệt, xung quanh là khu nhà yên tĩnh thưa người qua lại, những người sống ở đó đa phần không quan tâm đến hàng xóm nếu không có gì đe dọa cuộc sống của họ. Vì vậy không có người chứng kiến không có nghĩa là đã không có ai đến nhà Mashiba.

Kusanagi báo cáo kết quả thu thập thông tin từ Mashiba Ayane và vợ chồng nhà Ikai. Anh không nhắc đến mối quan hệ giữa Wakayama Hiromi và Mashiba Yoshitaka. Trước cuộc họp, Mamiya đã ra chỉ thị như vậy. Đương nhiên là Mamiya có báo cáo với cán bộ quản lý. Vì đây là vấn đề nhạy cảm nên dường như việc giới hạn thông tin này trong một số điều tra viên cho đến khi mối liên quan của nó với vụ án được chứng minh chính là ý của cấp trên. Có lẽ cấp trên cũng không thích chuyện này bị giới truyền thông đánh hơi thấy.

Sau khi cuộc họp kết thúc, Mamiya gọi hai người Kusanagi và Utsumi Kaoru lại.

"Ngày mai bay đến Sapporo đi." Mamiya nhìn cả hai và nói.

Biết điểm đến là Sapporo, Kusanagi hiểu ngay mục đích chuyến đi.

"Để xác nhận chứng cớ ngoại phạm của phu nhân Mashiba à?"

"Đúng vậy. Người đàn ông ngoại tình bị giết. Khi đó đương nhiên phải nghi ngờ tình nhân và người vợ. Tình nhân không có chứng cứ ngoại phạm. Còn người vợ thì sao? Ở trên chỉ thị xuống phải cấp tốc làm rõ. Dặn trước là đi về trong ngày. Tôi đã chuẩn bị trước để hai người được cảnh sát ở Hokkaido phối hợp."

"Phu nhân nói đã nhận được liên lạc của cảnh sát khi đang ở suối nước nóng. Tôi nghĩ là phải đến đó."

"Suối nước nóng Jouzankei. Đi ô tô từ ga Sapporo

hơn một tiếng là đến. Nhà bố mẹ của phu nhân ở quận Nishi thành phố Sapporo. Hai người chia nhau ra hành động thì nửa ngày là xong việc thôi."

Vâng, đúng thế, Kusanagi đành gãi đầu. Mamiya rõ ràng không định tặng cấp dưới món quà bất ngờ là một đêm ở suối nước nóng.

"Sao thế Utsumi? Cô muốn nói gì à?" Mamiya hỏi.

Kusanagi nhìn sang bên cạnh, đúng là Utsumi Kaoru đang mím chặt môi, có vẻ không thỏa mãn. Đôi môi cô mấp máy.

"Chứng cứ vắng mặt trong khoảng thời gian đó là đủ à?"

"Sao? Cô muốn nói gì?" Mamiya hỏi tiếp.

"Phu nhân Mashiba rời khỏi Tokyo vào sáng thứ Bảy, đến sáng thứ Hai thì quay về. Tôi muốn hỏi chỉ cần xác nhận chứng cứ ngoại phạm trong khoảng thời gian ấy thôi à?"

"Cô không đồng ý ư?"

"Tôi không chắc. Nhưng nếu đã không biết phương thức hạ độc và thời gian thực hiện thì chỉ với chứng cứ ngoại phạm trong phạm vi thời gian đó mà cho rằng phu nhân không phải là nghi phạm có phải hơi vội vàng không?"

"Phương thức thì không nói làm gì nhưng chúng ta biết thời gian mà?" Kusanagi nói. "Sáng Chủ nhật, Wakayama Hiromi còn uống cà phê với Mashiba Yoshitaka. Khi đó cà phê hoàn toàn bình thường. Sau đó chất độc mới được sắp đặt."

"Kết luận như thế có được không?"

"Không được ư? Vậy còn lúc nào để thực hiện việc hạ độc nữa?"

"Cái đó thì... Tôi cũng không rõ."

"Ý cô là Wakayama Hiromi nói dối?" Mamiya nói. "Nếu vậy thì tình nhân và vợ trở thành đồng phạm. Khả năng đó không phải rất thấp à?"

"Tôi nghĩ không có chuyện đó đâu."

"Vậy cô có gì không bằng lòng?" Kusanagi lên giọng. "Có chứng cứ ngoại phạm từ thứ Bảy đến Chủ nhật là đủ rồi. Mà không, chỉ cần chứng cứ vào Chủ nhật thôi là phu nhân vô tội. Tư duy như vậy có gì bất thường à?"

Utsumi Kaoru lắc đầu.

"Không. Tôi nghĩ đó là tư duy hợp lý. Nhưng thực sự không có cách sắp xếp trước à? Chẳng hạn như bố trí để Yoshitaka tự mình bỏ độc..."

Kusanagi nhíu mày.

"Xui khiến anh ta tự sát ấy à?"

"Không phải như thế. Không nói với Yoshitaka đó là chất độc. Không phải chất độc, mà nói rằng có chất bí mật khiến cà phê ngon hơn chẳng hạn."

"Chất bí mật?"

"Món cà ri có Garam Masala đúng không? Một chất làm cay khiến mùi vị ngon hơn nếu rắc một chút trước khi ăn. Nói rằng đó là phiên bản của cà phê rồi đưa cho Yoshitaka. Tuy không sử dụng nó khi ở cạnh Wakayama nhưng lúc uống một mình thì Yoshitaka nhớ đến nó và mang ra dùng thử... Tuy suy luận này có thể khiên cưỡng."

"Khiên cưỡng. Chẳng đâu vào đâu." Kusanagi nói thẳng.

"Chắc không?"

"Tôi chưa từng nghe đến thứ bột nào trộn vào làm cà phê ngon hơn. Không có chuyện Mashiba Yoshitaka lại tin lời nói dối như vậy. Nếu tin thì đã kể cho Wakayama Hiromi rồi chứ? Yoshitaka chẳng trò chuyện với cô ta về cách pha cà phê ngon còn gì. Hơn nữa, nếu chính Yoshitaka bỏ chất độc vào thì nhất định còn sót lại dấu tích. Chính là bột thạch tín. Nó phải được cho vào túi bóng hoặc gói trong giấy thì mới mang đi được. Nhưng có tìm được túi bóng hay tờ giấy nào ở hiện trường đâu. Cô nghĩ sao về điểm ấy?"

Utsumi Kaoru khẽ gật đầu trước những lời phản biện tới tấp của Kusanagi.

"Đáng tiếc là tôi không có câu trả lời nào phù hợp. Những điều anh Kusanagi nói là hoàn toàn xác đáng. Chỉ có điều, tôi cứ không thôi nghĩ về khả năng có một phương thức nào đó."

Kusanagi quay mặt đi, thở dài.

"Hãy tin vào trực giác của phụ nữ à?"

"Tôi không nói như vậy. Nhưng phụ nữ có cách tư duy của phụ nữ..."

"Từ từ nào," Mamiya xen vào giữa, vẻ mặt chán nản. "Tranh luận cũng được thôi nhưng đừng có ăn nói kiểu tầm thường ấy. Utsumi, cô nghĩ người vợ đáng nghi à?"

"Tuy tôi không chắc chắn lắm."

Trực giác chứ gì, Kusanagi kiềm chế dù rất muốn nói vậy.

"Có căn cứ không?" Mamiya hỏi.

Utsumi Kaoru hít một hơi thật sâu rồi nói. "Những ly sâm panh."

"Ly sâm panh? Chúng làm sao à?"

"Khi chúng ta chạy đến hiện trường, những ly sâm panh đã rửa được đặt trong bếp. Số lượng năm chiếc." Cô quay sang nhìn Kusanagi. "Anh có nhớ không?"

"Nhớ. Chúng được dùng cho bữa tiệc tại gia tối thứ Sáu."

"Mấy ly sâm panh ấy bình thường được cất trong tủ ly ở phòng khách. Vì thế khi chúng ta đến đó thì trong tủ có khoảng trống vốn dành cho chúng."

"Thế thì sao?" Mamiya hỏi. "Đầu óc tôi có vấn đề gì không nhỉ? Thế thì có vấn đề gì? Tôi chưa hiểu."

Kusanagi đồng tình. Anh nhìn chằm chằm vào khuôn mặt cương nghị của Utsumi Kaoru.

"Vì sao phu nhân không cất chúng đi?"

"Ơ!?" Kusanagi thốt lên. "Hả?" Ngay sau đó Mamiya cũng bật thành tiếng.

"Có sao đâu nhỉ. Không dọn thì đã sao?" Kusanagi nói.

"Nhưng tôi tin bình thường sẽ dọn. Anh đã nhìn cái tủ đựng ly cốc đó rồi đúng không? Nó rất ngăn nắp, đến mức thoáng nhìn là nhận ra khoảng trống của mấy cái ly sâm panh. Tôi thấy phu nhân có kiểu tính cách không thể yên lòng nếu những món bát đĩa quan trọng chưa được cất đúng nơi đúng chỗ. Vậy mà cô ta không cất chúng vào tủ, tôi không sao hiểu được."

"Chắc vô tình quên thôi."

Utsumi Kaoru lắc đầu mạnh khi nghe Kusanagi nói vậy. "Không thể nào."

"Vì sao?"

"Bình thường chuyện như vậy đúng là cũng có thể xảy ra. Có điều, người vợ dự định sẽ vắng nhà một thời gian. Cứ mặc kệ mấy ly sâm panh như thế thì quả là khó hiểu."

Kusanagi và Mamiya nhìn nhau. Trông Mamiya bất ngờ ra mặt. Kusanagi nghĩ khuôn mặt mình cũng đang có biểu cảm tương tự. Nghi vấn mà Utsumi Kaoru vừa chỉ ra đến giờ chưa từng vụt thoáng qua đầu anh.

"Chỉ có một lý do giải thích được vì sao phu nhân lại không cất những ly sâm panh." Nữ cảnh sát điều tra trẻ tuổi tiếp tục. "Bởi vì biết trước thời gian vắng nhà của mình sẽ không quá dài. Vì sẽ quay lại ngay nên không dọn dẹp cũng được. Phải vậy không?"

Mamiya dựa vào ghế, khoanh tay trước ngực. Ông ngước nhìn Kusanagi.

"Ta có chờ phản biện của bậc đàn anh không đây?"

Kusanagi đưa tay gãi phía trên lông mày. Anh không nghĩ ra lời phản biện nào. Thay vào đó, anh hỏi Utsumi Kaoru.

"Tại sao cô không nói sớm hơn? Cô đã nghi ngờ suốt từ lúc đến hiện trường cơ mà."

Cô nghiêng đầu đáp vẻ ngượng ngùng - một biểu cảm hiếm gặp.

"Tôi sợ mình bị mắng vì chú ý quá nhiều vào tiểu tiết. Tôi nghĩ nếu phu nhân là thủ phạm thì kiểu gì cũng để lộ sơ hở khác. Xin lỗi."

Mamiya thở hắt ra. Sau đó lại quay sang nhìn Kusanagi.

"Có vẻ chúng ta phải xem lại thái độ của mình. Khó khăn lắm mới có cảnh sát là nữ giới vào đội, thế mà chúng ta khiến họ cảm thấy khó nói năng thì chẳng ra làm sao cả."

"Không, tuyệt đối không phải vì thế mà..."

Utsumi Kaoru đang biện minh thì Mamiya giơ tay ngăn lại.

"Nếu có gì muốn nói thì cứ nói ra đừng ngại. Bất kể là đàn ông hay phụ nữ, đàn anh hay đàn em. Tôi sẽ báo cáo với cấp trên ý kiến vừa rồi của cô. Tuy nhiên, dù điểm nhìn có tốt thì cũng không được sa đà vào đó. Việc người vợ không cất mấy ly sâm panh quả là không bình thường. Nhưng cũng không chứng minh được gì cả. Chúng ta được yêu cầu tìm ra các bằng chứng. Vì thế, giờ tôi chỉ thị cho hai người điều tra yếu tố chứng minh tính xác thực của bằng chứng ngoại phạm của người vợ. Còn việc xử lý chúng thế nào thì hai người không cần suy nghĩ. Hiểu rồi chứ?"

Utsumi Kaoru nhắm mắt và sau đôi lần chớp mắt, cô nhìn thẳng vào cấp trên. "Tôi hiểu rồi ạ."

7

Hiromi mở mắt bởi tiếng chuông điện thoại. Không hẳn là cô đang ngủ. Cô chỉ đang nằm duỗi trên giường và nhắm mắt lại. Cô nghĩ đêm nay cũng giống đêm hôm trước, không thể ngủ cho đến sáng. Tuy có thuốc ngủ mà Yoshitaka cho từ trước nhưng cô sợ không dám uống.

Cố gắng ngồi dậy, cơ thể nặng trịch còn đầu thì hơi đau. Thậm chí với tay lấy điện thoại di động cũng thật phiền phức. Ai thế không biết, lại còn vào cái giờ này, cô nhìn đồng hồ, đã gần 10 giờ.

Nhưng vừa nhìn thấy cái tên hiển thị trên màn hình tinh thể, Hiromi liền tỉnh táo như vừa tắm nước lạnh. Cuộc gọi từ Ayane. Hiromi vội vàng nhấn nút nghe máy.

"Hiromi đây ạ." Cô nói, giọng khô khốc.

"Ừ... Xin lỗi. Cô Ayane đây. Em đang ngủ à?"

"Không ạ, em chỉ nằm nghỉ thôi. Phải rồi... em xin lỗi việc lúc sáng. Em không đến được..."

"Không sao đâu. Em thấy trong người thế nào?"

"Em ổn. Chính cô giáo mới mệt chứ ạ?" Vừa hỏi han, Hiromi vừa nghĩ sang việc khác. Phải chăng cảnh sát đã cho Ayane biết về chuyện cô ngoại tình với Yoshitaka?

"Ừ, cô cũng hơi mệt thật. Không còn biết đâu vào với đâu... Cô vẫn chưa cảm nhận được mình đang sống trong hiện thực."

Hiromi cũng vậy. Như thể cô đang liên tục mơ thấy ác mộng. "Em hiểu," cô đáp ngắn gọn.

"Hiromi, em thấy ổn thật không đấy? Không vấn đề gì chứ?"

"Vâng em ổn mà. Từ mai là có thể bắt đầu làm việc rồi ạ."

"Công việc cứ để đó cũng được. Quan trọng hơn là, bây giờ gặp nhau một chút được không?"

"Bây giờ... ạ?" Cảm giác bất an khẽ lan trong lồng ngực. "Có việc gì vậy ạ?"

"Cô có chuyện muốn trao đổi trước. Cũng không mất nhiều thời gian đâu. Nếu em mệt thì cô sang chỗ em cũng được."

Vẫn áp điện thoại vào tai, Hiromi lắc đầu.

"Không ạ, em sẽ qua nhà cô. Giờ mới chuẩn bị đi thì chắc sẽ mất khoảng một tiếng ạ."

"À, cô đang ở khách sạn."

"Ơ... thế ạ?"

"Phía cảnh sát nói muốn xem xét trong nhà lần nữa nên cô ra khách sạn luôn cho tiện. Chỉ thay đổi chút đồ trong hành lý mang từ Sapporo về là được."

Khách sạn Ayane đang ở nằm gần ga Shinagawa. "Em sẽ đi ngay," Hiromi nói rồi ngắt cuộc gọi.

Trong lúc sửa soạn để ra ngoài, cô không ngừng lo lắng không biết việc Ayane muốn nói là gì. Vừa rào trước mấy lời hỏi thăm sức khỏe của Hiromi vừa có vẻ dồn ép đòi gặp ngay. Chỉ có thể nghĩ rằng có việc gì đó rất gấp hoặc quan trọng đến mức không thể hoãn lại được.

Suốt chuyến tàu đi Shinagawa, Hiromi không ngừng mường tượng về những gì Ayane sắp nói. Hay đúng là Ayane đã nghe từ cảnh sát về mối quan hệ với Yoshitaka? Tuy không thấy giọng nói trong điện thoại hồi nãy có vẻ gay gắt nhưng cũng có thể Ayane chỉ ra sức đè nén cảm xúc.

Hiromi không thể tưởng tượng được Ayane sẽ phản ứng thế nào nếu biết chuyện dan díu của chồng và học trò. Cho đến giờ cô chưa lần nào chứng kiến cô giáo mình thực sự giận dữ. Nhưng chắc chắn không thể có chuyện cô ấy không tức giận.

Một Ayane luôn từ tốn, không bao giờ thể hiện cảm xúc dữ dội sẽ thể hiện bộ mặt nào với cô gái cướp chồng mình? Hoàn toàn không đoán trước được, Hiromi thấy sợ hãi vì cảm giác bất an. Tuy nhiên, giả như bị truy vấn, cô quyết định sẽ không vụng về giấu giếm. Chỉ còn cách hết lòng xin lỗi thôi. Dù có lẽ sẽ không được tha thứ, biết đâu còn bị đoạn tuyệt quan hệ thầy trò, nhưng chẳng còn cách nào khác cả. Cô nghĩ xác định trước như vậy chính là điều cần cho bản thân lúc này.

Cô gọi điện cho Ayane khi vừa đến khách sạn. *Em lên phòng đi*, cô ấy nói.

Ayane đã thay bộ đồ màu be của khách sạn và đợi cô.

"Cô xin lỗi nhé. Gọi em đến lúc đang mệt mỏi."

"Không sao đâu ạ. Chuyện cô muốn nói với em là..."

"Em ngồi đi đã." Ayane chỉ sang chiếc ghế xô pha đơn. Có hai chiếc như vậy.

Hiromi ngồi xuống, nhìn quanh căn phòng. Đây là một phòng đôi. Cạnh giường, hành lý vẫn đang mở ra. Khá nhiều quần áo. Có lẽ Ayane xác định tạm thời phải ở đây khá lâu.

"Em uống gì nhé?"

"Không cần đâu ạ."

"Dù sao cô cũng chuẩn bị sẵn rồi nên uống một chút nhé." Ayane rót vào hai cốc thủy tinh trà ô long vừa lấy ra từ tủ lạnh.

"Em cảm ơn," Hiromi hơi cúi đầu, vội đưa tay ra đỡ lấy cốc. Thật ra cô cũng thấy khát.

"Cảnh sát đã hỏi gì em thế?" Ayane bắt đầu nói, vẫn ngữ điệu nhẹ nhàng thường thấy.

Hiromi đặt cốc xuống, liếm môi.

"Hoàn cảnh em phát hiện ra anh Mashiba. Rồi họ hỏi em có nghĩ ra chuyện gì liên quan không."

"Em trả lời thế nào?"

Hiromi xua tay trước ngực.

"Em chẳng nghĩ ra chuyện gì cả. Em cũng nói với cảnh sát như vậy."

"Thế à. Ngoài ra họ còn hỏi gì nữa?"

"Ngoài ra thì... chỉ có thế thôi ạ." Hiromi cúi đầu. Cô không thể nói mình đã được hỏi về chuyện uống cà phê cùng Yoshitaka.

Ayane gật đầu, cầm cốc. Uống một ngụm trà rồi áp nó vào má. Như thể cô dùng nó để làm dịu khuôn mặt đang nóng lên.

"Hiromi này," Ayane gọi. "Cô có chuyện trao đổi trước với em."

Hiromi ngẩng mặt lên vì bất ngờ. Ánh mắt cô và Ayane giao nhau. Hiromi cứ tưởng mình bị nhìn chằm chằm nhưng khoảnh khắc tiếp theo đã thấy ấn tượng hoàn toàn khác. Trong ánh mắt của Ayane không có màu sắc của nỗi căm hận hay tức giận. Thay vào đó, ánh mắt ấy phảng phất thứ cảm xúc trộn lẫn nỗi buồn và sự trống rỗng. Trên đôi môi Ayane hiện lên một nụ cười nhẹ nhưng càng khiến cảm xúc ấy trở nên rõ ràng hơn.

"Cô, đã bị anh ấy tuyên bố chia tay." Ayane nói bằng giọng đều đều.

Hiromi nhìn xuống. Có thể lúc này nên giả vờ ngạc nhiên nhưng cô không có tâm trạng để làm như vậy. Ngay cả việc nhìn thẳng vào khuôn mặt của Ayane cô cũng không làm được.

"Là chuyện hôm thứ Sáu đấy. Trước khi vợ chồng Ikai đến, anh ấy đã tuyên bố ở phòng riêng. Kết hôn với người phụ nữ không thể sinh con thì chẳng có ý nghĩa gì cả."

Hiromi chỉ có thể tiếp tục cúi đầu lắng nghe. Cô biết Yoshitaka đã nói chuyện ly hôn với Ayane nhưng không ngờ cách nói lại phũ phàng như vậy.

"Hơn nữa, còn bóng gió cho biết đã quyết định người phụ nữ tiếp theo là ai. Anh ấy không nói tên của người đó. Chỉ bảo rằng đó là người mà cô không quen biết."

Hiromi giật mình. Không thể nghĩ là Ayane đang nói mà không biết gì hết. Cô có thể cảm thấy Ayane đang dồn đuổi mình bằng cách chậm rãi kể lại.

"Nhưng, đó chắc là lời nói dối. Đối phương là người phụ nữ mà cô biết. Hơn nữa, còn là người cô hiểu rất rõ. Có vậy thì anh ấy mới không nói nổi cái tên ra đúng không?"

Càng lúc càng khổ sở trước những gì Ayane nói. Không nén được cảm xúc, Hiromi ngẩng mặt lên. Nước mắt bắt đầu trào ra.

Nhìn cô như vậy mà Ayane không hề ngạc nhiên. Giống hệt khi nãy, Ayane tiếp tục nở nụ cười đầy vẻ trống rỗng.

"Hiromi này, là em đúng không?" Ngữ điệu như đang dịu dàng hỏi đứa trẻ mắc lỗi.

Không biết nên nói gì, Hiromi mím chặt môi để nén tiếng khóc thổn thức.

"Là em... đúng không?"

Đã ở vào hoàn cảnh không thể phủ nhận được nữa rồi. Hiromi khẽ gật đầu.

Ayane thở dài thành tiếng. "Quả đúng như vậy."

"Cô giáo, em..."

"Cô hiểu. Em không cần phải nói gì đâu. Khi anh ấy nói lời chia tay, không hiểu sao cô đã nhận ra. Nói đúng hơn thì, thật ra cô đã để ý được một thời gian từ trước đó rồi. Chỉ là cô không muốn chấp nhận mà thôi... Bởi vì, sống bên nhau nên nhận ra là đương nhiên mà. Hơn nữa, Hiromi đã đành, anh ấy cũng không giỏi nói dối hay diễn kịch như bản thân lầm tưởng."

"Cô giáo, cô đang giận em lắm phải không?"

Ayane nghiêng đầu.

"Nói sao nhỉ. Có đúng là cô đang tức giận không nhỉ? Chắc anh ấy là người tán tỉnh trước rồi, nhưng tại sao em lại không cự tuyệt? Nhưng mà, cô lại không có cảm giác bị em cướp chồng. Thật đấy. Bởi vì anh ấy đã ngoại tình mà. Vì cô nghĩ, trước tiên là cảm xúc dành cho cô nguội lạnh rồi sau đó mới hướng ánh mắt về phía Hiromi. Cô cũng có phần thấy mình thật tệ vì đã không giữ chặt tình cảm của anh ấy."

"Em xin lỗi. Dù nghĩ mình không được phép làm thế, nhưng sau nhiều lần anh Mashiba mời..."

"Đừng nói gì thêm." Ayane cắt lời. Khác với trước đó, giọng nói lần này thật lạnh lùng và sắc bén. "Nếu nghe em kể về chuyện đó thì ít nhiều cô sẽ ghét Hiromi. Em nghĩ cô muốn biết em đã bị anh ấy quyến rũ như thế nào à?"

Những gì cô ấy đang nói là chính xác. Hiromi ủ rũ lắc đầu.

"Vợ chồng cô trước khi kết hôn đã có giao ước," ngữ điệu của Ayane lại trở nên dịu dàng. "Sau một năm, nếu không có con thì sẽ phải cân nhắc. Vì không ai trong cả hai còn trẻ nữa mà. Bởi thế, vợ chồng cô đều không nghĩ đến chuyện điều trị vô sinh tốn rất nhiều thời gian. Chuyện Hiromi là đối tượng kết hôn mới tuy có sốc với cô thật nhưng ở vị trí của anh ấy, có lẽ chỉ thấy mình đã làm đúng như giao ước trước khi lấy nhau."

"Em có đôi lần nghe kể về việc đó." Hiromi nói, đầu vẫn cúi xuống.

Lúc gặp nhau hôm thứ Bảy, Yoshitaka cũng nhắc lại. Anh dùng từ "quy tắc". Anh đại khái nói rằng, vì có quy tắc ấy rồi nên Ayane sẽ chấp nhận. Tuy trong lòng Hiromi không thể hiểu được nhưng giờ nghe những lời này, có thể thấy thực tế thì Ayane đã dứt khoát.

"Cô về Sapporo là để ổn định lại tâm lý của mình. Cô nghĩ, bị tuyên bố ly hôn mà cứ tiếp tục sống trong ngôi nhà ấy thì thảm hại quá. Việc giao chìa khóa cho em giữ cũng là để đoạn tuyệt tình cảm dành cho anh ấy. Vì cô nghĩ hai người chắc chắn sẽ gặp nhau trong lúc mình đi vắng. Cô nghĩ, kiểu gì cũng gặp nhau, vậy thì đưa luôn chìa khóa cho mình được thoải mái."

Hiromi nhớ lại lúc được gửi chìa khóa nhà. Khi đó cô hoàn toàn không nghĩ Ayane đang che giấu quyết tâm của mình đến mức ấy. Thậm chí còn tự mãn rằng mình được tin cậy. Nhận lấy chìa khóa mà chẳng hề nghi ngờ, lúc ấy Ayane đã nhìn mình với suy nghĩ thế nào? Nghĩ đến đây, cô càng thấy xấu hổ hơn nữa.

"Em kể chuyện với anh ấy cho cảnh sát à?"

Hiromi khẽ gật đầu.

"Em thấy họ để ý tới rồi nên chỉ còn cách nói thật."

"Vậy à? Nhưng, cũng đúng thôi. Chuyện Hiromi vì lo lắng cho anh ấy mà tự ý vào nhà, dù nghĩ thế nào cũng rất không tự nhiên. Vậy là phía cảnh sát biết mối quan hệ của em với anh ấy rồi nhỉ. Họ chẳng nói lời nào với cô cả."

"Thế ạ?"

"Có lẽ, họ giả vờ không biết để quan sát cô. Vì mấy người đó hẳn đang nghi ngờ cô."

Ơ! Hiromi nhìn Ayane.

"Nghi ngờ... cô giáo ạ?"

"Theo tư duy thông thường thì cô có động cơ đúng không nào? Động cơ từ việc bị chồng phản bội."

Quả đúng như vậy. Nhưng Hiromi hoàn toàn không đem lòng nghi ngờ Ayane. Thời điểm Yoshitaka bị giết thì cô giáo đang ở Sapporo, hơn nữa, cô tin Yoshitaka, chuyện chia tay của họ đã được thu xếp ổn thỏa.

"Nhưng cũng chẳng sao. Việc bị cảnh sát nghi ngờ ấy. Sao cũng được." Ayane kéo túi xách lại, rút ra một chiếc khăn tay. Cô dùng nó lau vùng dưới mắt. "Quan trọng hơn, là rốt cuộc chuyện gì đã xảy ra? Tại sao anh ấy lại gặp chuyện như vậy... Hiromi à, em thật sự không nghĩ ra điều gì hết à? Lần cuối cùng em gặp anh ấy là khi nào?"

Dù không muốn trả lời nhưng lúc này chẳng thể nói dối được.

"Sáng hôm qua ạ. Lúc đó em uống cà phê cùng anh ấy, cũng vì thế mà cảnh sát đã hỏi rất nhiều nhưng em không nghĩ ra bất cứ điều gì. Anh Mashiba không hề có vẻ khác thường."

"Thế à." Ayane nghiêng đầu ra chiều suy nghĩ rồi lại nhìn thẳng vào Hiromi. "Em không giấu cảnh sát chuyện gì hết nhỉ. Những gì em biết thì đã kể hết rồi phải không?"

"Em nghĩ vậy ạ."

"Vậy thì tốt rồi. Nếu có gì quên không nói thì nên thành thật cho họ biết. Bởi vì, họ chắc cũng nghi ngờ em nữa đấy."

"Có thể họ đang nghi ngờ ạ. Hôm thứ Bảy, em là người duy nhất gặp anh Mashiba mà."

"Vậy à. Cảnh sát chắc sẽ nghi ngờ điểm ấy."

"À... Hôm nay em gặp cô giáo nói chuyện như thế này, có nên cho cảnh sát biết không ạ?"

Ừm, nghe Hiromi hỏi, Ayane đặt tay lên má.

"Có việc gì cần giấu đâu nhỉ. Cô không bận tâm đâu. Vụng về giấu giếm lại bị nghi ngờ."

"Em hiểu ạ."

Phù, Ayane thở hắt ra.

"Chuyện này thật kỳ lạ. Người phụ nữ bị chồng bỏ và người tình của chồng ngồi nói chuyện trong một căn phòng. Thậm chí, chẳng hề cãi vã, phía nào cũng khổ sở không biết phải làm gì. Chúng ta không mâu thuẫn có khi cũng vì anh ấy đã chẳng còn nữa."

Hiromi không đáp nhưng cô cũng nghĩ như vậy. Đối với cô, nếu Yoshitaka sống lại được thì lúc này có bị mắng chửi cỡ nào cô cũng chịu. Cô cũng tin, cảm giác mất mát ở cô lúc này có lẽ lớn hơn Ayane. Nhưng hiện tại đúng là cô không có căn cứ để nói ra điều đó.

8

Nhà bố mẹ đẻ của Mashiba Ayane nằm ở một khu được quy hoạch gọn gàng xinh đẹp. Đó là một ngôi nhà vuông vức trông rất chắc chắn, lên hết cầu thang mới đến sảnh vào nhà. Tầng một là nơi đỗ xe, nghe nói nó được coi như tầng hầm. Tóm lại, bề ngoài thì đó là ngôi nhà ba tầng nhưng trên giấy tờ thì là ngôi nhà có hai tầng nằm trên mặt đất và một tầng hầm.

"Quanh đây nhiều nhà như vậy lắm." Mita Kazunori vừa bẻ bánh gạo vừa nói. "Sang mùa đông tuyết sẽ chất rất dày nên không thể làm sảnh vào nhà ở gần mặt đất được."

Ra vậy, Kusanagi gật đầu, với tay nhận chén trà nóng. Người mang trà ra là Tokiko, mẹ của Ayane. Khay đựng trà vẫn đặt trên đầu gối.

"Dù sao thì, việc lần này làm chúng tôi choáng váng quá. Mashiba sao lại xảy ra chuyện như vậy. Tôi đã thấy kỳ lạ vì nguyên nhân không phải tai nạn hay bệnh tật mà, vậy à, đúng là cảnh sát vào cuộc điều tra rồi." Kazunori nhíu mày, đôi lông mày lấm tấm bạc của ông tạo thành hình chữ bát.

"Cũng chưa khẳng định chắc chắn là án mạng."

Kusanagi dự định chỉ nói đến vậy.

Kazunori nhăn mặt. Ông vốn gầy nên nếp nhăn càng hằn sâu hơn.

"Cậu ấy chắc cũng lắm kẻ thù đây mà. Dân kinh doanh buôn bán nói chung là thế. Nhưng mà, chỉ vì như thế, rốt cuộc thì, kẻ nào, ở đâu, việc khủng khiếp như vậy..."

Kazunori vẫn làm việc ở quỹ tín dụng cho đến năm năm trước. Chắc ông đã gặp nhiều chủ doanh nghiệp khác nhau.

"Xin lỗi," Tokiko ngước lên. "Ayane, nó thế nào rồi? Nói chuyện qua điện thoại nó cứ bảo vẫn ổn..."

Quả là, đối với người mẹ thì niềm quan tâm nhất vẫn là con gái.

"Vững vàng lắm ạ. Tất nhiên có bị sốc nhưng rất tích cực hợp tác với tổ điều tra chúng tôi."

"Vậy à. Nếu vậy thì tôi cũng yên tâm." Trái với những lời ấy, nỗi bất an không hề biến mất trên khuôn mặt của người phụ nữ.

"Cô Ayane về đây hôm thứ Bảy đúng không ạ? Nghe nói là do sức khỏe của bác không được tốt?" Kusanagi vừa nhìn Kazunori vừa quay lại chủ đề chính. Nhìn ông gầy gò và sắc mặt cũng không khỏe, nhưng không giống một người đang khổ sở vì bệnh tật.

"Do tuyến tụy. Khoảng ba năm trước tôi bị viêm tụy, kể từ đó sức khỏe không ổn lắm. Lúc thì sốt, lúc thì bụng với lưng đau đến không cử động được. Thôi đành cẩn thận giữ gìn."

"Lần này không thực sự cần Ayane chăm sóc ạ?"

"À, không đến mức phải thế đâu. Nhỉ?" Kazunori quay sang Tokiko tìm kiếm sự đồng tình.

"Đêm hôm thứ Sáu, con bé gọi cho chúng tôi. Nó bảo hôm sau sẽ về đây. Nó thấy lo cho sức khỏe của ba và từ khi lấy chồng cũng chưa lần nào về nhà."

"Cô ấy không nêu lý do nào khác nữa à?"

"Chẳng có gì đặc biệt cả."

"Cô ấy có nói sẽ ở đây trong bao lâu không?"

"Cũng không... Tôi hỏi bao giờ về lại Tokyo, nó chỉ nói chưa biết."

Từ lời kể của hai người, có vẻ Ayane không có lý do khẩn cấp cần phải về quê. Thế thì vì sao cô ấy lại về đây?

Một phụ nữ đã kết hôn mà hành động như vậy thì tình huống dễ xảy ra nhất là giữa cô ta và chồng có rắc rối nào đó.

"Anh cảnh sát này," Kazunori có vẻ lưỡng lự. "Dường như anh rất quan tâm đến việc Ayane trở về đây, có vấn đề gì phải không?"

Tuy đã nghỉ hưu nhưng trước đây ông từng giao dịch và ký kết với rất nhiều kiểu người nên nhất định là đang tưởng tượng đủ thứ về mục đích khiến cảnh sát từ Tokyo đến đây.

"Nếu đây là một vụ án mạng thì có khả năng thủ phạm đã nhắm lúc cô Ayane về quê để gây án." Kusanagi bắt đầu nói từ tốn. "Trong trường hợp đó, vấn đề sẽ nằm ở chỗ, vì sao thủ phạm biết được hành động của cô Ayane. Vì vậy, dù thất lễ nhưng tôi vẫn phải hỏi chi tiết những việc đã xảy ra. Xin thông cảm vì đây là khâu bắt buộc trong điều tra phá án."

"Ra là như vậy." Kazunori gật đầu, dù không rõ ông có thực sự chấp nhận lời giải thích hay không.

"Cô Ayane đã làm những việc gì ở đây ạ?" Kusanagi hỏi cả hai người.

"Hôm mới về thì nó ở trong nhà suốt. Buổi tối, ba người chúng tôi đi ăn ở một tiệm sushi gần đây. Có một quán con bé rất thích từ nhỏ." Tokiko đáp.

"Quán ăn tên là gì vậy?"

Nghe Kusanagi hỏi, khuôn mặt Tokiko hiện rõ vẻ nghi ngờ. Kazunori cũng vậy.

"Xin lỗi. Tôi chỉ muốn xác nhận trước từ chi tiết nhỏ nhất vì không biết được về sau chúng có trở thành yếu tố quan trọng hay không. Cũng bởi tôi sẽ không đến đây nhiều lần."

Tokiko tỏ ra không thỏa mãn nhưng vẫn cho biết tên tiệm ăn là Fukusushi.

"Ngày Chủ nhật thì cô ấy đi suối nước nóng với bạn đúng không ạ?"

"Đó là một người bạn từ thời cấp ba. Tên nó là Saki, nhà bố mẹ con bé cách đây khoảng năm phút đi bộ. Bây giờ nó đã lấy chồng và chuyển đến khu Mimami-ku, hình như Ayane gọi điện cho nó vào tối thứ Bảy và hai đứa quyết định đi Jouzankei chơi."

Kusanagi vừa nhìn sổ tay vừa gật đầu. Tên của người bạn đó là Motooka Sakiko - thông tin Mamiya có được từ Ayane. Utsumi Kaoru sẽ ghé qua chỗ cô gái này khi trở về từ suối nước nóng Jouzankei.

"Đây là lần đầu tiên Ayane về nhà từ khi kết hôn, vậy cô ấy có kể gì về anh Mashiba không ạ?"

Tokiko nghiêng đầu.

"Nó chỉ kể những chuyện đại loại như chồng vẫn bận như trước, lại còn suốt ngày đi chơi golf."

"Nghĩa là cô ấy không nói ở nhà có chuyện gì đặc biệt?"

"Không. Nói cho đúng thì chúng tôi mới bị con bé hỏi nhiều. Nào thì sức khỏe của ba ra sao, nào thì chuyện về em trai nó. Phải rồi, nó có một em trai, giờ thằng bé đang làm việc ở Mỹ."

"Cho đến giờ thì Ayane ít về nhà, có nghĩa là ông bà cũng không mấy khi gặp Mashiba phải không?"

"Đúng vậy. Không lâu trước đám cưới, chúng tôi có đến nhà cậu Mashiba chơi, đó cũng là lần cuối cùng thong thả trò chuyện. Tuy Mashiba nói chúng tôi hãy đến bất cứ khi nào nhưng sức khỏe ông nhà tôi cũng tệ nên rốt cuộc sau đó chưa đi được lần nào khác."

"Hình như mình mới gặp cậu ấy được khoảng bốn lần thôi nhỉ?" Kazunori quay sang nói.

"Đám cưới có vẻ chóng vánh ạ?"

"Đúng đấy. Ayane cũng 30 tuổi rồi, tôi đang sốt ruột mong nó sớm tìm được người phù hợp, thì nó bất ngờ gọi điện rồi báo tin sắp lấy chồng." Tokiko đáp.

Theo lời cặp vợ chồng già, Ayane lên thủ đô khoảng tám năm trước. Nhưng cô cũng không sống ở Sapporo suốt khoảng thời gian trước đó mà đã đi du học ở Anh sau khi tốt nghiệp cao đẳng. Patchwork là sở thích từ thời cấp ba và thuở đó cô cũng được đánh giá cao ở một số cuộc thi. Tên tuổi cô vụt nổi tiếng là nhờ cuốn sách xuất bản sau khi từ Anh về nước, được các tín đồ môn này hết lời khen ngợi.

"Nó rất ham mê công việc, hỏi nó định bao giờ kết hôn thì nó bảo không có thời gian làm vợ người khác, chính nó mới cần một cô vợ."

"Thế ư?" Kusanagi khá bất ngờ về những điều Tokiko nói. "Cô ấy có vẻ rất giỏi việc nội trợ."

Kazunori trề môi, xua tay.

"Đâu phải thủ công giỏi thì sẽ làm được những việc nội trợ khác. Hồi còn sống ở đây nó có bao giờ động vào việc nhà. Ngay cả thời gian sống một mình ở Tokyo cũng hiếm khi chịu nấu nướng lắm."

"Ồ, thật thế à?"

"Đúng đấy," Tokiko tiếp lời. "Tôi vào phòng nó rồi, chẳng có vẻ gì là nó tự nấu nướng cả. Hình như nó toàn mua mấy thứ như cơm hộp ở cửa hàng tiện lợi thôi."

"Nhưng theo lời bạn bè anh Mashiba kể lại thì họ thường xuyên tổ chức tiệc tại nhà. Cô Ayane nấu ăn..."

"Chuyện đó là thế này. Ayane có kể với tôi. Trước khi kết hôn nó đi học nấu ăn nên chắc tay nghề cũng khá hơn. Nó nói riêng với tôi đấy, đúng là một khi muốn nấu ăn cho người mình yêu thì một đứa như nó cũng chịu cố gắng."

"Người quan trọng với mình xảy ra chuyện như vậy, chắc con bé suy sụp lắm." Kazunori cúi xuống vẻ đau đớn, có lẽ ông lại nghĩ đến tâm lý của con gái lúc này.

"Xin hỏi, chúng tôi có thể đến gặp con bé không? Tôi muốn làm gì đó cho nó, giúp nó tổ chức tang lễ."

"Tất nhiên là không vấn đề gì ạ. Chỉ có điều, giờ cháu chưa thể nói khi nào di thể mới được trả về."

"Vậy à."

"Để liên lạc với Ayane sau đi." Kazunori nói với vợ.

Đã đạt được hầu hết mục đích chuyến thăm nên Kusanagi xin phép ra về. Lúc đang xỏ giày ở sảnh nhà, anh để ý thấy trên cột móc treo quần áo có treo một cái áo khoác patchwork. Trông nó khá dài, người bình thường mặc có thể che đến tận đầu gối.

"Con bé làm từ mấy năm trước." Tokiko nói. "Nó bảo, mùa đông, khi nào ra ngoài lấy báo hoặc thư từ thì ba khoác vào."

"Nó không cần làm món lòe loẹt đến mức này cũng được mà," tuy nói vậy nhưng trông Kazunori rất vui.

"Mẹ của ông ấy bị ngã vì trượt chân khi ra ngoài vào mùa đông. Do đó mà bị gãy xương hông. Chắc là Ayane nhớ chuyện đó nên nó có đệm thêm vào phần hông áo." Tokiko vừa nói vừa khoe Kusanagi xem bên trong chiếc áo khoác.

Đúng là cách quan tâm của cô ấy, Kusanagi nghĩ.

Sau khi rời khỏi nhà gia đình Mita, anh ghé vào quán Fukusushi. Ngoài cửa treo biển "đang chuẩn bị" nhưng ở bên trong, đầu bếp đã sơ chế đồ ăn rồi. Người đầu bếp khoảng năm mươi tuổi để tóc húi cua vẫn nhớ gia đình Ayane.

"Lâu lắm mới gặp lại Ayane, tôi cũng thấy vui đáo để. Cả nhà ra về lúc 10 giờ thì phải. Sao thế? Có chuyện gì à?"

Không thể kể chi tiết, Kusanagi đáp bừa cho qua

chuyện rồi rời khỏi quán.

Anh hẹn với Utsumi Kaoru ở quầy rượu một khách sạn nằm cạnh ga Sapporo. Đến nơi, Kusanagi thấy cô đang ghi chép gì đó.

"Thu hoạch được gì không?" Kusanagi ngồi xuống ghế đối diện và hỏi.

"Phu nhân Ayane đúng là có ngủ lại một lữ quán ở Jouzankei. Tôi đã hỏi chuyện nhân viên phục vụ, họ nói cô ấy rất vui vẻ ở đó cùng bạn."

"Cô bạn Motooka Sakiko đó..."

"Tôi gặp rồi."

"Có gì khác với lời khai của phu nhân không?"

Utsumi Kaoru chớp mắt rồi lắc đầu.

"Không. Hầu hết đều như những gì cô ấy đã khai."

"Thấy chưa? Phía tôi cũng thế. Cô ấy không có thời gian để đi Tokyo rồi quay trở lại."

"Cô Motooka nói đã ở cạnh phu nhân Mashiba từ buổi trưa ngày Chủ nhật. Đến tối muộn thì phu nhân phát hiện có tin nhắn thoại trên di động, chi tiết đó cũng là sự thật."

"Thế thì hoàn hảo rồi." Kusanagi dựa vào ghế, nhìn gương mặt của nữ cảnh sát đàn em và nói. "Mashiba Ayane không phải là thủ phạm. Tuyệt đối không thể. Chắc cô không vui tí nào nhưng hãy nhìn vào sự thật khách quan đi."

Utsumi Kaoru ngó lơ ánh mắt đó như để tạm ngưng câu chuyện rồi lại mở to mắt nhìn Kusanagi.

"Tôi thấy có vài điểm trong lời kể của Motooka."

"Là gì?"

"Motooka lâu lắm rồi mới gặp lại phu nhân Mashiba. Ít nhất họ chưa gặp lại từ khi cô ấy lấy chồng."

"Bố mẹ cô ấy cũng nói thế."

"Ấn tượng đã khác. Trước đây cô ấy rất sôi nổi còn giờ thì hoàn toàn trầm tính. Trông cô ấy có vẻ cũng không được khỏe."

"Thế thì sao?" Kusanagi nói. "Rõ ràng là có nhiều khả năng phu nhân Mashiba đã phát hiện việc chồng mình ngoại tình. Lần trở về quê này có thể là một chuyến đi giải tỏa tâm lý. Nhưng cô muốn nói gì? Đội trưởng đã bảo rồi đấy. Chúng ta đến đây để xác minh chứng cứ ngoại phạm của cô ấy. Và nó hoàn hảo. Thế chưa được hay sao?"

"Còn một điều nữa." Utsumi Kaoru nói, biểu cảm không đổi. "Cô ấy thấy phu nhân bật nguồn điện thoại vài lần. Bật máy, rồi kiểm tra tin nhắn và tin nhắn thoại. Xác nhận xong lại tắt nguồn ngay lập tức."

"Chắc là tiết kiệm pin. Chuyện đó bình thường mà."

"Có chắc không?"

"Còn nghĩ được gì khác nữa?"

"Có khi nào cô ấy biết trước sẽ có liên lạc từ ai đó không? Chính xác hơn, là muốn tránh phải trực tiếp nhận cuộc gọi ấy. Sau khi nắm rõ tình hình qua tin nhắn thoại rồi mới chủ động liên lạc. Vì muốn làm như vậy nên mới tắt nguồn điện thoại."

Kusanagi lắc đầu. Cô cảnh sát trẻ này tuy đầu óc thông minh nhưng hết sức ngoan cố.

Anh nhìn xuống đồng hồ rồi đứng dậy.

"Đi thôi. Muộn giờ lên máy bay rồi."

9

Vừa bước vào tòa nhà đã thấy mát lạnh gót chân. Tuy đang đi giày thể thao nhưng cô vẫn nghe tiếng bước chân vang lên rất rõ. Cứ như thể tất cả các căn phòng đều không có người.

Leo lên cầu thang cô mới thấy có người đi ngược chiều với mình. Một thanh niên đeo kính cận. Anh ta nhìn Utsumi Kaoru, có vẻ khá ngạc nhiên. Có lẽ vì hiếm khi thấy phụ nữ lạ mặt bước vào tòa nhà này.

Lần trước cô đến đây đã cách vài tháng. Không lâu sau khi được điều về tổ điều tra số 1. Trong khi điều tra vụ án, cô cần giải quyết một thủ đoạn đánh lừa về vật lý nên đã tới đây để xin lời khuyên. Vừa nhớ lại chuyện lúc ấy, cô vừa tiến về căn phòng đích đến.

Phòng nghiên cứu số 13 nằm ở đúng vị trí trong trí nhớ của Kaoru. Cũng giống như lần trước, trên cửa phòng có treo tấm bảng cho biết những người thuộc phòng nghiên cứu hiện đang ở đâu. Bên cạnh cái tên Yukawa, viên nam châm màu đỏ gắn vào ô "đang ở trong phòng". Thấy vậy, cô thở phào. Có vẻ anh không quên cái hẹn với cô. Phụ tá và các học trò đều đã lên lớp nghe giảng. Điều này càng làm cô yên tâm. Nếu có thể thì cô không muốn ai khác nghe chuyện.

Vừa gõ cửa đã có tiếng "vâng" đáp lại nên cô đứng chờ, nhưng đợi mãi không thấy cửa mở.

"Thật tiếc nhưng không phải cửa tự động đâu", tiếng nói từ bên trong vọng ra.

Kaoru tự mở cánh cửa, thấy trước mặt tấm lưng của một người mặc áo cộc tay màu đen. Trước mặt người đó là màn hình máy tính cỡ lớn. Trên màn hình đang chiếu hình ảnh của thứ gì đó kết hợp từ những khối cầu lớn nhỏ.

"Xin lỗi, cô bật giúp công tắc máy pha cà phê ở cạnh bồn rửa được không? Nước và cà phê tôi để sẵn trong đó rồi," chủ nhân của cái lưng nói.

Bồn rửa nằm ngay phía tay phải khi bước vào phòng. Đúng là có chiếc máy pha cà phê ở đó. Máy có vẻ còn mới. Kaoru bật công tắc, phút chốc đã nghe tiếng nước reo.

"Tôi tưởng anh thích cà phê hòa tan?" Kaoru nói.

"Tôi chiến thắng ở hội thi cầu lông và phần thưởng là máy pha cà phê. Đằng nào cũng có rồi thì dùng thử, không ngờ lại rất tiện. Hơn nữa giá thành tính cho mỗi cốc cũng rẻ."

"Giá mình dùng nó sớm hơn thì tốt biết mấy à?"

"Chuyện đó thì không. Cái máy đó có khuyết điểm lớn."

"Gì thế?"

"Nó không tạo được vị của cà phê hòa tan," vừa nói anh vừa gõ bàn phím. Yukawa Manabu, chủ nhân của căn phòng, xoay chiếc ghế và quay về phía Kaoru. "Đã quen với công việc ở tổ điều tra số 1 chưa?"

"Một chút."

"Thế à. Tốt đấy chứ. Tuy vậy, tôi vẫn giữ nguyên quan điểm: quen với nghề cảnh sát hình sự cũng có nghĩa là từ từ đánh mất nhân tính."

"Anh cũng nói y hệt như vậy với Kusanagi à?"

"Tôi nói nhiều lần ấy. Chắc anh ta chẳng hề dao động đâu." Yukawa quay lại nhìn màn hình máy tính, đặt tay lên con chuột.

"Đó là gì vậy?"

"Cái này à? Cấu tạo tinh thể của ferrite được mô hình hóa."

"Ferrite... nam châm à?"

Nhà vật lý học mở to đôi mắt phía sau cặp kính nhìn Kaoru.

"Cô biết rõ nhỉ. Chính xác thì nó được gọi là vật liệu từ tính, nhưng thế là giỏi rồi."

"Tôi đọc ở cuốn sách nào đó. Đại loại là nó được sử dụng cho đầu từ."

"Muốn cho Kusanagi nghe quá." Yukawa tắt màn hình rồi quay lại nhìn Kaoru. "Trước hết cô trả lời câu hỏi của tôi nhé. Tại sao phải giữ bí mật với Kusanagi chuyện cô đến đây?"

"Để giải thích chuyện đó thì tôi phải kể về vụ án trước đã."

Yukawa chậm rãi lắc đầu.

"Lần này, tôi đã từ chối gặp khi nói chuyện với cô qua điện thoại. Tôi không còn muốn dính dáng đến việc điều tra của cảnh sát nữa. Vì thế cái làm tôi muốn gặp chính là mấy chữ giữ-bí-mật-với-Kusanagi. Tại sao lại phải giấu anh ta? Tôi muốn biết nên mới dành thời gian cho cô như thế này. Vì thế trước hết tôi muốn nghe lý do đó. Tôi cũng phải nói luôn, việc có nghe về vụ án hay không thì để tôi quyết định sau."

Yukawa lạnh nhạt nói. Nhìn khuôn mặt anh, Utsumi thầm hỏi không hiểu chuyện gì đã xảy ra. Theo lời Kusanagi kể thì anh ta từng tích cực hợp tác với việc điều tra. Song sau một vụ án, quan hệ với Kusanagi đã trở nên xa cách, còn đó là vụ án như thế nào thì Kaoru không được biết.

"Nhưng rất khó để giải thích sự tình mà lại không kể về vụ án."

"Làm gì có chuyện đó. Cảnh sát các cô có cho đối phương biết chi tiết vụ án khi thẩm vấn họ không? Vừa làm mù mờ những điểm quan trọng, vừa khai thác được những gì mình muốn biết không phải là sở trường của cô hay sao? Chỉ cần áp dụng kỹ thuật ấy là được. Nào, cô mau nói đi. Cứ chần chừ thì sinh viên sẽ quay lại đấy."

Trước giọng điệu đầy vẻ chế nhạo, Utsumi bất giác tỏ ra khó chịu. Cô bỗng muốn làm cho nhà khoa học có vẻ điềm tĩnh này bối rối một chút.

"Sao vậy?" Anh ta nhíu mày. "Không có hứng trò chuyện?"

"Không phải vậy."

"Thế thì mau lên. Tôi thực sự không có thời gian đâu."

"Anh Kusanagi," cô tiếp tục nhìn chằm chằm vào đôi mắt Yukawa. "Đang yêu."

"Hả?"

Ánh nhìn sắc bén biến mất trong đôi mắt Yukawa. Như một cậu bé lạc đường, điểm nhìn cũng trở nên mơ hồ. Anh tiếp tục nhìn Kaoru bằng đôi mắt ấy.

"Sao cơ?"

"Yêu." Cô nhắc lại. "Anh Kusanagi đang yêu."

Yukawa cúi đầu, chỉnh cặp kính rồi lại nhìn Kaoru, ánh mắt giờ đã đầy cảnh giác.

"Ai?" anh hỏi.

"Kẻ tình nghi." Kaoru đáp. "Anh ấy đang yêu kẻ tình nghi của vụ án lần này. Vì thế anh ấy nhìn nhận vụ án từ góc độ hoàn toàn khác với tôi. Đó là lý do tôi không muốn cho Kusanagi biết việc mình đến đây."

"Tóm lại, việc tôi cho cô lời khuyên nào đó có thể lại là điều mà anh ta không mong đợi?"

"Đúng là như vậy." Kaoru gật đầu.

Yukawa khoanh tay, nhắm mắt lại. Anh ngả mình vào lưng ghế rồi thở hắt ra.

"Tôi đã đánh giá thấp cô rồi. Tôi định sẽ nhanh chóng mời cô về bất kể cô nói gì nhưng không thể ngờ lại có chuyện như vậy. Yêu à? Hơn nữa còn là Kusanagi!"

"Tôi nói về vụ án được chưa?" Kaoru vừa nói vừa nhấm nháp cảm giác chiến thắng.

"Đợi một chút. Uống cà phê trước đã. Nếu không lấy lại bình tĩnh thì tôi khó có thể tập trung lắng nghe."

Yukawa đứng dậy, rót cà phê vào hai chiếc cốc.

"Đúng là vừa hay." Kaoru nhận lấy một cốc và nói.

"Sao nào?"

"Bởi vì, vụ án trùng khớp với việc vừa uống cà phê vừa trò chuyện. Vụ án bắt đầu từ cà phê."

"Hoa trong giấc mơ cũng có khi nở từ một tách cà phê... hình như ngày xưa từng có bài hát như vậy. Nào, kể cho tôi nghe đi." Yukawa tựa vào ghế, hớp từng ngụm cà phê.

Kaoru kể tuần tự những việc đã sáng tỏ về vụ sát hại Mashiba Yoshitaka. Tuy tiết lộ nội dung điều tra cho người ngoài là vi phạm nguyên tắc nhưng Kusanagi từng nói Yukawa sẽ không chịu hợp tác nếu không làm như vậy. Quan trọng hơn, bản thân Kaoru tin tưởng nhân vật này.

Nghe hết câu chuyện thì Yukawa cũng uống hết cà phê, anh đăm đăm nhìn vào đáy chiếc cốc đã cạn.

"Tóm lại là thế này nhỉ. Cô nghi ngờ người vợ của nạn nhân, còn Kusanagi đang yêu cô ta nên không thể đưa ra phán đoán công bằng."

"Dùng chữ 'yêu' là tôi nói hơi quá. Vì muốn thu hút sự quan tâm của anh nên tôi đã lựa chọn từ ngữ gây ấn tượng. Nhưng, tôi tin rằng anh Kusanagi thực sự có những cảm xúc đặc biệt. Phần nào thì anh ấy cũng khác so với mọi khi."

"Tôi sẽ không hỏi vì sao cô có thể khẳng định điều đó. Vì tôi chủ trương tin tưởng vào trực giác của phụ nữ trong những chuyện như vậy."

"Cảm ơn anh."

Yukawa nhíu mày, đặt cốc cà phê lên mặt bàn.

"Nhưng trong phạm vi lời kể của cô, tôi cũng không nghĩ rằng Kusanagi suy nghĩ thiên lệch đến vậy. Mashiba Ayane... tên như thế nhỉ, chứng cứ ngoại phạm của người phụ nữ đó đúng là hoàn hảo."

"Nếu là hành vi phạm tội có sử dụng hung khí trực tiếp như dao hay súng thì không nói làm gì, nhưng trong vụ án này lại là thuốc độc. Tôi nghĩ có thể chuẩn bị trước khi vụ án xảy ra."

"Ý cô không phải là nhờ tôi suy nghĩ về cái sự chuẩn bị đó đâu nhỉ?"

Kaoru im lặng vì bị nói trúng tim đen. *Quả nhiên*, nhà vật lý học nhếch môi.

"Có vẻ như cô hiểu nhầm, nhưng vật lý không phải là trò ảo thuật."

"Nhưng đến giờ thầy đã nhiều lần giải được những mưu mẹo giống như ảo thuật mà."

"Trò bịp bợp của tội phạm và ảo thuật là khác nhau. Cô biết sự khác biệt ấy không?" Thấy Kaoru lắc đầu, Yukawa bèn tiếp tục. "Đương nhiên cái nào cũng có mánh lới. Nhưng cách xử lý chúng thì hoàn toàn khác nhau. Trong ảo thuật, khi màn trình diễn kết thúc thì khách xem cũng mất luôn cơ hội nhìn ra mánh lới ấy. Nhưng với trò bịp của tội phạm thì đội điều tra có khả năng nghiên cứu hiện trường phạm tội cho đến khi hiểu rõ tất cả. Nếu có sự chuẩn bị nào đó thì nhất định sẽ để lại dấu vết. Việc buộc phải xóa sạch hoàn toàn dấu vết chính là điểm khó nhất trong thủ đoạn của kẻ phạm tội."

"Trong vụ án này, không có khả năng các dấu vết được xóa đi một cách tài tình à?"

"Từ những gì cô kể lại thì tôi buộc phải nói khả năng đó khá thấp. Tên cô tình nhân là gì ấy nhỉ?"

"Wakayama Hiromi."

"Cô gái xác nhận đã uống cà phê cùng nạn nhân

đúng không? Người pha cà phê hình như cũng là cô ta. Nếu có sự chuẩn bị trước thì tại sao lúc ấy lại không xảy ra chuyện gì? Đó là điểm kỳ lạ nhất. Khi nãy cô có một suy luận thật thú vị. Ấy là thủ đoạn đưa sẵn chất độc cho nạn nhân và nói rằng nó khiến cà phê ngon hơn. Nếu đó là thủ đoạn trong phim trinh thám thì cũng không tệ nhưng không thể là phương thức mà tội phạm lựa chọn trong thực tế."

"Có chắc không?"

"Thử tưởng tượng mình là thủ phạm đi. Nếu đưa chất độc và nói những câu ấy rồi anh ta sử dụng ở đâu đó bên ngoài thì chuyện gì sẽ xảy ra? Giả sử anh ta ở bên ai đó và nói cái này được vợ đưa cho rồi bỏ vào cà phê thì sao?"

Kaoru cắn môi. Điều cô vừa được nghe quả thật rất đúng. Sự thật là cô chỉ không thể gạt đi suy luận ấy mà thôi.

"Nếu cho rằng phu nhân là thủ phạm thì cô ta phải dùng đến phương thức xử lý được ít nhất ba trở ngại." Yukawa giơ lên ba ngón tay. "Thứ nhất, chất độc không bị phát giác. Nếu không thì việc tạo chứng cứ ngoại phạm chẳng còn ý nghĩa. Thứ hai, người uống chất độc đó nhất định phải là Mashiba. Giả sử có kéo theo cả cô tình nhân đi nữa, nếu không thể sát hại Mashiba thì vô nghĩa. Cuối cùng, bắt buộc phải thực hiện được cách thức ấy trong thời gian ngắn. Đêm trước khi đi Hokkaido, ở ngôi nhà đó có tiệc đúng không? Nếu cho chất độc vào thứ gì đó ở thời điểm ấy thì có nguy cơ người khác sẽ trở thành nạn nhân. Vì vậy tôi nghĩ thủ đoạn phải được tiến hành sau đó."

Sau khi tuôn một tràng không ngừng, anh giơ rộng hai cánh tay.

"Tôi đầu hàng. Không thể nghĩ ra được thủ đoạn nào như vậy. Ít nhất là với tôi."

"Mấy trở ngại đó khó đến thế kia à?"

"Với tôi thì thực sự khó đấy. Đặc biệt là trở ngại đầu tiên thật sự không dễ để vượt qua. Cho rằng phu nhân không phải là thủ phạm còn hợp lý hơn."

Kaoru thở dài. Cô cảm thấy, nếu nhân vật này mà khẳng định chắc chắn như vậy thì có lẽ là không thể làm được thật.

Đúng lúc ấy di động đổ chuông. Cô nhìn Yukawa đi pha lượt cà phê mới và bắt máy.

"Đang ở đâu đấy?" Giọng nói của Kusanagi vang lên. Ngữ điệu có phần thô lỗ.

"Tôi đi lấy thông tin ở hiệu thuốc. Tôi được lệnh tìm hiểu cách thức để mua thạch tín. Có chuyện gì thế?"

"Bên giám định làm rồi. Chất độc đã được phát hiện ở chỗ khác ngoài cà phê."

Kaoru nắm chặt điện thoại. "Tìm được ở đâu thế?"

"Ấm nước. Cái ấm đun nước ấy."

"Cái đó á?"

"Có cả một lượng lớn nên có vẻ không sai đâu. Giờ sẽ yêu cầu Wakayama Hiromi hợp tác điều tra."

"Cô ấy ư?"

"Trên ấm nước có dấu vân tay của cô ta."

"Điều đó là đương nhiên. Cô ấy nói sáng Chủ nhật có pha cà phê mà."

"Tôi biết. Thế thì cô ta mới có cơ hội để hạ độc."

"Chỉ thấy dấu vân tay của cô ấy thôi à?"

"Tất nhiên là cả dấu vân tay của nạn nhân nữa."

"Phu nhân thì sao? Có lưu dấu vân tay không?"

Có thể nghe rõ tiếng thở dài của Kusanagi.

"Vì là chủ nhân căn nhà nên cũng có một đôi vết lưu lại. Tuy nhiên, người cuối cùng chạm vào nó không phải là phu nhân. Xác định được từ tình trạng chồng chéo của các dấu vân tay. Với lại, dường như cũng không có dấu vết cho thấy ai đó đã đeo găng tay rồi động tới cái ấm."

"Tôi được học là dấu vết của găng tay thì chắc chắn không sót lại."

"Biết rồi. Chuyện đó tôi biết. Dù sao đi nữa, xét từ hoàn cảnh mà nói, ngoài Wakayama Hiromi thì không ai có thể hạ độc. Sẽ tiến hành lấy cung ở trụ sở chính nên cô về mau đi."

Tôi biết rồi, điện thoại ngắt trước khi Kaoru kịp nói hết câu.

"Có tiến triển đúng không?" Yukawa hỏi, anh vừa đứng vừa uống cà phê.

Kaoru kể lại nội dung cuộc điện thoại. Anh tiếp tục uống cà phê và nghe cô kể, không thể hiện phản ứng gì.

"Tìm thấy ở ấm nước à? Điểm này có vẻ bất ngờ nhỉ."

"Đúng là có lẽ tôi đã nghĩ hơi quá. Sáng Chủ nhật, Wakayama Hiromi dùng cùng chiếc ấm đó pha cà phê và uống với nạn nhân. Tóm lại, thời điểm đó thì chất độc chưa được trộn vào cà phê. Hành vi phạm tội không thể là của Mashiba Ayane được."

"Hơn nữa, chuẩn bị trước chất độc vào ấm nước

chẳng lợi gì cho phu nhân. Cũng chẳng thành thủ đoạn gì hết."

Kaoru nghiêng đầu, cô chưa hiểu ý anh.

"Cô vừa khẳng định phu nhân không có khả năng thực hiện hành vi phạm pháp, nhưng đó là vì có người đã dùng cái ấm trước khi vụ án xảy ra. Nếu không có người đó thì sao? Cảnh sát sẽ cho rằng phu nhân cũng có cơ hội để trộn chất độc đúng không? Tóm lại là đối với cô ta, việc mất công chuẩn bị bằng chứng ngoại phạm chẳng để làm gì cả."

"A... quả đúng như vậy." Kaoru khoanh tay, đầu cúi xuống. "Tức là, có thế nào thì Mashiba Ayane cũng được loại trừ khỏi đối tượng tình nghi nhỉ."

Nhưng với câu hỏi này, Yukawa không trả lời mà chỉ đăm đăm nhìn Kaoru.

"Vậy tiếp theo cô định chuyển sang hướng nào? Nếu không coi phu nhân là thủ phạm nữa thì sau đây sẽ giống như Kusanagi, nghi ngờ cô tình nhân?"

Kaoru lắc đầu.

"Tôi không nghĩ vậy."

"Có vẻ tự tin nhỉ. Cô có thể cho tôi biết căn cứ vào đâu không? Không lẽ lý do là cô ta không thể giết người đàn ông mình yêu?" Yukawa ngồi lên ghế, bắt chân chữ ngũ.

Kaoru thấy hoang mang trong lòng. Bởi vì, cô quả thật định nói như vậy. Cô không có bất cứ căn cứ cụ thể nào khác.

Tuy vậy, trong khi quan sát Yukawa, cô có cảm giác anh cũng cho rằng Wakayama Hiromi không phải là thủ phạm, hơn nữa có thể còn có căn cứ rõ ràng. Anh chỉ nghe về vụ án qua lời kể của cô. Liệu có dấu hiệu nào đó để xác nhận rằng Wakayama Hiromi không bỏ chất độc vào ấm nước hay không?

A! Cô ngẩng mặt lên.

"Sao vậy?"

"Rửa ấm nước."

"Gì cơ?"

"Nếu cô ấy bỏ chất độc vào ấm nước thì đã rửa nó trước khi cảnh sát đến. Người phát hiện ra thi thể là cô ấy mà. Dù thế nào cũng dư thời gian."

Yukawa gật đầu vẻ hài lòng.

"Đúng thế. Thêm nữa, nếu cô ta là thủ phạm thì không chỉ rửa mỗi cái ấm mà sẽ xử lý cả chỗ bột cà phê hay giấy lọc đã sử dụng luôn ấy chứ. Sau đó sẽ để lại bên thi thể túi ni lông hoặc thứ gì đó có chứa chất độc. Ngụy trang cho ra vẻ tự sát."

"Cảm ơn anh." Kaoru gật đầu. "Thật may là tôi đã đến đây. Làm phiền anh rồi."

Khi cô quay ra cửa thì Yukawa gọi lại, "Đợi đã."

"Chắc cũng khó để tôi có thể quan sát hiện trường nên nếu có ảnh thì tốt."

"Ảnh kiểu gì ạ?"

"Ảnh chụp căn bếp có cà phê bị trộn thuốc độc. Ngoài ra tôi cũng muốn xem ảnh những cốc chén hay ấm nước được thu giữ."

Kaoru mở to mắt. "Anh đồng ý giúp tôi?"

Yukawa nhăn mặt và gãi đầu.

"Lúc rảnh rỗi động não một chút cũng được. Để

xem một người ở Hokkaido có khả năng hạ độc một người ở Tokyo hay không."

Kaoru bất giác mỉm cười. Cô mở túi đeo vai, lấy ra một tập hồ sơ.

"Xin mời."

"Đây là?"

"Món hàng anh đặt đấy. Sáng nay tôi đã chụp lại."

Yukawa khẽ liếc qua tập tài liệu.

"Nếu giải được bí ẩn thì có thể lấy luôn thủ đoạn đó làm bài học." Anh nói với vẻ hài hước. "Tất nhiên là dành cho Kusanagi."

10

Kusanagi gọi điện thoại cho Wakayama Hiromi thì được biết cô đang ở Daikanyama. Có lẽ có giờ học patchwork của Mashiba Ayane.

Leo lên chiếc xe do Kishitani cầm lái, họ hướng về Daikanyama. Tòa chung cư màu trắng ốp gạch nằm giữa khu kiến trúc xa hoa. Cửa ra vào không phải loại tự động khóa, thật hiếm thấy ở thời buổi này. Hai người bước vào thang máy, đi lên tầng ba. Trước cửa căn phòng số 305 có gắn tấm biển đề chữ "Anzu House".

Vừa nhấn chuông gọi thì cửa mở ra. Có thể thấy gương mặt đầy bất an của Wakayama Hiromi.

"Xin lỗi vì làm phiền dù cô đang bận." Kusanagi bước vào. "Thực ra thì," vừa dứt lời mào đầu, anh dừng lại vì thấy Mashiba Ayane ở cuối căn phòng.

"Các anh có phát hiện gì à?" Ayane lại gần.

"Cô cũng ở đây à?"

"Chúng tôi đang trao đổi về kế hoạch trước mắt. Nhưng có việc gì cần đến Hiromi thế ạ? Tôi tưởng không có gì cần hỏi cô ấy nữa."

Câu hỏi nhẹ nhàng nhưng rõ ràng có hàm ý trách móc Kusanagi. Bị nhìn đăm đăm bởi ánh mắt u buồn ấy, anh chợt thấy ngại ngần.

"Tình hình có chút tiến triển," Kusanagi quay sang phía Wakayama Hiromi. "Giờ cô có thể đi cùng chúng tôi đến sở cảnh sát thành phố không?"

Mắt Wakayama Hiromi mở to. Cô liên tục chớp mắt.

"Có chuyện gì vậy?" Người hỏi là Ayane. "Tại sao cô ấy lại phải đi cùng cảnh sát?"

"Điều đó thì tôi không thể nói ở đây bây giờ được... Cô Wakayama, cô có thể đi cùng đúng không? Đừng lo. Chúng tôi không đến đây bằng xe cảnh sát đâu."

Wakayama Hiromi yếu ớt nhìn Ayane rồi quay lại gật đầu với Kusanagi.

"Tôi hiểu rồi. Nhưng tôi có thể về ngay phải không?"

"Nếu vấn đề được giải quyết."

"Vâng, tôi sẽ sửa soạn đi ngay."

Wakayama Hiromi thoáng biến mất ở cuối phòng rồi nhanh chóng quay lại với áo khoác và túi xách trên tay. Trong lúc ấy Kusanagi không thể nhìn về phía Ayane. Như mọi khi anh vẫn có cảm giác mình bị quan sát.

Được Kishitani mời đi trước, Wakayama Hiromi bước ra khỏi phòng. Kusanagi đang định bước theo thì tay anh bị Ayane giữ lại. "Đợi một chút." Lực tay mạnh đến bất ngờ.

"Hiromi bị nghi ngờ à? Không thể nào, không thể có chuyện ấy đúng không?"

Kusanagi thấy khó xử. Kishitani đang chờ bên ngoài cánh cửa.

"Cậu đi trước đi." Kusanagi nói rồi tạm thời đóng cửa, quay lại nhìn Ayane.

"A... Tôi xin lỗi." Cô buông cánh tay. "Nhưng, nhất định không thể có chuyện cô ấy là thủ phạm được. Nếu nghi ngờ cô ấy thì đó là sự nhầm lẫn không thể chấp nhận."

"Chúng tôi cần xem xét tất cả các khả năng."

Ayane dứt khoát lắc đầu.

"Khả năng đó là con số không. Cô ấy chắc chắn không giết chồng tôi. Cảnh sát phải hiểu rõ điều đó chứ."

"Vì sao?"

"Bởi vì, anh biết đúng không? Về mối quan hệ giữa cô bé và chồng tôi."

Kusanagi bối rối vì quá bất ngờ.

"Cô biết rồi à?"

"Hôm trước tôi nói chuyện với Hiromi về việc đó. Tôi gặng hỏi cô ấy về mối quan hệ với chồng mình. Và cô ấy đã thẳng thắn thừa nhận."

Ayane bắt đầu kể chi tiết về cuộc đối thoại lúc ấy. Nội dung của nó làm Kusanagi phải nín thở nhưng điều làm anh ngạc nhiên hơn cả là dù có chuyện như thế xảy ra, hôm nay, trong căn phòng này, hai người vẫn có thể trao đổi về công việc. Có thể vì người chồng đã qua đời nhưng Kusanagi thực sự không hiểu nổi tâm lý của hai người phụ nữ này.

"Tôi trở về Sapporo là vì bị đề nghị chia tay mà còn tiếp tục ở ngôi nhà ấy thì sẽ rất khổ sở. Xin lỗi anh vì đã nói dối." Ayane cúi đầu. "Chính vì vậy, cô bé không có một lý do nào để giết chồng tôi cả. Xin đừng nghi ngờ cô ấy."

Kusanagi khó xử nhìn người phụ nữ đang khẩn cầu. Anh tự hỏi, cô có thể thật lòng bảo vệ cho người phụ nữ đã cướp chồng mình đến mức này hay sao.

"Tôi hiểu rõ những gì cô vừa nói. Có điều chúng tôi không thể phán đoán dựa trên cảm tính được. Chúng tôi phải giải quyết một cách khách quan dựa vào vật chứng cụ thể."

"Vật chứng? Ý anh là có vật chứng minh Hiromi là thủ phạm à?" Ánh mắt Ayane trở nên dữ dội.

Kusanagi thở dài trầm ngâm. Anh ngầm nhận định, dù có nói ra căn cứ nghi ngờ Wakayama Hiromi cũng không gây trở ngại gì cho quá trình điều tra tiếp theo.

"Cách thức hạ độc đã rõ ràng rồi." Kusanagi cho Ayane biết chất độc được tìm thấy trong ấm nước của gia đình Mashiba và không xác nhận được ai khác ngoài Wayakama Hiromi ghé đến nhà Mashiba vào ngày xảy ra vụ án."

"Từ ấm nước ấy... Thật vậy à?"

"Cũng chưa phải là chứng cứ có tính tuyệt đối. Nhưng người có khả năng hạ độc chỉ có thể là cô Wayakama nên bắt buộc phải nghi ngờ cô ấy."

"Nhưng..." Ayane dừng lại như không thể tiếp tục.

"Tôi đang vội nên đành xin phép." Kusanagi gật đầu, rời khỏi căn phòng.

Ngay sau khi họ đưa Wakayama Hiromi về đến trụ sở cảnh sát thành phố, Mamiya khẩn trương tiến hành thẩm vấn ở phòng lấy cung. Thông thường việc thẩm vấn được thực hiện tại sở cảnh sát Meguro nơi thành lập tổ điều tra nhưng lần này Mamiya yêu cầu tiến hành ở sở cảnh sát thành phố. Có lẽ ông đoán nhiều khả năng Wakayama Hiromi sẽ tự thú. Nếu cô ta tự thú, họ sẽ xin lệnh bắt rồi mới đưa về trụ sở Meguro. Như vậy có thể tạo ấn tượng với giới truyền thông bằng hình ảnh bắt giữ rồi dẫn giải tội phạm.

Kusanagi vừa ngồi vào ghế của mình với kết quả điều tra trên tay thì Utsumi Kaoru quay về. Câu đầu tiên cô nói là lời khẳng định Wakayama Hiromi không phải thủ phạm.

Kusanagi chán nản khi nghe căn cứ của cô. Không phải vì đó là lý lẽ vô giá trị. Ngược lại. Nếu Wakayama Hiromi là thủ phạm thì có để mặc ấm nước như vậy sau khi phát hiện thi thể hay không? Một giả thuyết có sức thuyết phục.

"Vậy thì, ngoài cô ta, kẻ nào đã hạ độc? Tôi nói luôn, không thể là Mashiba Ayane."

"Kẻ nào thì không rõ. Chỉ có thể nói đó là người đã vào nhà Mashiba sau khi Wakayama Hiromi rời khỏi đó vào sáng Chủ nhật."

Kusanagi lắc đầu.

"Không có ai như vậy cả. Hôm đó, Mashiba Yoshitaka ở một mình suốt cả ngày."

"Cũng có thể chúng ta chỉ chưa tìm ra thôi. Dù sao thì việc điều tra Wakayama Hiromi là vô nghĩa. Không những vô nghĩa mà làm không khéo còn thành ra vi phạm nhân quyền."

Thái độ của cô mạnh mẽ hơn hẳn ngày thường làm Kusanagi thoáng nao núng. Đúng lúc ấy, điện thoại di động trong túi áo của anh đổ chuông.

Không hiểu sao anh lại thấy mình vừa được cứu thua, Kusanagi nhìn xuống điện thoại và bất ngờ. Người gọi là Mashiba Ayane.

"Xin lỗi vì gọi đến khi anh đang làm việc. Nhưng tôi có chuyện nhất định muốn nói nên..."

"Chuyện gì vậy?" Kusanagi nắm chặt chiếc điện thoại.

"Về việc chất độc được tìm thấy trong ấm đun nước, tôi nghĩ không nhất thiết phải là ai đó đã bỏ độc vào chiếc ấm."

Kusanagi bối rối, chắc chắn cuộc gọi nhằm xin cho Wakayama Hiromi sớm được thả về.

"Vì sao?"

"Điều này có lẽ tôi nên nói sớm hơn mới phải. Chồng tôi là người vô cùng quan tâm đến sức khỏe, rất hiếm khi anh ấy uống nước máy trực tiếp. Khi nấu nướng luôn sử dụng nước từ thiết bị lọc. Uống trực tiếp chỉ có nước đóng chai thôi. Khi pha cà phê, anh ấy cũng bảo tôi sử dụng nước đóng chai. Vì thế khi tự pha cà phê, tôi tin anh ấy cũng làm như vậy."

Anh hiểu ra điều cô muốn nói.

"Ý cô là chất độc được bỏ vào nước đóng chai à?"

Dường như nghe được tiếng Kusanagi, Utsumi Kaoru đang ngồi bên cạnh rướn một bên lông mày.

"Tôi nghĩ có thể xét tới khả năng ấy. Vì vậy, thật lạ nếu chỉ nghi ngờ một mình Hiromi. Bởi vì, nếu chất độc được hòa vào nước đóng chai thì người khác cũng có cơ hội làm điều đó."

"Có vẻ đúng nhưng..."

"Ví dụ như..." Mashiba Ayane tiếp tục. "Ngay cả tôi cũng có khả năng thực hiện."

11

Thời điểm Kaoru đưa Wakayama Hiromi rời trụ sở cảnh sát về nhà riêng bằng ô tô là hơn 8 giờ tối một chút. Hiromi đã ở phòng thẩm vấn khoảng hai tiếng đồng hồ. Với người chịu trách nhiệm thẩm vấn là Mamiya thì thời gian như vậy rõ ràng quá ngắn so với dự kiến.

Lý do kết thúc sớm hiển nhiên là ảnh hưởng lớn từ cuộc điện thoại của Mashiba Ayane. Theo lời cô, chồng cô Mashiba Yoshitaka yêu cầu nhất định phải dùng nước đóng chai khi pha cà phê. Nếu câu chuyện đó là thật thì người có khả năng chuẩn bị chất độc không chỉ có mình Wakayama Hiromi. Chỉ cần pha sẵn vào nước trước đó là được.

Trước một Hiromi vừa khóc vừa khăng khăng phủ nhận mình không phạm tội, Mamiya dường như cũng không nghĩ ra cách dồn ép nào hiệu quả nên đành miễn cưỡng đồng ý khi Kaoru đề nghị trước mắt hôm nay cứ để Hiromi ra về.

Ngồi bên ghế phụ, Hiromi im lìm. Kaoru dễ dàng hình dung được tinh thần cô gái đang vô cùng rệu rã. Bị cảnh sát hình sự chất vấn với vẻ uy hiếp, ngay cả đàn ông cũng có khi rối loạn bởi nỗi sợ hãi và tức giận do bị dồn ép. Có lẽ cô cần thêm chút thời gian để ổn định cảm xúc đang dâng trào đến mức bật khóc. *Không, dù có bình tĩnh trở lại thì chắc cô ấy cũng không chủ động bắt chuyện trước,* Kaoru nghĩ. Đã biết là cảnh sát đang nghi ngờ mình thì chắc chắn sẽ không có thiện cảm ngay cả với nữ cảnh sát đưa mình về nhà.

Bất ngờ Hiromi lấy điện thoại di động ra. Hình như có cuộc gọi đến.

Vâng, cô khẽ đáp.

"... Kết thúc được một lúc rồi ạ. Bây giờ em đang trên đường về bằng ô tô... Không, nữ cảnh sát đưa em về... Không, không phải sở cảnh sát Meguro, em về từ sở cảnh sát thành phố, chắc mất một lúc nữa... Vâng, em cảm ơn cô." Hiromi ngắt máy.

Kaoru điều chỉnh hơi thở rồi cất lời.

"Cô Mashiba Ayane gọi à?"

Người Hiromi như cứng đờ lại khi được hỏi.

"Đúng thế, việc đó có sao không?"

"Lúc nãy Kusanagi cũng nhận được điện thoại của cô ấy. Có vẻ rất lo lắng cho cô."

"Vậy à."

"Hai người đã nói chuyện về việc của cô với Mashiba Yoshitaka rồi phải không?"

"Sao cô biết chuyện đó?"

"Kusanagi nghe Ayane kể lại. Lúc cô bị đưa đến sở cảnh sát."

Kaoru liếc nhanh sang vì thấy Hiromi im lặng. Ánh mắt cô hướng xuống đầy u buồn. Có lẽ vì đó không phải là chuyện vui vẻ gì khi bị người khác biết.

"Nói thế này tuy hơi thất thố nhưng có một điều tôi thấy rất kỳ lạ. Thường thì, mâu thuẫn là đương nhiên, nhưng hai người có vẻ không ảnh hưởng gì, vẫn thân thiết như trước."

"Việc đó... tôi nghĩ là vì anh Mashiba đã qua đời."

"Kể cả như vậy, đó vẫn là cảm xúc tự nhiên mà."

"Cô nói đúng," Hiromi nói sau một thoáng im lặng. Cô thừa nhận chính mình cũng không thể giải thích được mối quan hệ nhạy cảm hiện tại.

"Tôi có hai, ba điều muốn hỏi, không biết có được không?"

Có thể nghe rõ tiếng thở dài của Hiromi.

"Vẫn còn chuyện gì nữa?" Cô đáp với giọng chán chường.

"Xin lỗi, tôi biết cô đang mệt. Chỉ là câu hỏi đơn giản thôi. Không làm cô bị tổn thương đâu."

"Cô nói đi?"

"Sáng hôm Chủ nhật, cô đã uống cà phê cùng anh Mashiba. Cà phê lúc đó là cô pha."

"Lại là chuyện ấy à?" Hiromi lại như sắp khóc. "Tôi không làm gì cả. Tôi không biết gì về chất độc."

"Không phải như vậy, tôi hỏi về cách pha cà phê cơ. Lúc đó cô lấy nước ở đâu?"

"Nước à?"

"Ý tôi là, cô lấy nước đóng chai hay nước máy?"

Hiromi nói bằng một giọng dường như kiệt sức.

"Khi đó, tôi lấy nước máy."

"Chắc chắn chứ?"

"Vâng. Có vấn đề gì à?"

"Tại sao cô lại dùng nước máy?"

"Tại sao à? Chẳng có lý do gì đặc biệt cả. Đun nước ấm thì sôi nhanh hơn mà."

"Khi đó, anh Mashiba có ở cạnh cô không?"

"Có. Tôi đã nói nhiều lần rồi mà. Tôi chỉ cho anh ấy cách pha cà phê." Giọng nói nghẹn ngào đã pha lẫn bực bội.

"Cô hãy nhớ cho kỹ vào. Không phải lúc pha cà phê. Khi cô lấy nước máy cho vào ấm đun, anh Mashiba có thực sự đứng đó không?"

Hiromi im lặng. Mamiya đã chất vấn cô đủ thứ nhưng chắc chắn chưa có câu hỏi nào như thế này.

"Đúng rồi..." Cô nói như thì thầm. "Đúng là như thế. Lúc đun nước thì anh ấy chưa xuất hiện. Tôi đun xong anh ấy mới vào bếp và bảo tôi hãy làm mẫu cho xem."

"Không nhầm lẫn gì chứ?"

"Vâng, giờ thì tôi nhớ ra rồi."

Kaoru cho xe đỗ vào lề đường. Cô bật đèn báo nguy hiểm rồi quay người sang ghế phụ, nhìn thẳng vào mắt Hiromi.

"Sao vậy?" Hiromi e dè thu mình lại.

"Trước cô có nói, cách pha cà phê là học từ Ayane?"

"Vâng," Hiromi gật đầu.

"Mashiba Ayane đã nói với Kusanagi thế này. Anh Mashiba Yoshitaka hết sức bận tâm đến sức khỏe nên không uống nước máy. Anh ấy yêu cầu phải dùng nước đã qua máy lọc để nấu ăn và lúc pha cà phê thì dùng nước đóng chai. Cô có biết việc này không?"

Hiromi mở to mắt ngạc nhiên, sau đó liên tục chớp mắt.

"Nói mới nhớ, tôi từng nghe cô giáo nói chuyện đó rồi. Nhưng cô cũng bảo không cần quá bận tâm."

"Thế à?"

"Vì dùng nước đóng chai thì tốn kém và cũng mất thời gian đun sôi. Nhưng nếu anh Mashiba có hỏi thì cứ bảo dùng nước đóng chai." Hiromi áp tay lên má. "Tôi đã quên khuấy..."

"Tức là Ayane thực ra vẫn dùng nước máy nhỉ?"

"Đúng vậy. Vì thế nên sáng hôm đó, khi pha cà phê cho anh Mashiba, tôi không băn khoăn gì hết." Hiromi nói, vẫn nhìn vào mắt Kaoru.

"Tôi hiểu rồi. Cảm ơn cô nhé." Cô tắt đèn báo khẩn cấp và nhả phanh tay.

"Thế... chuyện đó là thế nào vậy? Việc tôi dùng nước máy có vấn đề gì à?"

"Cũng không phải vấn đề gì. Cô biết đấy, cảnh sát đang nghi là anh Mashiba Yoshitaka bị hạ độc. Vì thế phải xác nhận chi tiết về tất cả những thứ anh ấy đưa vào miệng."

"Vậy à... Cô Utsumi, xin hãy tin tôi. Tôi thật sự không làm gì cả."

Hiromi nuốt nước bọt, mắt vẫn nhìn thẳng. Kaoru suýt thì buột miệng nói *"tôi tin."* Đó là điều cấm kị đối với cảnh sát hình sự.

"Cảnh sát không nghi ngờ một mình cô. Có thể nói chúng tôi nghi ngờ tất cả mọi người trong thế giới này. Một nghề đáng ghét."

Nhận được câu trả lời hoàn toàn không như mong đợi, Hiromi lại im bặt.

Kaoru đỗ xe trước tòa chung cư nằm cạnh ga Gakugei Daigaku. Hiromi xuống xe, đi bộ về phía cổng chính. Đang nhìn theo cô thì Kaoru đảo mắt về phía trước rồi nhanh chóng tắt động cơ. Bên kia cánh cửa kính là Mashiba Ayane.

Hiromi cũng hơi bất ngờ khi thấy Ayane. Ayane lo lắng nhìn về phía cô nhưng vừa nhận ra Kaoru đang chạy đến, đôi mắt ấy ánh lên vẻ tức giận. Vì thế Hiromi cũng quay lại, lộ vẻ hoang mang.

"Vẫn còn chuyện gì à?" Người hỏi là Hiromi.

"Tôi nhìn thấy chị Mashiba nên đến chào hỏi thôi." Kaoru nói. "Xin lỗi vì đã giữ Hiromi lại quá muộn." Cô cúi đầu.

"Nghi ngờ về Hiromi đã sáng tỏ rồi chứ?"

"Cô ấy đã cung cấp cho chúng tôi nhiều thông tin. Chị Mashiba cũng cho Kusanagi biết thông tin quý giá, cảm ơn chị."

"Nếu chúng có ích thì tốt rồi. Nhưng, những việc như thế này xin hãy dừng ở đây. Hiromi thực sự vô tội. Có chất vấn cô ấy cũng chẳng có ý nghĩa gì."

"Có ý nghĩa hay không hãy để phía chúng tôi đánh giá. Dù sao cũng mong được hai người tiếp tục hợp tác."

"Tôi sẽ hợp tác. Nhưng hãy thôi việc đến dẫn Hiromi đi như vậy đi."

Kaoru ngạc nhiên nhìn Ayane khi nhận thấy ngữ điệu của cô gay gắt khác hẳn với ấn tượng từ trước đến giờ.

Ayane quay về phía Hiromi.

"Hiromi này, em không nói thật là không được đâu. Cứ im lặng thì không ai có thể bảo vệ em được. Em hiểu cô đang nói gì mà? Ở cạnh cảnh sát liên tục nhiều giờ đồng hồ sẽ ảnh hưởng tới sức khỏe đấy."

Hiromi chợt sững lại trước những lời ấy. Như thể cô bị nói trúng điều gì đó đang che đậy. Một suy nghĩ lóe lên trong đầu Kaoru.

"Có lẽ nào, cô..." Kaoru chằm chằm nhìn Hiromi.

"Bây giờ, ở đây, em hãy nói ra đi. Vừa hay đây là nữ cảnh sát và chuyện cô cũng rõ rồi." Ayane nói.

"Cô giáo... Anh Mashiba nói với cô ạ?"

"Không. Nhưng cô biết. Cô cũng là phụ nữ mà."

Kaoru đã rõ họ đang nói về chuyện gì. Chỉ còn việc xác nhận thôi.

"Cô Wakayama, cô đang mang thai à?" Cô hỏi thẳng thừng.

Hiromi hơi ngập ngừng nhưng khẽ gật đầu. "Được hai tháng rồi."

Qua khóe mắt, Kaoru nhận ra Ayane khẽ giật mình. Vì vậy có thể xác nhận chị ta chưa nghe tin này từ Mashiba Yoshitaka. Chính chị ta nói đã nhận ra nhờ trực giác của phụ nữ. Nhưng khi trực giác ấy được Hiromi xác nhận, dù nói là đã biết nhưng quả thật ít nhiều vẫn bị sốc.

Tuy vậy, ngay khoảnh khắc tiếp theo, Ayane đã lại nhìn Kaoru với vẻ mặt bình tĩnh.

"Cô đã hài lòng rồi chứ? Đây là giai đoạn Hiromi phải hết sức giữ gìn. Cô cũng là phụ nữ nên sẽ hiểu đúng không? Việc cảnh sát thẩm vấn suốt mấy tiếng là vô giá trị."

Kaoru chỉ còn cách gật đầu. Thực tế là có rất nhiều điều mục phải chú ý về việc thẩm vấn phụ nữ đang mang thai.

"Tôi sẽ báo lên cấp trên. Tôi nghĩ từ giờ họ sẽ cân nhắc cẩn thận."

"Xin nhờ cả vào cô." Ayane nhìn Hiromi. "Vậy là tốt rồi. Cứ che giấu thì không thể đi bệnh viện được đâu."

Hiromi nhìn Ayane như sắp khóc, môi mấp máy. Kaoru không nghe rõ tiếng nhưng có vẻ cô nói "xin lỗi".

"Còn một điều mong cô nhắn giùm." Ayane tiếp tục. "Cha của đứa con trong bụng cô ấy là Mashiba Yoshitaka. Tôi nghĩ chính vì thế anh ấy mới quyết tâm chia tay với tôi để chọn cô ấy. Cô ấy chắc chắn sẽ không giết anh ấy, cha của đứa bé, đúng không nào?"

Kaoru đồng ý tuy vẫn giữ im lặng. *Vậy cô hiểu chuyện đó thế nào?* Ayane vừa lắc đầu vừa nói.

"Tôi thật không thể hiểu được cảnh sát đang nghĩ gì. Cô ấy hoàn toàn không có động cơ. Người có động cơ là tôi mới đúng."

Kusanagi và Mamiya vẫn ở trụ sở cảnh sát khi Kaoru quay lại. Họ đang uống cà phê mua từ máy bán hàng tự động. Cả hai trông đều chán nản.

"Wakayama Hiromi nói sao về vụ nước nôi?" Vừa trông thấy Kaoru, Kusanagi hỏi ngay. "Lúc pha cà phê cho Mashiba Yoshitaka ấy. Cô đã hỏi đúng không?"

"Tôi hỏi rồi. Cô ấy dùng nước máy."

Kaoru kể cho hai người họ nghe về những thông tin cô có được.

Mamiya xoay cổ.

"Vì thế nên lúc đó họ uống cà phê mà không có gì bất thường xảy ra à. Kể cả chất độc có bị bỏ vào chai nước từ trước, tất cả đều logic."

"Cũng chưa chắc Wakayama Hiromi đã nói thật." Kusanagi nói.

"Đúng thế, nhưng một khi không có gì mâu thuẫn thì không có căn cứ để truy cứu. Chỉ còn cách chờ chút nữa bên giám định đưa ra câu trả lời rõ ràng hơn thôi."

"Đã hỏi bên đó về chuyện ấm nước rồi ạ?" Kaoru hỏi.

Kusanagi cầm lấy tập tài liệu đang để trên mặt bàn.

"Theo đội khám nghiệm hiện trường, trong tủ lạnh nhà Mashiba chỉ có một chai nước đã được mở nắp. Tất nhiên là kiểm tra bên trong rồi. Câu trả lời là không phát hiện thạch tín."

"Vậy à. Nhưng vừa rồi đội trưởng có nói là giám định viên chưa đưa ra câu trả lời rõ ràng."

"Mọi chuyện không đơn giản như vậy." Mamiya bặm môi.

"Nói vậy là?"

"Chai nước trong tủ lạnh có dung tích một lít." Kusanagi vừa nhìn tập tài liệu vừa nói. "Và, lượng nước còn lại vào khoảng 900 ml. Cô hiểu chứ? Quá ít để pha một cốc cà phê. Hơn nữa lượng bột cà phê đã sử dụng trong phễu chắc chắn phải tương đương hai cốc."

Kaoru đã hiểu những gì Kusanagi đang nói.

"Nghĩa là trước đó có một chai nước khác đúng không? Vì đã dùng hết chai đó nên mới mở tiếp chai này. Và đó là phần còn lại trong tủ lạnh."

"Chính xác." Kusanagi gật đầu.

"Vậy là chất độc có lẽ được bỏ vào chai đó."

"Thủ phạm bắt buộc phải làm như vậy." Mamiya nói. "Mở tủ lạnh với mục đích bỏ chất độc vào. Trong tủ có hai chai nước. Một trong hai vẫn còn mới. Nếu bỏ vào chai đó thì bắt buộc phải mở nắp. Làm như vậy e rằng nạn nhân sẽ để ý. Vì thế mới bỏ vào chai đã mở sẵn nắp."

"Nếu vậy, kiểm tra chai nước rỗng là được mà?"

"Đương nhiên rồi." Kusanagi vung vẩy tập tài liệu. "Giám định viên cũng kiểm tra qua rồi. Kiểm tra rồi."

"Có vấn đề gì à?"

"Câu trả lời đây. Đã tiến hành kiểm tra tất cả các chai rỗng tìm được trong nhà Mashiba nhưng không phát hiện thạch tín. Tuy nhiên, cũng không đảm bảo là thủ phạm không sử dụng chúng."

"Sao cơ? Như thế..."

"Tóm lại, chưa biết gì hết." Mamiya nói xen vào. "Có vẻ phần còn sót lại trong các chai nước họ thu thập được là quá ít. Cũng đúng thôi. Chúng vốn là chai rỗng mà. Nếu chuyển qua phòng nghiên cứu pháp y thì có thể cho kết quả phân tích chi tiết hơn nên giờ chúng ta chờ kết quả ấy."

Kaoru đã hiểu tình hình. Cũng hiểu vì sao họ lại tỏ ra chán nản.

"Tôi nghĩ, giả sử có tìm được trong chai nước thì

tình hình cũng không mấy thay đổi đâu." Kusanagi để tập tài liệu về chỗ cũ và nói.

"Anh nghĩ thế à? Tôi thì cho là phạm vi kẻ tình nghi sẽ mở rộng."

Thấy Kaoru phản bác, Kusanagi nhìn cô với vẻ xem thường.

"Cô không nghe đội trưởng nói gì à. Nếu thủ phạm bỏ độc vào chai nước thì sẽ cho vào chai đã mở sẵn. Nạn nhân không uống chỗ nước ấy cho đến lúc pha cà phê đâu. Tóm lại là thời gian không quá dài từ lúc pha chất độc cho đến khi nạn nhân tử vong."

"Tôi không nghĩ nạn nhân không uống nước đồng nghĩa với việc khoảng thời gian đó không dài. Bởi vì, kể cả khát nước thì vẫn có thể dùng nhiều loại đồ uống khác."

Hốc mũi Kusanagi hơi phồng lên ra chiều đắc thắng.

"Có vẻ cô đã quên, Mashiba không chỉ pha cà phê vào tối Chủ nhật. Tối thứ Bảy anh ta cũng đã tự pha. Wakayama Hiromi kể như thế đúng không nào? Khi đó cà phê quá đắng nên sáng hôm sau cô ta mới thị phạm trước mặt Mashiba. Có nghĩa là vào tối thứ Bảy thì chất độc chưa được bỏ vào chai nước."

"Cũng không chắc chắn là Mashiba đã dùng nước đóng chai lúc pha cà phê vào tối thứ Bảy."

Kaoru vừa dứt lời, Kusanagi ngửa người ra phía sau, giơ rộng hai tay.

"Cô thích đi ngược điều kiện tiên quyết à. Phu nhân đã nói là Mashiba nhất định sử dụng nước đóng chai khi tự mình pha cà phê, vì vậy chúng ta mới tranh luận thế này cơ mà?"

"Tôi nghĩ cứ bám vào chữ 'nhất định' thì nguy hiểm đấy." Kaoru tiếp tục nói bằng giọng bình thản. "Không thể biết bản thân Mashiba thực hiện triệt để đến đâu. Có thể chỉ ở mức một thói quen. Ngay cả phu nhân cũng không trung thực làm theo yêu cầu của Mashiba. Đặc biệt, Mashiba rất lâu rồi mới tự pha cà phê. Có lơ đễnh dùng nước máy thì cũng không có gì lạ. Nước máy ở nhà đó có gắn luôn thiết bị lọc nước nên cũng có thể anh ta đã dùng nước đó."

Kusanagi tặc lưỡi thành tiếng.

"Cô đừng khăng khăng lý giải mọi thứ cho khớp với suy nghĩ của mình nữa đi."

"Tôi đang nói lên phán đoán dựa vào sự thật khách quan." Cô rời ánh mắt từ đàn anh sang cấp trên. "Lúc nào, ai là người cuối cùng uống những chai nước có trong nhà Mashiba, chừng nào điều đó chưa sáng tỏ thì tôi nghĩ chưa thể xác định thời điểm bỏ thuốc độc."

Mamiya vừa tủm tỉm cười vừa xoa cằm.

"Việc tranh luận quan trọng thật đấy. Ban đầu tôi cũng có cùng ý kiến với Kusanagi nhưng trong khi nghe hai người tranh luận thì tôi đã nghiêng về phía có triển vọng."

"Đội trưởng!" Kusanagi tỏ ra khá tổn thương.

"Tuy nhiên," Mamiya lấy lại vẻ nghiêm nghị và nhìn Kaoru. "Về thời điểm bỏ thuốc độc, có thể xác định một cách tương đối. Cô có biết việc gì diễn ra ở gia đình Mashiba vào tối thứ Sáu không?"

"Tôi biết. Là tiệc tại nhà." Kaoru đáp. "Tôi đoán lúc đó có lẽ vài người đã uống nước trong chai."

"Có nghĩa là, nếu bỏ thuốc độc thì phải chờ sau đó." Mamiya giơ ngón tay trỏ lên.

"Tôi đồng ý. Nhưng có thể thấy vợ chồng Ikai không có cơ hội để trộn thuốc độc. Chắc họ không có khả năng để vào bếp mà không bị ai để ý."

"Vậy thì chỉ còn hai người đáng ngờ."

"Khoan đã." Kusanagi vội xen ngang. "Wakayama Hiromi thì đã đành nhưng nghi ngờ phu nhân Mashiba thì không ổn. Thông tin nạn nhân sử dụng nước đóng chai khi pha cà phê là do cô ấy cung cấp. Tại sao thủ phạm lại cố tình làm chuyện khiến mình bị nghi ngờ?"

"Hay là vì sớm muộn gì cũng bị bại lộ?" Kaoru nói. "Giả sử cô ta dự đoán chất độc được tìm thấy trong các chai rỗng chỉ là vấn đề thời gian và tự mình nói ra thì dễ tránh được việc bị nghi ngờ... Hoàn toàn có thể toan tính theo hướng đó."

Kusanagi bĩu môi vẻ chán chường.

"Cứ nói chuyện với cô là đầu óc tôi phát điên. Như thể bằng mọi cách cô muốn phu nhân là hung thủ ấy."

"Đâu có, cực kỳ hợp lý đấy." Mamiya nói. "Tôi thấy đó là ý kiến tỉnh táo. Những điểm như không xử lý chỗ chất độc còn sót trong ấm nước chẳng hạn, từ đó mà coi Wakayama Hiromi là thủ phạm thì nhiều điều mâu thuẫn. Còn về mặt động cơ mà nói thì đáng nghi nhất đúng là Mashiba Ayane."

Nhưng, Kusanagi đang định phản đối thì Kaoru lên tiếng trước, "nói về động cơ thì..."

"Khi nãy tôi vô tình nghe được tình tiết làm tăng thêm động cơ của phu nhân."

"Từ ai?" Mamiya hỏi.

"Wakayama Hiromi."

Kaoru bắt đầu giải thích về những thay đổi đang diễn ra trong cơ thể Hiromi cho hai người đàn ông không thể nào tưởng tượng đến chuyện đó.

12

Ikai Tatsuhiko đứng đó, tay trái nắm chặt chiếc điện thoại di động. Dù cuộc gọi còn đang dang dở, tay kia anh vẫn cầm lấy đầu nghe của máy điện thoại cố định. Anh đang nói chuyện với người ở đầu bên kia máy cố định.

"Cho nên chúng tôi mới mong phía ông xử lý giúp theo cách ấy. Điều 2 trong hợp đồng chắc chắn ghi rõ như vậy... Vâng, tất nhiên là chúng tôi sẽ cố gắng hết sức về điểm đó... Tôi hiểu rồi. Mong ông giúp cho." Đặt máy xuống, anh tiếp tục áp điện thoại di động vào tai. "Chưa xong đâu. Việc khi nãy tôi đã đề cập với đối tác rồi... Được, vậy nhờ cậu làm như ta trao đổi hôm trước... Được, tôi hiểu."

Nói chuyện xong, Ikai không ngồi xuống mà đứng ghi chép gì đó trên bàn. Đó là bàn của giám đốc. Chiếc bàn mà trước đó không lâu Mashiba Yoshitaka vẫn dùng.

Ikai bỏ mẩu giấy nhớ vào túi áo rồi ngẩng lên nhìn về phía Kusanagi.

"Xin lỗi đã để anh chờ."

"Anh có vẻ bận quá nhỉ."

"Toàn những việc vụn vặt thôi. Giám đốc đột ngột

qua đời nên người đứng đầu các bộ phận phải đôn đáo ngược xuôi. Từ trước tôi đã lo lắng về kiểu công ty một người điều hành của Mashiba, nếu anh ấy cho cải thiện sớm hơn thì tốt rồi." Ikai vừa than thở vừa ngồi xuống phía đối diện với Kusanagi.

"Hiện tại anh Ikai là giám đốc đại diện à?"

Không có gì to tát đâu, Ikai xua tay trước mặt.

"Tôi không phải mẫu người kinh doanh. Mỗi người hợp với những cái khác nhau. Tôi thích đứng ở phía sau hơn. Sớm muộn tôi cũng sẽ giao lại cho ai đó thôi. Vì vậy..." Ikai tiếp tục nhìn Kusanagi. "Nếu suy luận tôi giết Mashiba nhằm chiếm đoạt công ty là không có cơ sở đâu."

Thấy Kusanagi mở to mắt ngạc nhiên, anh cười khổ sở.

"Xin lỗi. Tôi chỉ đùa thôi. Đã vậy còn đùa hơi ác ý. Bạn mất mà công việc bận rộn đến độ không có thời gian để thực sự cảm nhận được điều đó, chính tôi cũng thấy khá là bực bội."

"Vậy mà tôi còn lấy mất thời gian của anh, thật lòng xin lỗi."

"Không, tôi cũng quan tâm đến tiến độ điều tra mà. Tình hình tiến triển đến đâu rồi?"

"Có những điều đang dần sáng tỏ. Ví dụ như cách chất độc được cho vào."

"Tôi tò mò đấy."

"Anh Mashiba rất quan tâm đến sức khỏe và không uống nước máy. Anh biết chuyện đó không?"

Ikai nghiêng đầu suy nghĩ.

"Ý thức về sức khỏe có đến mức ấy không nhỉ? Tôi

thì như vậy đấy, nhiều năm rồi tôi không uống nước lã."

Kusanagi thấy chán trước câu trả lời nhẹ bẫng. Có vẻ đó là điều đương nhiên đối với những người giàu có.

"Thế à?"

"Không biết từ lúc nào lại như vậy, tôi cũng thấy lạ đấy. Không phải vì tôi thấy nước máy tệ gì cả. Có thể do bị nhà sản xuất tác động chăng? Mà nói chung là thói quen thôi." Ikai ngẩng mặt lên như thể nhận ra điều gì. "Chất độc được bỏ vào nước à?"

"Chưa thể xác nhận nhưng có khả năng đó. Bữa tiệc ở nhà hôm đó có uống nước khoáng không?"

"Tất nhiên là có. Nhiều ấy chứ. Hừm. Nước à..."

"Có thông tin nói rằng anh Mashiba dùng nước đóng chai ngay cả khi pha cà phê. Anh có biết điều này không?"

"Chuyện đó tôi cũng từng nghe." Ikai vừa nói vừa gật đầu. "Ra vậy, thế là chất độc được tìm thấy trong cà phê à?"

"Vấn đề là thủ phạm bỏ độc vào lúc nào. Vì thế tôi muốn hỏi anh, anh có nghĩ đến nhân vật nào có thể bí mật tới nhà Mashiba vào ngày nghỉ không?"

Ikai nhìn Kusanagi bằng ánh mắt sắc bén. Vẻ mặt cho thấy anh nhận ra sắc thái ẩn trong câu hỏi.

"Một cách bí mật à?"

"Đúng vậy. Cho đến giờ vẫn chưa xác nhận được người đến thăm. Nhưng có khả năng có người đến đó mà không bị ai để ý. Nếu anh Mashiba phối hợp."

"Tóm lại là, đưa người phụ nữ khác vào nhà trong khi vợ đi vắng à?"

"Bao gồm cả khả năng ấy."

Đang ngồi bắt tréo chân, Ikai hạ chân xuống, người hơi đổ về phía trước.

"Có thể thẳng thắn cho tôi biết được không? Chắc hẳn đó là bí mật trong quá trình điều tra nhưng tôi cũng không phải tay mơ đâu. Tôi sẽ không khinh suất để lộ ra ngoài. Ngược lại tôi cũng sẽ thành thật không che giấu điều gì."

Thấy Kusanagi im lặng chưa hiểu ý, Ikai lại ngả người vào xô pha.

"Cảnh sát đang xác nhận việc Mashiba có tình nhân phải không?"

Kusanagi bối rối. Anh không ngờ Ikai lại là người đưa đề tài này ra trước.

"Anh biết đến đâu rồi?" Anh thận trọng thăm dò.

"Khoảng hơn một tháng trước Mashiba đã chia sẻ với tôi một việc. Đại ý rằng cậu ấy đang suy nghĩ về việc thay đổi đối tác hôn nhân. Kiểu gì thì cũng thấy cậu ấy dường như đã có người phụ nữ khác rồi." Ánh mắt Ikai sắc bén. "Chắc chắn không có chuyện cảnh sát không điều tra ra. Chính vì đã điều tra nên anh mới đến chỗ tôi. Không sai chứ?"

Kusanagi gãi gãi phía trên lông mày. Một nụ cười khổ sở hiện ra trên khuôn mặt anh.

"Đúng như những gì anh nói. Mashiba đã có một người phụ nữ đặc biệt."

"Tôi sẽ không hỏi người đó là ai. Tuy có thể đoán được."

"Ý anh là bằng trực giác?"

"Phép loại trừ. Mashiba sẽ không động đến các cô tiếp viên. Những phụ nữ dính dáng đến công ty hoặc công việc cũng vậy. Như thế thì quanh anh ấy chỉ còn lại một người thôi." Ikai thở dài khi nói đến đây. "Nhưng mà, đúng là như vậy à? Chuyện này không thể cho vợ tôi biết được."

"Cuối tuần người phụ nữ ấy đã đến nhà Mashiba. Chúng tôi biết được từ lời khai của chính cô ta. Điều chúng tôi muốn tìm hiểu là ngoài người phụ nữ này thì liệu còn đối tượng nào khác có mối quan hệ tương tự hay không?"

"Đưa những hai cô tình nhân đến nhà trong khi vợ đi vắng? Thế thì can đảm quá." Người Ikai đung đưa. "Nhưng không thể có chuyện đó được. Mashiba tuy hay thay đổi song sẽ không hút hai điếu thuốc một lúc đâu."

"Ý anh là sao?"

"Tức là, dù liên tục thay đổi đối tượng nhưng cậu ấy không quan hệ với hai người một lúc. Có khi nào từ lúc có tình nhân, cậu ta không cùng với vợ nữa? Chuyện chăn gối ấy. Vì cậu ta có nói, chuyện tình dục chỉ vì ham muốn thì để thêm vài tuổi đã."

"Tức là chỉ vì mục đích có con à?"

"Theo nghĩa nào đó thì có thể nói đúng là như vậy." Ikai nhếch môi.

Kusanagi nhớ đến việc Wakayama Hiromi đang mang thai.

"Nghe anh nói, tôi thấy như thể chuyện lấy vợ cũng nhằm mục đích trước tiên là sinh con vậy."

Kusanagi nói dứt lời, Ikai liền ngả hẳn ra phía sau, vẫn dựa lưng vào ghế.

"Không phải mục đích trước tiên mà là mục đích duy nhất. Từ khi còn độc thân, cậu ấy vẫn thường nói muốn có con thật sớm. Vì thế cũng rất nỗ lực để tìm kiếm đối tác. Cậu ấy qua lại với nhiều phụ nữ, có lẽ cũng bị đồn đại là kẻ trăng hoa nhưng thực tế là thận trọng tìm kiếm một người phụ nữ phù hợp. Một người hợp để làm mẹ những đứa con của mình."

"Vậy có phù hợp để làm vợ mình hay không thì không quan trọng à?"

Ikai nhún vai.

"Mashiba không muốn có vợ. Khi nãy, tôi có kể về chuyện cậu ấy tiết lộ đang tính toán chuẩn bị thay đổi đối tác, lúc đó, cậu ấy nói đại loại thế này. *Tôi muốn một người sinh con cho mình chứ không cần quản gia hay đồ trang trí cao cấp.*"

Kusanagi bất giác mở to mắt.

"Phụ nữ mà nghe được câu này sẽ bị xúc phạm nặng nề đấy nhỉ. Nói là quản gia thì phần nào còn thông cảm được nhưng đồ trang trí thì..."

"Chữ đó cậu ấy dùng để đáp lại lời khen của tôi cho những nỗ lực hết mình của Ayane. Ở vai trò người vợ thì cô ấy hoàn hảo. Bỏ tất cả công việc bên ngoài để chuyên tâm cho gia đình. Những lúc Mashiba ở nhà, cô ấy chỉ ngồi làm patchwork trên ghế xô pha trong phòng khách và luôn sẵn sàng chăm sóc cho chồng. Nhưng cậu ấy lại không đánh giá cao điểm này. Có vẻ cậu ấy cho rằng một người phụ nữ không sinh con được thì ngồi trên ghế cũng chỉ giống như vật trang trí vướng víu."

"... cách ăn nói thật quá tệ. Tại sao anh ta lại muốn có con đến vậy?"

"Nói sao nhỉ, tôi cũng không phải là không muốn có con nhưng chẳng đến mức như cậu ấy. Thực tế thì khi có con rồi tôi mới thấy nó hết sức đáng yêu." Trên khuôn mặt Ikai hiện lên nụ cười hạnh phúc của người mới làm cha. Nó nhanh chóng tắt đi và anh tiếp tục. "Có điều, tôi đoán chắc hẳn quá trình lớn lên có ảnh hưởng đến cậu ấy."

"Anh nói rõ hơn đi?"

"Chắc cảnh sát cũng tìm hiểu và biết việc Mashiba không có họ hàng hay gia đình rồi chứ?"

"Chúng tôi cũng có nghe được như vậy."

Ikai gật đầu.

"Cha mẹ Mashiba ly hôn từ khi cậu ấy còn rất nhỏ. Nhận nuôi cậu ấy là ông bố, một người khá ham mê công việc, hầu như không có mặt ở nhà. Vì thế cậu ấy được ông bà nội nuôi nấng. Nhưng rồi ông bà nội lần lượt qua đời, người cha cũng đột tử vì xuất huyết màng não khi cậu ấy mới khoảng hai mươi tuổi. Do đó cậu ấy sớm trở thành một kẻ cô độc giữa cuộc đời. Nhờ có tài sản của ông bà và người cha để lại nên cuộc sống không khó khăn và có thể tự tạo dựng sự nghiệp nhưng cậu ấy không có duyên với cái gọi là tình cảm gia đình."

"Cho nên chuyện con cái..."

"Phải chăng cậu ta muốn có sự kết nối máu mủ? Tôi nghĩ thế. Bởi vì, dù có yêu thương nhau đến mấy thì tình nhân hay vợ vẫn là người không cùng dòng máu." Giọng Ikai chùng xuống. Có thể chính anh ta cũng mang suy nghĩ tương tự. Phải chăng vì thế mà những gì anh ta nói lọt vào tai Kusanagi rất có sức thuyết phục?

"Tôi nhớ hôm trước anh kể rằng anh cũng có mặt lúc Mashiba và Ayane gặp nhau. Ở một bữa tiệc nào đó phải không?"

"Đúng vậy. Về danh nghĩa, đó là tiệc giao lưu của người trong giới kinh doanh nhưng thực ra là tiệc xem mặt được tổ chức cho những người có địa vị trong giới tìm kiếm đối tượng phù hợp với mình. Tôi đã có vợ rồi nhưng Mashiba vẫn rủ đi cùng. Kết quả là cậu ấy kết hôn với người gặp mặt trong bữa tiệc ấy, cuộc đời quả là kỳ lạ. Mà cũng có thể là vừa đúng lúc nữa."

"Đúng lúc là sao?"

Kusanagi vừa hỏi đã thấy Ikai hơi nhăn mặt. Biểu cảm cho thấy anh đã lỡ nói quá nhiều.

"Cậu ấy từng hẹn hò với một người khác trước khi gặp Ayane. Ngay sau khi họ chia tay thì có bữa tiệc đó. Tôi đồ rằng mối quan hệ không được như ý với cô gái trước đã khiến tâm lý Mashiba vội vàng hơn." Ikai đặt ngón tay trỏ lên miệng. "Xin hãy giữ kín điều này với Ayane. Mashiba cũng dặn tôi không được hé răng."

"Lý do họ chia tay là gì vậy?"

Nói sao nhỉ, Ikai nghiêng đầu.

"Không xen vào những chuyện đó là luật bất thành văn giữa chúng tôi. Nhưng tôi đoán là do họ không thể có con chăng?"

"Dù vẫn chưa cưới nhau?"

"Tôi nói mấy lần rồi đấy. Đối với cậu ta, đó là điều quan trọng nhất. Hôn nhân bình thường như mọi gia đình có khi lại là lý tưởng đối với cậu ấy."

Vì thế anh ta mới chọn Wakayama Hiromi à?

Trong thế giới có rất nhiều kiểu đàn ông. Kusanagi nghĩ mình hiểu rõ điều đó. Mặc dầu vậy, anh không thể lý giải được tâm lý của Mashiba Yoshitaka. Giả sử không có con đi chăng nữa, nhưng nếu có thể sống cả đời bên người phụ nữ như Ayane, chẳng phải cũng là một cuộc đời hạnh phúc hay sao?

"Cô gái mà Mashiba hẹn hò trước đó là người như thế nào?"

Ikai nghĩ ngợi rồi đáp.

"Tôi không rõ lắm. Chỉ được nghe Mashiba kể là có một người như vậy thôi chứ không được giới thiệu với cô ấy. Anh ấy là người thích giữ kín mọi việc nên có lẽ không định công khai cho đến khi kết hôn."

"Việc chia tay với cô gái ấy có suôn sẻ không?"

"Tôi nghĩ là có. Chúng tôi chưa bao giờ nói kỹ về chuyện đó." Dứt lời, Ikai nhìn Kusanagi như thể nhận ra điều gì. "Phải chăng các anh đang nghi ngờ cô gái đó có liên quan đến vụ án?"

"Không phải vậy, tôi chỉ muốn tìm hiểu kỹ hết mức có thể về nạn nhân thôi."

Ikai vừa cười khổ sở vừa xua tay.

"Nếu anh nghĩ Mashiba có thể mời người phụ nữ ấy đến nhà thì quả là một phán đoán nhầm lẫn đến ngớ ngẩn. Tên ấy không làm việc như thế đâu. Tuyệt đối không. Điều này tôi có thể khẳng định."

"Vì Yoshitaka không phải là kiểu người bắt cá hai tay... đúng không?"

"Đúng vậy." Ikai gật đầu.

"Hiểu rồi. Tôi sẽ lưu ý." Kusanagi nhìn đồng hồ rồi đứng dậy. "Cảm ơn anh đã dành thời gian dù rất bận rộn."

Anh vừa quay về phía cửa ra vào thì Ikai đã nhanh chân bước lên trước để mở cửa.

"Làm phiền anh quá..."

"Anh Kusanagi." Ikai nhìn anh bằng ánh mắt thận trọng. "Tôi không định góp ý gì về cách thức điều tra nhưng xin nhờ anh một việc."

"Chuyện gì vậy?"

"Mashiba không có lối sống kiểu bậc thánh nhân quân tử. Nếu điều tra chắc sẽ phát hiện rất nhiều điều. Tuy nhiên, tôi không nghĩ rằng vụ án này có liên quan đến quá khứ của anh ấy. Mong các anh cố gắng đừng đào xới hơn mức cần thiết. Vì công ty bây giờ đang trong giai đoạn hết sức nhạy cảm."

Có vẻ anh ta lo sợ hình ảnh công ty bị sụp đổ.

"Dù có nắm được thông tin gì chúng tôi cũng không để lộ cho giới truyền thông, xin hãy yên tâm." Kusanagi nói rồi bước khỏi căn phòng.

Trong lòng anh vẫn còn cảm giác không thoải mái. Tất nhiên đó là cảm xúc đối với nhân vật Mashiba Yoshitaka. Tận đáy lòng anh thấy tức giận với lối tư duy chỉ coi phụ nữ như công cụ sinh nở. Rất có thể trong những việc khác anh ta cũng sẽ có nhân sinh quan méo mó tương tự. Chẳng hạn như, chỉ coi nhân viên là công cụ vận hành công ty còn người tiêu dùng chẳng qua chỉ là đối tượng bóc lột.

Có thể dễ dàng hình dung cách nghĩ ấy cho đến giờ đã làm tổn thương rất nhiều người. Nếu vậy, giả sử có một, hai người thù hằn đến mức muốn hạ sát anh ta thì cũng không đáng ngạc nhiên.

Ngay cả Wakayama Hiromi cũng chưa hẳn đã không đáng nghi ngờ. Việc cô ta không thể giết cha của đứa con trong bụng là ý kiến của Utsumi Kaoru, nhưng sau khi nghe những gì Ikai nói, anh thấy rằng kết luận như vậy là quá sớm. Mashiba Yoshitaka có vẻ muốn chia tay Ayane để chọn Wakayama Hiromi, nhưng đó là vì cô ta đã có thai chứ không phải vì tình yêu. Thế thì, không biết có lời đề nghị ích kỷ nào được đặt ra hay không, hoàn toàn có thể nghĩ đến việc đó đã khiến cô ta mang hận.

Tuy nhiên, Kusanagi không thể phản bác điều Utsumi Kaoru chỉ ra: người đầu tiên phát hiện thi thể mà không xóa đi dấu tích chất độc thì không tự nhiên chút nào. Cũng thật vô lý nếu cho rằng cô ta lơ đễnh quên mất.

Đầu tiên cứ xác nhận người phụ nữ đã hẹn hò với Mashiba Yoshitaka trước khi gặp Ayane đã. Kusanagi vừa suy nghĩ cách tìm hiểu về người đó vừa rời khỏi công ty Mashiba.

Mashiba Ayane mở to mắt kinh ngạc. Kusanagi nhìn thấy đôi đồng tử khẽ lay động. Đúng là cô đã bị dao động.

"Người yêu trước của chồng tôi... à?"

"Tôi hết sức xin lỗi vì đã hỏi một câu không được dễ chịu." Vẫn ngồi trên ghế, anh cúi đầu.

Hai người đang ở quầy rượu khách sạn mà Ayane trọ lại. Kusanagi đã gọi điện thoại đề nghị gặp cô vì có chuyện muốn hỏi.

"Việc đó có liên quan gì đến vụ án à?"

Nghe cô hỏi, Kusanagi lắc đầu.

"Tôi cũng chưa biết. Do nhiều khả năng là anh nhà bị ai đó sát hại nên cần tìm kiếm những người có động cơ. Vì vậy tôi mới tính đến việc tìm hiểu ngược chuyện quá khứ."

Miệng Ayane hơi giãn ra, cô nhìn thẳng Kusanagi. Đó là một nụ cười buồn.

"Từ tính cách anh ấy mà nói, có thể nghĩ đó chắc không phải một kiểu chia tay dễ chịu gì. Cũng giống trường hợp của tôi."

"Không..." Anh muốn nói *tôi không có ý đó* nhưng mau chóng im bặt. Kusanagi lại nhìn cô và nói. "Có thông tin nói rằng anh nhà muốn tìm một người phụ nữ sinh con cho mình. Đàn ông có lối suy nghĩ đó, nếu quá đáng thì rất dễ làm tổn thương đối tác. Có khả năng người chịu tổn thương giờ sẽ thù hận người đàn ông đó."

"Giống như tôi, đúng không?"

"Không đâu, cô thì..."

"Không sao." Cô gật đầu. "Cô Utsumi nhỉ. Anh đã nghe cô ấy nói vậy phải không? Hiromi cuối cùng đã thành công với việc thỏa mãn mong muốn của Mashiba. Vì thế anh ấy đã chọn cô gái đó. Quyết định vứt bỏ tôi.

Nếu nói tôi hoàn toàn không thù hận gì thì chắc chắn là nói dối."

"Cô không thể là hung thủ được."

"Liệu có chắc không?"

"Đến giờ vẫn chưa tìm thấy gì trong các chai nước. Quả thật giả thiết thuốc độc được chuẩn bị trong ấm đun là hợp lý nhất. Cô không thể làm được." Kusanagi nói một hơi rồi ngừng một lát trước khi tiếp tục. "Ngày Chủ nhật, ai đó đã đến nhà Mashiba và hạ độc. Chỉ có thể suy luận như vậy thôi. Chắc không thể tùy tiện vào nhà nên tôi tính đến đối tượng mà chồng cô có thể mời tới. Tuy nhiên, trong các mối quan hệ làm ăn thì không có nhân vật nào nổi bật. Nếu là mối quan hệ vô cùng cá nhân và lén lút, mời đến trong lúc cô đi vắng thì, tôi nghĩ rằng nhân vật như vậy rất ít."

"Tóm lại là tình nhân hoặc người yêu trước phải không?" Cô vuốt tóc mái lên. "Nhưng thế thì khó nhỉ. Vì tôi hoàn toàn không được anh Mashiba kể về những chuyện như vậy."

"Bất cứ chi tiết nhỏ nào cũng được. Trong lúc nói chuyện thoáng xuất hiện chẳng hạn?"

Xem nào, cô nghiêng đầu nghĩ ngợi.

"Anh ấy hầu như không kể về quá khứ. Từ đó mà nói, có lẽ anh ấy là kiểu người thận trọng. Nhà hàng, quán bar hay những tiệm ăn từng đến với người mình đã chia tay... anh ấy đều không quay lại thì phải."

"Thế à?" Kusanagi thất vọng. Vì anh đã định nhắm đến những nhà hàng anh ta từng hẹn hò.

Có vẻ Mashiba Yoshitaka đúng là kiểu người rất

thận trọng. Trong những đồ dùng cá nhân ở nhà hay văn phòng cũng không có bất cứ manh mối nào về sự tồn tại của một người phụ nữ ngoài Wakayama Hiromi. Danh bạ điện thoại cũng vậy, ngoài các mối quan hệ làm ăn thì chỉ có số của nam giới. Thậm chí số điện thoại của Wakayama Hiromi cũng không thấy lưu.

"Xin lỗi, tôi chẳng giúp được gì."

"Không, cô đâu có gì phải xin lỗi."

Nhưng, Ayane vừa cất lời thì chiếc túi bên cạnh cô vang lên âm thanh báo cuộc gọi đến. Cô vội vàng lấy điện thoại ra và hỏi "Tôi ra ngoài được không?". "Tất nhiên rồi," Kusanagi đáp.

"Vâng, Mashiba nghe đây."

Ayane nhận cuộc gọi một cách bình thản nhưng ngay khoảnh khắc tiếp theo, hàng mi cô rung lên. Cô nhìn Kusanagi với biểu cảm khá căng thẳng.

"Vâng, chuyện đó thì không sao nhưng, còn có gì... A, thế à. Vâng, tôi hiểu rồi. Xin nhờ cô." Cô đưa tay lên che miệng sau khi tắt máy, dường như có chuyện không ổn. "Có khi tôi nên nói anh Kusanagi đang ở đây thì hơn nhỉ."

"Ai gọi thế?"

"Cô Utsumi."

"Cô ta? Cô ta nói gì?"

"Cô ấy hỏi có thể vào nhà được không vì muốn kiểm chứng lại căn bếp. Tôi đáp là không có vấn đề gì."

"Kiểm chứng lại... Cô ta muốn làm gì mới được chứ." Kusanagi xoa phía trước cằm, mắt nhìn xuống đất.

"Chắc là tìm hiểu xem chất độc được bố trí như thế nào nhỉ?"

"Tôi cũng nghĩ vậy, nhưng..." Kusanagi nhìn đồng hồ đeo tay rồi với lấy phiếu thanh toán trên mặt bàn. "Tôi cũng đến đó xem thế nào. Không sao chứ?"

"Tất nhiên rồi ạ." Ayane gật đầu rồi có vẻ vừa nghĩ ra điều gì. "Xin lỗi... tôi có việc muốn nhờ anh."

"Sao vậy?"

"Tuy là nhờ anh việc này thì thật thất lễ."

"Chuyện gì thế? Đừng ngại cô cứ nói đi."

"Thật ra là," cô ngước mắt lên. "Tôi lo vì không tưới nước cho hoa. Lúc đầu cứ nghĩ chỉ ở lại khách sạn một hoặc hai ngày thôi..."

À à, Kusanagi hiểu ý, anh gật đầu.

"Làm cho cô phải bất tiện, chính chúng tôi cũng rất phiền lòng. Nhưng chắc cô có thể sử dụng căn nhà được rồi. Công tác khám nghiệm hiện trường cũng kết thúc rồi mà. Tôi sẽ báo cho cô biết khi việc kiểm chứng kết thúc."

"Không, chuyện đó không thành vấn đề. Chính tôi cũng muốn ở đây thêm một thời gian. Chỉ nghĩ đến việc ở một mình trong ngôi nhà rộng như vậy tôi cũng thấy đau lòng rồi."

"Cô nói cũng đúng."

"Tôi biết là không thể cứ chạy trốn mãi, nhưng tôi định tạm thời ở đây cho tới khi định xong ngày tổ chức tang lễ cho chồng."

"Tôi nghĩ di thể cũng sắp trao trả được rồi."

"Thế ạ? Thế thì tôi phải sớm chuẩn bị..." Nói đến

đây, Ayane chớp đôi mắt. "Vậy, chuyện mấy bông hoa, tôi đã định ngày mai tranh thủ tưới lúc quay về lấy ít đồ. Nhưng tôi thực sự muốn làm càng sớm càng tốt. Cứ bị lấn cấn về chúng mãi."

Hiểu ra điều cô muốn nói, Kusanagi vỗ ngực.

"Được rồi. Chuyện đó để tôi giúp cô. Hoa ở vườn và ban công đúng không?"

"Không sao chứ ạ? Tôi thật sự rất ngại vì làm phiền anh như vậy."

"Cô rất tích cực hợp tác điều tra nên đương nhiên phải giúp chứ. Kiểu gì chẳng có người rảnh tay. Cứ giao cho tôi."

Kusanagi đứng dậy, Ayane cũng đứng lên. Cô nhìn thẳng vào khuôn mặt anh.

"Tôi thật sự không muốn hoa trong căn nhà khô héo." Giọng cô tha thiết.

"Cô có vẻ rất coi trọng chúng." Kusanagi nhớ cô cũng tưới hoa vào hôm vừa trở về từ Sapporo.

"Hoa ngoài ban công là tôi trồng từ lúc còn sống độc thân. Từng cây một đều gắn với kỷ niệm. Vì thế, tôi càng không muốn mất cả chúng sau khi xảy ra chuyện vừa qua."

Ánh mắt Ayane thoáng trở nên xa xăm rồi lại hướng về Kusanagi. Ánh mắt ấy tỏa ra thứ ánh sáng quyến rũ khiến anh không thể nhìn thẳng.

"Tôi sẽ tưới nước cẩn thận. Xin đừng lo lắng." Kusanagi nói rồi đi về quầy thanh toán.

Anh vẫy taxi trước cửa khách sạn, hướng về nhà gia đình Mashiba. Biểu cảm sau cùng trên khuôn mặt

Ayane vẫn không ngừng thiêu đốt tâm trí anh.

Lơ đễnh nhìn ra ngoài cửa sổ, Kusanagi chợt thấy tấm biển của một ngôi nhà. Đó là cửa hàng bán các vật dụng tân trang nhà cửa. Anh chợt nảy ra một ý, vội nói với lái xe.

"Xin lỗi, cho tôi xuống đây."

Nhanh chóng mua đồ trong cửa hàng xong anh lại vẫy taxi. Đã tìm được thứ mình muốn, anh chợt thấy lòng hân hoan.

Đến gần ngôi nhà của gia đình Mashiba, anh nhìn thấy một chiếc xe cảnh sát đỗ ở trước cửa. *Phô trương quá,* Kusanagi thầm nghĩ. Nhìn cảnh này, có thể thấy ngôi nhà sẽ còn tiếp tục bị xung quanh để ý.

Bên cánh cổng có một người mặc đồng phục cảnh sát đứng đó. Là cảnh sát có nhiệm vụ canh gác từ sau khi xảy ra vụ án. Có vẻ anh ta vẫn nhớ nên vừa nhìn thấy Kusanagi liền cúi đầu chào.

Bước vào nhà, anh thấy ba đôi giày xếp thành hàng. Anh nhận ra đôi giày thể thao của Utsumi Kaoru. Hai đôi còn lại của nam giới, một đôi trông rẻ tiền và đã tả tơi, đôi còn lại vẫn mới, thậm chí còn nhìn rõ chữ Armani.

Kusanagi đi dọc hành lang tiến đến phòng khách. Anh bước qua cánh cửa đang mở nhưng bên trong không một bóng người. Ngay lúc ấy, từ bếp vọng ra giọng nói của đàn ông.

"Đúng là không có dấu vết chạm tay vào nhỉ."

"Đúng không? Đánh giá của bên giám định cũng là ít nhất hơn một năm không ai chạm vào." Tiếng đáp lại là của Utsumi Kaoru.

Kusanagi nhòm vào bếp. Trước bồn rửa, Utsumi Kaoru và một người đàn ông đang ngồi xổm ở đó. Họ đang mở cánh cửa phía dưới nên không nhìn được khuôn mặt người đàn ông. Kishitani đứng bên cạnh hai người đó.

Kishitani nhận ra anh. "A, anh Kusanagi."

Utsumi Kaoru quay lại. Vẻ bối rối hiện lên trong mắt.

"Đang làm gì đấy?" Kusanagi hỏi.

Cô chớp mắt. "Tại sao anh lại đến đây..."

"Trả lời câu hỏi của tôi đi. Tôi hỏi cô đang làm gì ở đây?!"

"Chẳng phải là không nên ăn nói kiểu đó với một đàn em nhiệt tình trong công việc à?" Giọng nói khác xen vào. Người đàn ông đang quan sát phía dưới bồn rửa ngẩng mặt lên qua cánh cửa.

Kusanagi kinh ngạc, trong chớp mắt anh bị đứng hình. Đối phương là nhân vật mà anh biết rất rõ.

"Yukawa, tại sao cậu..." Hỏi đến đó, anh nhìn sang Utsumi Kaoru. "Cô trao đổi với cậu ta mà không cho tôi biết à?"

Cô im lặng cắn chặt môi.

"Cậu nói gì lạ thế? Cô Utsumi gặp ai cũng nhất nhất phải được cậu cho phép à?" Yukawa đứng dậy, nhìn Kusanagi rồi tủm tỉm cười. "Lâu lắm không gặp. Trông cậu khỏe thế là tốt rồi."

"Chẳng phải cậu không hợp tác điều tra với cảnh sát à?"

"Về cơ bản thì tôi không thay đổi suy nghĩ ấy. Có điều, đôi khi cũng có ngoại lệ. Chẳng hạn những lúc có bí ẩn làm bùng lên niềm hứng thú của một nhà khoa học. Dù sao, riêng lần này, không phải là không có lý do nào khác nhưng không nhất thiết phải nói với cậu đúng không?" Yukawa nhìn Utsumi Kaoru đầy ẩn ý.

Kusanagi cũng nhìn sang cô.

"Kiểm chứng lại là việc này đấy à?"

Utsumi Kaoru há miệng vì bất ngờ. "Anh nghe phu nhân nói à?"

"Tôi đang nói chuyện với phu nhân thì cô gọi đến. Phải rồi, suýt chút nữa tôi quên mất việc quan trọng. Kishitani, có vẻ rảnh rang nhỉ?"

Bất ngờ bị gọi tên, cậu cảnh sát đàn em liền đứng thẳng người.

"Tiên sinh Yukawa bảo tôi chứng kiến việc kiểm chứng. Chỉ một mình Utsumi thì có thể không nắm hết được."

"Để tôi nghe thay cho. Cậu ra tưới hoa ngoài vườn đi."

Kishitani chớp mắt nhiều lần. "Tưới nước... ấy ạ?"

"Để việc điều tra được thuận tiện, phu nhân đã tốt bụng để trống căn nhà cho chúng ta. Tưới cây thôi, không bị phạt đâu. Tưới ngoài vườn là được rồi. Tôi sẽ lo ban công tầng hai."

Kishitani hơi nhăn mặt bất mãn nhưng vẫn nói *tôi biết rồi* và rời khỏi căn bếp.

"Nào, xin lỗi nhưng nói lại từ đầu nội dung cuộc tái kiểm chứng cho tôi nghe xem nào." Kusanagi giơ lên một túi bằng giấy và đặt xuống sàn.

"Đó là cái gì vậy?" Utsumi Kaoru hỏi.

"Chẳng liên quan gì vụ này đâu, đừng để ý. Quan trọng hơn, cậu giải thích đi." Kusanagi vừa khoanh tay vừa chằm chằm nhìn Yukawa.

Yukawa móc ngón tay cái vào hai bên túi quần có lẽ cũng của Armani, đứng dựa vào bồn rửa. Bàn tay có xỏ găng tay ni lông.

"Tôi nhận được mấy câu đố của nữ cảnh sát trẻ này. Từ một nơi cách xa, có thể trộn chất độc vào đồ uống mà một người nhất định sẽ sử dụng hay không? Hơn nữa phải thực hiện thủ đoạn từ trước mà không được để lại dấu vết. Trời đất, câu hỏi khó cỡ này quả là chưa từng có trong thế giới vật lý học." Yukawa nhún vai.

"Ở một nơi xa... à?" Kusanagi gườm gườm nhìn Utsumi Kaoru. "Vẫn nghi ngờ phu nhân? Quả quyết phu nhân là thủ phạm rồi trao đổi với Yukawa xem có thể dùng thứ ma thuật nào để thực hiện à?"

"Tôi không chỉ nghi ngờ mỗi phu nhân. Tôi chỉ muốn xác nhận xem người có chứng cứ ngoại phạm vào thứ Bảy và Chủ nhật có thật sự không có khả năng phạm tội hay không mà thôi."

"Khác quái gì nhau? Cô nhắm vào phu nhân còn gì." Kusanagi nhìn sang Yukawa. "Thế, cậu đang nhòm cái gì dưới bồn rửa đấy?"

"Theo lời kể của cô Utsumi thì chất độc trong câu đố được tìm thấy ở ba chỗ." Yukawa giơ lên ba ngón tay, bàn tay vẫn đeo găng ni lông. "Đầu tiên là cà phê mà nạn nhân đã uống. Tiếp theo là bột cà phê và phễu lọc được dùng để pha cà phê. Cuối cùng là ấm dùng để đun nước. Có phải chất độc được hòa vào nước hay không? Nếu là nước thì là nước từ đâu? Ở đây có hai khả năng. Nước đóng chai hoặc nước máy."

"Nước máy? Chuẩn bị chất độc vào cả đường ống nước ấy à?" Kusanagi thở hắt ra thành tiếng.

Yukawa tiếp tục, biểu cảm không thay đổi.

"Khi có nhiều khả năng thì dùng phép loại trừ là hợp lý nhất. Nhân viên giám định đã xác nhận là nước máy và dụng cụ lọc nước không có gì bất thường, nhưng chúng tôi là những người chỉ bị thuyết phục khi tự quan sát bằng đôi mắt của mình. Vì thế tôi mới tìm hiểu bên dưới bồn rửa. Nếu tiến hành bỏ độc vào nước máy thì chỉ có thể ở chỗ này thôi."

"Rồi, kết quả thế nào?"

Yukawa chậm rãi lắc đầu.

"Đường ống nước, ống chia và bộ lọc của thiết bị lọc nước, tất cả đều không có dấu vết thực hiện thủ thuật. Cũng có thể tháo hết ra để kiểm tra một lượt nhưng chắc cũng chẳng phát hiện được gì. Như vậy thì, giả sử chất độc được hòa vào nước, có thể đoán định đó sẽ là nước đóng chai."

"Không hề phát hiện chất độc trong các chai nước."

"Chưa có báo cáo của phòng nghiên cứu pháp y." Utsumi Kaoru nói.

"Sẽ không có. Giám định viên của chúng ta đâu phải bất tài." Kusanagi không khoanh tay nữa mà chống hông nhìn Yukawa. "Đó là kết luận của cậu đúng không? Mất công tham gia như thế thì kết luận đó có tầm thường quá không?"

"Đó mới là nước. Bây giờ mới kiểm tra ấm đun. Tôi vừa nói rồi đấy. Cũng có khả năng chất độc được bỏ trực tiếp vào ấm đun."

"Đó vốn là quan điểm của tôi. Nhưng tôi nói luôn, vào sáng hôm thứ Bảy thì không có gì được pha trộn đâu. Đấy là nếu tin vào những gì Wakayama Hiromi nói."

Nhưng Yukawa không trả lời mà cầm lấy ấm đun nước đặt bên cạnh bồn rửa.

"Cái đó là?" Kusanagi hỏi.

"Ấm đun giống với cái được dùng trong vụ án này. Cô Utsumi đã chuẩn bị giúp tôi." Yukawa mở nước trong vòi, hứng nước ấm vào bình. Tiếp theo, anh bắt đầu đổ nước vào bồn rửa. "Không có mánh hay chuẩn bị gì trước, chỉ là một cái ấm đun nước bình thường."

Sau đó anh lại cho nước vào ấm, bật bếp ga bên cạnh.

"Đại khái là chuyện gì vừa bắt đầu vậy?"

"Cậu cứ nhìn là hiểu thôi." Yukawa lại tựa mình vào bồn rửa. "Cậu nghĩ là hôm Chủ nhật, thủ phạm đã vào ngôi nhà này rồi cho chất độc vào ấm đun nước à?"

"Chỉ có thể nghĩ như vậy còn gì?"

"Nếu thế thì thủ phạm đã chọn một cách làm quá sức mạo hiểm. Thủ phạm không tính đến khả năng Mashiba sẽ cho ai đó biết về chuyện mình ghé thăm à? Hoặc, có thể nghĩ là hắn đã tranh thủ lẻn vào khi

Mashiba ra ngoài hay không?"

"Khó mà nghĩ tới việc xâm nhập ngôi nhà. Thủ phạm là nhân vật mà Mashiba không thể cho người khác biết về chuyện ghé thăm, đó là suy luận của tôi."

"Hợp lý. Đối tượng mà anh ta không muốn người khác biết à," Yukawa gật đầu và nhìn sang Utsumi Kaoru. "Đàn anh của cô vẫn còn lý tính lắm. Cứ yên tâm."

"Ý là sao?" Kusanagi hết nhìn Yukawa lại sang Utsumi Kaoru.

"Chẳng có gì sâu xa cả. Tôi chỉ muốn nói, nếu cả hai đều lý tính thì ý kiến có đối lập cũng hoàn toàn không tệ."

Vẫn là ngữ điệu giễu cợt người khác. Kusanagi gườm gườm nhìn Yukawa. Nhưng đối phương chẳng những không hề bận tâm đến cái nhìn ấy mà còn cười đầy ẩn ý.

Nước trong ấm nhanh chóng sôi. Yukawa tắt bếp, mở nắp rồi nhìn vào bên trong.

"Kết quả có vẻ khá tốt." Anh nghiêng cái ấm trên bồn rửa.

Kusanagi bất ngờ khi thấy chất lỏng chảy ra từ miệng ấm. Rõ ràng là nước bình thường nhưng giờ lại đỏ quạch.

"Chuyện gì thế?"

"Không có mánh khóe hay sắp đặt gì là tôi nói dối đấy. Thực ra tôi đã bôi lớp bột màu đỏ phủ gelatin vào mặt trong của cái ấm. Nước sôi lên là gelatin từ từ tan ra, cuối cùng thì bột hòa vào nước." Anh lấy lại vẻ nghiêm túc, gật đầu với Utsumi Kaoru. "Trong vụ án này, cho đến khi nạn nhân chết, cái ấm được dùng ít nhất hai lần phải không?"

"Đúng thế. Nó được sử dụng vào tối thứ Bảy và sáng Chủ nhật." Utsumi Kaoru đáp.

"Tùy vào chất lượng và lượng của gelatin, chất độc không tan ra ở lần sử dụng thứ hai mà có thể đến lần thứ ba mới tan ra. Bên giám định có xác nhận giúp được không nhỉ? Cần tính xem nó có được bôi vào đâu đó trên cái ấm không. Với lại, tùy từng trường hợp, cũng nên cân nhắc đến những chất liệu khác nữa."

"Tôi hiểu," cô đáp rồi ghi những dặn dò của Yukawa vào sổ tay.

"Sao vậy, Kusanagi? Sao trông cậu lại có vẻ thất vọng thế nhỉ." Yukawa giễu cợt.

"Tôi chẳng thất vọng gì cả. Đúng hơn thì, tôi thấy người bình thường chẳng nghĩ ra được cách hạ độc đặc biệt đến thế đâu."

"Phương thức đặc biệt? Vớ va vớ vẩn. Nếu là người quen sử dụng gelatin thì chẳng phải chuyện gì khó lắm. Ví dụ, người vợ rất giỏi nấu ăn chẳng hạn."

Kusanagi bất giác nghiến chặt răng khi nghe Yukawa nói. Nhà vật lý học này rõ ràng đang hình dung Mashiba Ayane là thủ phạm. Rất có thể cậu ta bị tiêm nhiễm gì đó bởi Utsumi Kaoru.

Điện thoại di động của Utsumi Kaoru bỗng đổ chuông. Cô bắt máy, nói đôi ba lời rồi nhìn Kusanagi.

"Đã có báo cáo của phòng nghiên cứu pháp y. Đúng là không tìm được gì trong các chai nước."

13

"Phút mặc niệm bắt đầu."

Theo chỉ dẫn của chủ tọa, Wakayama Hiromi nhắm mắt lại. Ngay lập tức, âm nhạc bắt đầu vang lên trong hội trường. Hiromi ngạc nhiên. Đó là bài *The long and winding road* của ban nhạc The Beatles. Có lẽ dịch sang tiếng Nhật sẽ là "Con đường dài quanh co". Mashiba Yoshitaka rất thích The Beatles, khi lái xe cũng thường xuyên mở CD của họ. Trong số đó, anh đặc biệt yêu thích bài hát này. Giai điệu nhẹ nhàng, thấp thoáng âm hưởng buồn bã. Có lẽ người chọn nhạc là Ayane. Hiromi bỗng thấy ghét cô giáo. Âm hưởng của khúc nhạc hết sức phù hợp với không gian này. Cô không thể ngừng nhớ Yoshitaka. Ngực cô nóng ran, nước mắt tưởng như đã cạn giờ lại chực trào ra giữa hai hàng mi.

Tất nhiên cô biết mình không được phép khóc ở đây. Một phụ nữ chẳng có quan hệ trực tiếp với người đã khuất mà lớn tiếng khóc hẳn sẽ khiến những người xung quanh cảm thấy kỳ lạ. Không, quan trọng hơn thế, không được cho Ayane thấy cô rơi nước mắt mới là suy nghĩ mạnh mẽ nhất.

Phút mặc niệm kết thúc là lễ dâng hoa bắt đầu.

Những người có mặt lần lượt đặt hoa lên hương án. Có vẻ Ayane lựa chọn nghi thức này bởi Yoshitaka là người không theo tôn giáo nào. Cô đứng bên hương án, cúi đầu đáp lễ từng người vừa hoàn tất việc dâng hoa.

Di thể của Yoshitaka được cảnh sát đưa đến phòng tang lễ ngày hôm qua. Ikai Tatsuhiko chắc đã lên kế hoạch cho lễ dâng hoa khớp với việc đó. Nghe nói ngày mai có kế hoạch tổ chức tang lễ khá trọng thể trong nội bộ công ty, tương đương với lễ thông dạ cho người đã khuất.

Đã đến lượt Hiromi. Cô nhận hoa từ người phụ nữ chịu trách nhiệm phân phát và xếp nó lên hương án. Ngước nhìn di ảnh, cô chắp tay lại. Bức ảnh Yoshitaka rám nắng đang tươi cười.

Đó là khoảnh khắc ngay khi cô vừa nhủ lòng không được khóc. Có gì đó quặn lên trong lồng ngực. Cô nghẹn. Hiromi vô thức đưa hai bàn tay đang chắp vào nhau lên che miệng.

Vừa rời đi vừa cố nén cảm giác khó chịu. Nhưng, vừa ngước lên cô đã lại giật mình. Ayane đang đứng ngay trước mặt và chầm chầm nhìn Hiromi bằng vẻ đè nén cảm xúc.

"Hiromi." Ayane gọi. "Không sao chứ?"

"Vâng, không sao ạ."

Hiromi ra khỏi hội trường. Cô muốn rời khỏi đó càng nhanh càng tốt.

Đang hướng về lối ra thì có ai đó vỗ vào vai cô từ phía sau. Ngoảnh lại nhìn, Hiromi thấy Ikai Yukiko đứng đó.

"À... vâng, chào chị." Cô vội vàng cất lời.

"Cô cũng vất vả quá. Đã bị cảnh sát hỏi han nhiều lắm đúng không?" Vẻ mặt Yukiko tỏ ra thông cảm nhưng ánh mắt lại lóe lên sự hiếu kỳ.

"Vâng, cũng không sao ạ."

"Cảnh sát đang làm gì thế không biết. Vẫn chưa xác định được hung thủ thì phải."

"Có vẻ thế."

"Anh nhà tôi bảo, không giải quyết nhanh lên thì công ty cũng bị ảnh hưởng. Ayane hình như sẽ không về nhà cho đến khi chân tướng sự việc được rõ ràng, cũng dễ hiểu. Đáng sợ thật đấy."

"Vâng," Hiromi chỉ còn cách gật đầu cho xong.

Này, có tiếng gọi. Ikai Tatsuhiko đang tiến lại gần.

"Em đang làm gì thế? Ở phòng bên cạnh có chuẩn bị đồ ăn thức uống đấy."

"Ôi thế à. Hiromi đi cùng đi."

"Xin lỗi, em không ăn uống gì đâu ạ."

"Sao vậy? Đang đợi Ayane đúng không? Từng đó người thì còn lâu mới xong đấy."

"Không, hôm nay em xin phép về luôn ạ."

"Thế à. Nhưng một chút thôi cũng được mà. Vào cùng nhau đi."

"Kìa em," Ikai cau mày. "Ép quá làm cô ấy khó xử đấy. Mỗi người có hoàn cảnh khác nhau mà."

Hiromi giật mình trước lối nói ấy. Cô vừa nhìn Ikai thì anh mau chóng chuyển ánh mắt đầy vẻ thấu suốt sang hướng khác.

"Xin lỗi, lần sau sẽ thong thả hơn... Em xin phép." Hiromi cúi chào vợ chồng Ikai rồi cứ thế rời khỏi đó.

Ikai Tatsuhiko chắc chắn biết về quan hệ giữa Yoshitaka và Hiromi. Cô không nghĩ Ayane sẽ kể nên có lẽ anh ta nghe được từ cảnh sát. Tuy không kể cho Yukiko nhưng chắc hẳn không có chuyện anh ta nghĩ tốt về Hiromi.

Cô lại bị bủa vây bởi cảm giác bất an, không biết rồi mình sẽ ra sao. Có thể hình dung, mối quan hệ với Yoshitaka rồi sẽ bị những người xung quanh đồn đại. Nếu vậy thì Hiromi không thể ở bên cạnh Ayane mãi được.

Hiromi dần cảm thấy mình nên bớt lại gần gia đình Mashiba thì hơn. Cô hoàn toàn không thể tin Ayane thật lòng tha thứ cho mình.

Ánh mắt khi nãy của Ayane vẫn thiêu đốt tâm trí. Cô ân hận vì đã đưa tay lên bịt miệng lúc dâng hoa. Cô giáo hẳn sẽ nhìn ra đó là biểu hiện ốm nghén. Chính vì thế mới hỏi "có sao không?"

Nếu chỉ đơn giản là tình nhân của người chồng đã khuất, Ayane có thể không thèm quan tâm nữa. Nhưng giờ cô gái đó có thai thì sao đây?

Đúng là Ayane có vẻ đã nhận ra Hiromi mang thai từ trước. Tuy thế, chỉ đoán ra thôi thì vẫn khác xa với việc tiếp nhận sự thật.

Đã vài ngày từ khi cô thú nhận với cô cảnh sát Utsumi việc có thai. Từ hôm đó Ayane tuyệt đối không hỏi Hiromi một lời về chuyện mang thai. Hiromi tất nhiên cũng không chủ động nhắc tới. Vì thế giờ Hiromi hoàn toàn không hiểu được Ayane đang suy nghĩ những gì.

Nên làm thế nào mới tốt đây? Cứ nghĩ tới là cô thấy trước mắt như tối sầm lại.

Cô hiểu mình nên phá thai. Cứ như bây giờ mà sinh con thì cô không tự tin có thể nuôi dạy nó thành đứa trẻ hạnh phúc. Cha thì đã mất. Không những thế, bản thân Hiromi đang đứng trước nguy cơ thất nghiệp. Không, chính xác là nếu sinh con thì không thể nhận làm những công việc Ayane giao cho nữa.

Nghĩ theo hướng nào cô cũng thấy không còn lựa chọn nào khác. Bất chấp điều đó, Hiromi vẫn không thể dứt khoát. Vì còn yêu Yoshitaka nên không đành lòng bỏ đi di sản duy nhất anh để lại? Hay vì bản năng phụ nữ khiến cô muốn sinh con? Chính cô cũng không biết.

Dù sao đi nữa, thời gian cũng chẳng còn nhiều. Cô biết chậm nhất thì mình cũng phải quyết định trong vòng hai tuần tới.

Vừa rời khỏi nhà tang lễ, Hiromi chuẩn bị vẫy taxi thì có tiếng gọi, "Cô Wakayama."

Nhìn thấy người gọi, Hiromi càng buồn hơn nữa. Anh cảnh sát tên Kusanagi đang chạy lại gần.

"Tôi tìm cô mãi. Cô định về rồi à?"

"Vâng, tôi hơi mệt."

Chắc chắn vị cảnh sát này biết việc Hiromi đang mang thai. Cô thầm nghĩ, nếu đã vậy thì cứ thể hiện rõ mình không muốn cơ thể phải chịu đựng thêm.

"Xin lỗi vì làm phiền nhưng tôi có thể hỏi chuyện cô được không? Chỉ mất rất ít thời gian thôi."

Hiromi không cố gắng che giấu sự khó chịu nữa.

"Ngay bây giờ à?"

"Mong cô đồng ý."

"Bắt buộc phải đến chỗ cảnh sát à?"

"Không, chúng ta đi chỗ nào có thể thong thả nói chuyện." Rồi không chờ Hiromi trả lời, anh ta vẫy một chiếc taxi.

Điểm đến mà Kusanagi nói với tài xế nằm gần chung cư của Hiromi. Biết rằng anh ta thật sự định kết thúc sớm, cô thấy nhẹ nhõm.

Có một quán ăn gia đình, hai người xuống xe ở đó. Quán vắng khách. Họ hướng tới chiếc bàn nằm sâu trong cùng.

Hiromi chọn sữa vì hồng trà hoặc cà phê nằm trong menu tự phục vụ. Kusanagi chọn ca cao, chắc cũng vì lý do tương tự.

"Những nơi thế này hầu hết đều cấm hút thuốc nhỉ. Có thể nói là họ tạo được môi trường tốt đối với những vị khách như cô phải không?" Kusanagi nở nụ cười thân thiện.

Chắc anh muốn thể hiện mình đã biết việc cô đang mang thai, nhưng vì chưa thể dứt khoát chuyện phá thai nên Hiromi chỉ thấy đó là những lời hết sức vô duyên.

"Xin lỗi... chuyện anh muốn nói là?" Cô hỏi, đầu vẫn cúi xuống.

"Cô mệt lắm phải không? Vậy tôi sẽ không nói những lời thừa thãi." Kusanagi hơi rướn về phía trước. "Cũng không phải là chuyện gì mới. Tôi hỏi về mối quan hệ với nữ giới của Mashiba Yoshitaka."

Hiromi bất giác ngẩng mặt lên.

"Cô hãy hiểu đúng như những từ mà tôi nói. Ý tôi

là, Mashiba có hẹn hò với người phụ nữ nào khác ngoài cô không?"

Hiromi ngồi thẳng dậy, chớp mắt. Cô thấy hơi hoang mang. Đó là câu hỏi không thể ngờ tới.

"Sao anh lại hỏi tôi việc như thế?"

"Ý cô là sao?"

"Có thông tin nào về một người phụ nữ như thế à?" Giọng nói của cô chợt sắc lạnh.

Kusanagi méo miệng cười, khẽ xua tay.

"Tôi chẳng có căn cứ gì hết. Đơn giản vì tôi không biết có thể xét tới khả năng đó hay không nên mới hỏi cô như thế này."

"Tôi chưa hiểu. Sao anh lại nghĩ vậy?"

Kusanagi lấy lại vẻ nghiêm túc, đôi tay trên mặt bàn đan vào nhau.

"Như cô cũng biết, anh Mashiba qua đời vì trúng độc. Xét từ hoàn cảnh, nếu không phải là người đã vào biệt thự nhà Mashiba hôm đó thì không thể bố trí chất độc được. Vì thế nên cô mới bị nghi ngờ đầu tiên."

"Tôi nói rồi, tôi không..."

"Tôi hiểu điều cô muốn nói. Vậy, nếu cô không phải là thủ phạm thì ai đã vào ngôi nhà đó? Chúng tôi không tìm thấy nhân vật nào như vậy cả dù là mối quan hệ trong công việc hay cá nhân. Do đó, tôi mới nảy ra giả thiết, không biết đó có phải nhân vật mà anh Mashiba chủ động giữ bí mật về mối quan hệ với họ hay không."

Cuối cùng thì Hiromi cũng hiểu điều cảnh sát muốn nói. Nhưng cô không thể đồng ý với anh ta được. Đó là ý tưởng hết sức ngớ ngẩn.

"Anh cảnh sát, anh hiểu sai về anh ấy rồi. Đúng là lời nói hành động của anh ấy rất màu mè, lại còn quan hệ với tôi, anh có nghĩ như vậy cũng dễ hiểu, nhưng anh ấy dứt khoát không phải là kẻ trăng hoa. Ngay cả với tôi, anh ấy cũng không chơi bời."

Giọng điệu của cô tỏ ra rất quả quyết nhưng Kusanagi không chút dao động.

"Tức là, cô không hề cảm thấy có bóng hình của người phụ nữ khác đúng không?"

"Vâng."

"Thế còn những người trong quá khứ thì sao? Cô có biết gì không?"

"Quá khứ? Người anh ấy đã từng hẹn hò ấy à? Vậy thì có vài người nhưng chi tiết thì tôi chưa từng nghe."

"Chi tiết rất nhỏ cũng được. Cô còn nhớ gì không? Nghề nghiệp hoặc họ quen nhau ở đâu chẳng hạn."

Bị Kusanagi hỏi dồn, Hiromi đành cố gắng lục lọi trí nhớ. Đúng là Yoshitaka có lần tiết lộ về mối quan hệ trong quá khứ. Cô vẫn còn lại đôi chút ấn tượng.

"Tôi chỉ biết chuyện anh ấy từng hẹn hò với người có liên quan đến ngành xuất bản thôi."

"Liên quan đến ngành xuất bản? Chẳng hạn như biên tập viên à?"

"Không, là người viết sách thì đúng hơn."

"Vậy là nhà văn?"

Hiromi nghiêng đầu.

"Tôi không rõ. Anh ấy có nói rất phiền phức vì người kia cứ xuất bản sách là lại đòi anh nêu cảm tưởng. Hỏi về nội dung sách thì Mashiba nói rất chung chung.

Tôi không hỏi nhiều hơn vì biết anh ấy ghét bị hỏi này nọ về các mối quan hệ trong quá khứ."

"Còn gì nữa không?"

"Anh ấy nói không có hứng thú với các cô tiếp viên và nghệ sĩ. Vì thế, tuy có đi những buổi tiệc mai mối nhưng gặp nhiều người mẫu do phía chủ trì sắp xếp nên thấy rất chán."

"Nhưng anh ta gặp phu nhân ở tiệc mai mối đúng không?"

"Hình như là thế." Hiromi cụp mắt.

"Có gì cho thấy Mashiba vẫn liên lạc với những người từng qua lại trước đây không?"

"Tôi nghĩ là không. Với những gì tôi biết thì như vậy." Hiromi ngước lên nhìn vị cảnh sát điều tra. "Anh nghĩ người phụ nữ ấy đã giết Mashiba à?"

"Tôi cho là hoàn toàn có thể. Chính vì vậy tôi mong cô cố gắng nhớ lại. Về chuyện yêu đương thì đàn ông đầy sơ hở so với phụ nữ, gặp dịp nào đó là dễ buột miệng về những mối tình trong quá khứ."

"Tuy nói vậy..."

Hiromi kéo ly sữa lại gần. Nhấp một ngụm, cô thấy tiếc đã không chọn hồng trà vì giờ phải để ý xem khóe miệng có bị dính màu trắng không.

Chợt nhớ ra một chuyện, cô ngước lên. "Sao vậy?" Kusanagi hỏi.

"Anh ấy trung thành với cà phê nhưng cũng rất tường tận về hồng trà. Tôi ướm hỏi về việc đó thì được biết là do ảnh hưởng của người yêu trước. Người phụ nữ ấy ham mê hồng trà, thậm chí chỉ mua ở nơi đã định.

Một cửa tiệm chuyên bán hồng trà ở Nihonbashi thì phải."

Kusanagi ghi chép lại. "Cửa tiệm tên là gì?"

"Xin lỗi, tôi không nhớ được nhiều đến vậy. Có thể tôi cũng chưa từng nghe."

"Cửa tiệm chuyên về hồng trà à." Kusanagi bặm môi và gấp sổ tay lại.

"Những việc tôi nhớ được chỉ có vậy thôi. Xin lỗi vì không giúp ích được gì."

"Không đâu, biết được ngần này thôi cũng là thu hoạch lớn đấy. Thực ra tôi cũng hỏi phu nhân câu y hệt nhưng cô ấy hoàn toàn không nghe anh Mashiba nói gì về những chuyện như vậy. Có khi Mashiba tin tưởng cô hơn phu nhân đấy nhỉ."

Nghe vậy Hiromi thấy hơi bực bội. Không biết anh ta có ý an ủi hay xoa dịu tạm thời, nhưng nếu anh ta nghĩ mấy lời này có thể làm cô thấy khá hơn dù chỉ một chút thì thật đáng ngạc nhiên.

"Xin hỏi, như vậy đã được chưa? Tôi thực sự muốn về nhà."

"Làm phiền cô quá, cảm ơn cô rất nhiều. Nếu nhớ thêm được bất cứ điều gì, xin hãy cho tôi biết."

"Vâng, khi ấy tôi sẽ gọi điện thoại cho anh."

"Để tôi đưa cô về."

"Không sao đâu. Tôi đi bộ về cũng được."

Hiromi đứng dậy, để lại phiếu thanh toán trên bàn, không buồn cảm ơn.

14

Hơi nước bốc lên từ miệng ấm đun. Yukawa vẫn im lặng không nói, anh nhấc ấm lên rồi đổ nước sôi vào bồn rửa. Sau đó, anh mở nắp, gỡ kính và nhìn vào bên trong. Có lẽ vì không muốn mắt kính bị mờ.

"Thế nào?" Kaoru hỏi.

Yukawa đặt ấm đun lên bếp, từ từ lắc đầu.

"Không được. Vẫn như khi nãy."

"Vậy là gelatin..."

"Ừ. Đọng lại."

Yukawa kéo chiếc ghế lại gần rồi đặt người xuống. Anh đan hai tay sau gáy, ngửa mặt nhìn trần nhà. Anh không mặc áo trắng mà mặc một chiếc thun màu đen cộc tay. Tuy dáng gầy nhưng đôi vai lại rất cơ bắp.

Kaoru đang ở phòng nghiên cứu của Yukawa. Hôm trước cô nghe anh nói sẽ làm thực nghiệm xác nhận ý tưởng của mình về thủ đoạn bỏ chất độc vào ấm đun nước.

Nhưng kết quả có vẻ không được như ý. Để hoàn tất thủ đoạn này, bắt buộc phải làm sao để sau lần thứ hai sử dụng ấm đun, gelatin chưa tan hết và chất độc bên trong cũng chưa hòa vào nước. Nghĩa là cần một lớp gelatin khá dày. Tuy nhiên, khi dày đến mức đó thì lần tiếp theo gelatin không tan hết mà đọng lại bên trong ấm. Tất nhiên là trong báo cáo của tổ giám định, chẳng có chất nào như vậy cả.

"Đúng là không dùng gelatin được rồi nhỉ." Yukawa gãi đầu bằng cả hai tay.

"Giám định phía chúng tôi cũng nhận định như vậy." Utsumi nói. "Có ý kiến cho rằng, kể cả gelatin có tan hết thì bên trong ấm vẫn sót lại một ít. Thêm nữa, khi nãy tôi cũng nói rồi, không phát hiện thấy gelatin trong bột cà phê đã qua sử dụng. Vì ý tưởng rất thú vị nên tổ giám định cũng hăng hái thử nghiệm rất nhiều xem các nguyên liệu khác cho kết quả thế nào."

"Họ thử cả màng bột rồi đúng không?"

"Vâng. Lúc đó thì tinh bột sót lại với bột cà phê."

"Nhầm rồi à." Yukawa vỗ vỗ đầu gối rồi đứng dậy. "Thật đáng tiếc nhưng ý tưởng này vứt đi thì hơn."

"Mặc dù tôi nghĩ là nó rất tuyệt."

"Chỉ làm cho Kusanagi tái mặt đi một chút thôi." Yukawa khoác lên người chiếc áo màu trắng đang vắt trên lưng ghế tựa. "Anh ta đang làm gì vậy?"

"Điều tra các mối quan hệ với phụ nữ trong quá khứ của Mashiba."

"Quả nhiên. Anh ta vẫn giữ nguyên niềm tin theo kiểu của riêng mình. Bây giờ không thể thực hiện được thủ đoạn sử dụng ấm đun nước, có lẽ nên đi theo giả thuyết của anh ta."

"Người yêu cũ giết Mashiba ấy à?"

"Không rõ có phải người yêu hay không, nhưng

sáng Chủ nhật, thủ phạm bằng cách nào đó đã xâm nhập nhà Mashiba sau khi Hiromi rời khỏi đó và thả chất độc vào ấm đun nước... Suy luận như vậy là hợp lý nhất."

"Tức là anh bỏ cuộc?"

"Tôi có nói như vậy là bỏ cuộc đâu. Chỉ tuân theo phép loại trừ thôi. Có vẻ Kusanagi dành tình cảm đặc biệt đối với phu nhân Mashiba nhưng điểm nhìn của cậu ta chưa chắc đã sai. Tôi nghĩ cậu ta đang điều tra theo hướng thực sự hợp lý đấy." Yukawa lại ngồi xuống ghế, bắt tréo chân. "Chất độc là thạch tín à. Có xác định thủ phạm qua nguồn gốc của chất độc được không?"

"Khó hơn dự đoán. Những nông dược có dùng thạch tín đã bị cấm sản xuất và mua bán từ khoảng năm mươi năm trước rồi, nhưng nó vẫn được sử dụng ở những chỗ không ngờ tới."

"Chẳng hạn như?"

"Chất bảo quản cho đồ gỗ, kiểm soát côn trùng, thuốc điều trị nha khoa, vật liệu bán dẫn... kiểu như vậy."

"Được dùng nhiều quá nhỉ. Có cả nha sĩ cơ à."

"Nghe nói được dùng để diệt tủy răng. Nhưng trong trường hợp này, nó ở dạng keo dán khó tan trong nước, hơn nữa tỷ lệ thạch tín trung tâm chỉ có 40% thôi. Khả năng thủ phạm dùng nó trong vụ này được đánh giá là thấp."

"Vậy chỗ nào có khả năng?"

"Rõ ràng là các công ty kiểm soát côn trùng. Họ chủ yếu dùng để đuổi mối. Khi mua họ phải đăng ký tên và địa chỉ nên chúng tôi đang xác nhận. Tuy nhiên, việc lưu trữ nội dung đăng ký ấy chỉ duy trì trong năm năm nên nếu mua trước thời gian đó thì bó tay. Nếu thủ phạm có được theo cách không chính thức thì không thể lần theo được."

"Tôi không nghĩ thủ phạm lần này để lộ sơ hở theo lối ấy đâu." Yukawa lắc đầu. "Cảnh sát có lẽ chỉ trông đợi vào kết quả của Kusanagi thôi."

"Dù sao tôi cũng không thể tin là thủ phạm đã bỏ độc trực tiếp vào ấm đun nước."

"Vì sao? Vì cách thức ấy phu nhân không thể thực hiện? Cô nghi ngờ phu nhân cũng được thôi nhưng bám vào đó mà suy luận thì không hợp lý đâu."

"Tôi không bám vào đó. Tôi không tin là hôm đó có người thứ ba bước vào dinh thự nhà Mashiba. Chẳng có chút dấu vết nào chứng minh việc ấy cả. Giả sử đúng như Kusanagi vẫn nghĩ, người yêu cũ đến đó thì Mashiba chí ít phải mời một ly cà phê chứ."

"Cũng có người không mời đâu. Thêm nữa, nếu đối phương là người không thể hoan nghênh."

"Thế thì một người như thế làm cách nào bỏ được chất độc vào trong ấm? Mashiba sẽ quan sát họ mà?"

"Mashiba cũng có lúc đi vệ sinh chứ. Tranh thủ lúc đó không khó đâu."

"Vậy thủ phạm đã lên một kế hoạch không chắc chắn lắm nhỉ. Mashiba mà không đứng dậy đi vệ sinh thì biết làm sao đây?"

"Có thể có một phương án khác hoặc xác định từ bỏ kế hoạch nếu không có cơ hội. Không thực hiện thì cũng chẳng tổn hại gì đến thủ phạm mà."

"Tiên sinh..." Kaoru hạ cằm xuống, nhìn thẳng vào khuôn mặt nhà vật lý học. "Cùng phe với ai vậy?"

"Cô nói kỳ cục quá. Tôi chẳng cùng phe với ai cả. Tôi chỉ phân tích thông tin, thi thoảng làm thực nghiệm và cố gắng tìm ra câu trả lời hợp lý nhất thôi. Và, ở thời điểm hiện tại thì cô hơi bất lợi."

Kaoru cắn môi.

"Tôi đính chính lại lời ban nãy. Nói thật lòng thì tôi nghi ngờ phu nhân Mashiba. Tôi tin cô ta ít nhiều có liên quan đến cái chết của anh Mashiba. Dù người khác có thể đánh giá tôi là ngoan cố."

"Hung hăng thế. Chẳng giống cô chút nào nhỉ." Yukawa hài hước nhún vai. "Nếu tôi không nhầm, căn cứ để cô nghi ngờ phu nhân là mấy ly sâm panh thì phải. Không cất chúng vào tủ chén là việc không tự nhiên, đúng không?"

"Còn nữa. Phu nhân Mashiba biết về vụ án vào đêm xảy ra sự việc. Có tin nhắn thoại cảnh sát để lại do không liên lạc được. Tôi đã nghe anh cảnh sát thực hiện cuộc gọi đó kể lại. Anh ta để lại tin nhắn là, *tôi muốn thông báo việc khẩn cấp liên quan đến chồng chị, rất mong nhận được liên lạc của chị*. Vậy là, khoảng 12 giờ đêm anh ta nhận được điện thoại của phu nhân và đã kể đại khái tình hình. Đương nhiên, thời điểm đó, anh ta không nói đến khả năng nạn nhân bị sát hại."

"Hừm, thế thì sao?"

"Ngày tiếp theo, phu nhân về thủ đô bằng chuyến bay sớm nhất. Tôi và Kusanagi đi đón, khi ngồi trên xe cô ấy gọi cho Wakayama Hiromi. Lúc đó, cô ấy nói,

Hiromi, vất vả cho em rồi. Utsumi vừa hồi tưởng vừa tiếp tục nói. "Khoảnh khắc đó, tôi đã thấy kỳ lạ."

"*Vất vả cho em rồi* à?" Yukawa gõ ngón tay trỏ vào đầu gối. "Từ câu đó mà hình dung thì kể từ lúc nghe cảnh sát thông báo về vụ án cho đến buổi sáng, phu nhân không hề nói chuyện với Wakayama Hiromi nhỉ."

"Quả không hổ danh. Điều tôi muốn nói đúng là như vậy." Xác nhận được Yukawa dường như có cùng nghi vấn với mình, Kaoru bất giác mỉm cười. "Phu nhân Mashiba giao chìa khóa nhà cho Hiromi. Trước đó cô ấy đã nhận ra mối quan hệ của Wakayama Hiromi và anh Mashiba. Nghe tin chồng qua đời một cách đáng ngờ, phản ứng bình thường sẽ là gọi điện ngay cho Wakayama Hiromi đúng không nào? Không những thế, nhà Mashiba còn có bạn là vợ chồng Ikai, nhưng cô ấy cũng không liên lạc với họ. Thật không thể hiểu được."

"Vậy cảnh sát Utsumi suy luận thế nào về chuyện đó?"

"Tôi nghĩ, phu nhân không gọi điện thoại cho cả Wakayama Hiromi và vợ chồng Ikai là vì việc đó không cần thiết. Đã tường tận về cái chết bất thường của chồng nên không cần phải nghe ngóng tình hình chi tiết từ bất kỳ ai nữa."

Yukawa cười đầy ẩn ý, anh dụi mũi.

"Cô đã nói suy luận đó với ai chưa?"

"Đội trưởng Mamiya."

"Cô không nói với Kusanagi à?"

"Có nói thì chắc chắn anh ấy cũng coi thường, cho đó chỉ là cảm tính."

Yukawa nhăn mặt đứng dậy, tiến lại gần bồn rửa.

"Cứ đinh ninh như vậy để làm gì chứ. Tôi nói một điều có thể hơi lạ, nhưng tên đó là một điều tra viên rất ưu tú đấy. Dù có dành ít nhiều cảm tình đặc biệt cho kẻ tình nghi thì cũng không đánh mất sự tỉnh táo đâu. Quả thật, nếu nghe những gì cô vừa nói, chắc cậu ta cũng không thay đổi suy nghĩ ngay lập tức. Có thể đoán trước là lúc đầu sẽ phản đối ngay. Tuy nhiên, hắn không phải kiểu người coi nhẹ ý kiến của người khác. Chắc chắn cậu ta sẽ suy nghĩ về vấn đề đó theo cách của mình. Kết quả là, dù dẫn tới kết luận không như mong đợi của bản thân, sau đó Kusanagi vẫn không làm ngơ đâu."

"Tiên sinh tin tưởng anh ấy nhỉ."

"Nếu không, tôi đã chẳng hợp tác điều tra nhiều lần." Yukawa tươi cười khoe hàm răng trắng, bắt đầu cho bột vào máy pha cà phê.

"Tiên sinh thấy thế nào? Cách nghĩ của tôi có bất thường không?"

"Không hề, nhận xét cực kỳ logic đấy. Biết tin chồng mất thì cố gắng hết sức để có thông tin mới là bình thường. Phu nhân mà không liên lạc với ai quả là không tự nhiên."

"May quá."

"Vì tôi là người làm khoa học. Nếu hỏi tôi chọn cái nào giữa giả thuyết không tự nhiên về mặt tâm lý và giả thuyết bất khả về mặt vật lý, dù có đôi chút miễn cưỡng, tôi vẫn phải chọn giả thuyết thứ nhất. Nếu 'thiết bị hẹn giờ' bỏ thuốc độc vào ấm đun nằm ngoài suy luận của tôi thì câu chuyện lại khác." Yukawa rót nước máy vào máy pha cà phê. "Nạn nhân chỉ dùng nước đóng chai để pha cà phê, chẳng hiểu mùi vị khác nhau đến đâu nhỉ."

"Không phải do mùi vị thế nào mà vì sức khỏe. Thực sự thì phu nhân vẫn dùng nước máy khi không có mặt Mashiba. Chắc tôi kể rồi, Wakayama Hiromi cũng khai đã dùng nước máy vào sáng hôm Chủ nhật."

"Tóm lại là người thực sự sử dụng nước đóng chai chỉ có nạn nhân thôi à?"

"Chính vì thế, bỏ chất độc vào chai nước là giả thuyết có sức thuyết phục."

"Phòng nghiên cứu pháp y cũng không tìm được gì nên giả thuyết ấy phải bỏ đi chứ?"

"Nhưng không tìm thấy cũng đâu có nghĩa khả năng bỏ độc vào chai nước là con số 0. Trên thực tế vẫn có người luôn rửa sạch chai nhựa trước khi vứt bỏ mà."

"Loại được rửa thường là chai đựng trà hoặc nước hoa quả chứ. Liệu họ có rửa chai đựng nước lọc không?"

"Con người có một thứ gọi là thói quen."

"Nói vậy cũng đúng. Nếu thế thì thủ phạm may mắn kinh khủng. Nhờ thói quen của nạn nhân mà con đường hạ độc không xác định được."

"Chuyện ấy thì, giả định phu nhân là thủ phạm nhé," Kaoru thăm dò biểu cảm của Yukawa. "Tôi tiếp tục suy luận theo hướng này không sao chứ?"

Yukawa nở nụ cười khổ sở.

"Đừng bận tâm. Chúng tôi cũng thường xuyên đặt ra các giả thuyết. Hầu hết là bị phủ định ngay từ gốc rễ. Nếu giả định phu nhân là thủ phạm thì có gì hay nào?"

"Vốn dĩ, người nói ra việc anh Mashiba chỉ dùng nước đóng chai chính là phu nhân. Theo Kusanagi, cô ta mà bỏ thuốc độc vào nước thì sẽ chẳng cố tình nói ra điều đó, nhưng tôi nghĩ ngược lại. Phải chăng ý đồ của cô ta là, nếu sớm muộn gì chất độc cũng bị phát hiện trong chai nước thì nói ra trước sẽ bớt được đôi chút nghi ngờ. Nhưng chất độc lại không bị phát hiện. Thành thật là tôi cũng hoang mang. Nếu cô ta là thủ phạm và bằng phương pháp nào đó chuẩn bị sẵn chất độc trong ấm đun nước, thì chẳng có lý do gì để cố tình cho cảnh sát biết việc anh Mashiba chỉ dùng nước đóng chai. Biết đâu việc chất độc không được tìm thấy trong chai nước là điều bất ngờ đối với chính cô ta."

Vẻ mặt Yukawa dần trở nên nghiêm túc trong khi nghe Kaoru nói. Anh nhìn chằm chằm vào hơi nước thoát ra từ máy pha cà phê.

"Tức là phu nhân không nghĩ đến việc Mashiba sẽ rửa chai nước?"

"Nếu tôi là phu nhân thì không. Thông thường, có lẽ chỉ tính đến việc chai nước còn sót độc tố sẽ được tìm thấy ở hiện trường thôi. Nhưng Mashiba dùng hết nước có độc để pha cà phê. Sau đó rửa cái chai trong lúc chờ nước sôi. Vì phu nhân không biết việc đó nên mới đi trước một bước, gợi ý với cảnh sát rằng có lẽ thủ phạm đã bỏ độc vào chai nước. Nếu nghĩ như vậy thì tất cả diễn biến đều ăn khớp."

Yukawa gật đầu, đưa ngón tay trỏ lên đẩy gọng kính.

"Có vẻ khả thi về mặt lý luận đấy."

"Tôi cũng biết còn nhiều điểm không tự nhiên. Nhưng, thực sự có khả năng đó."

"Đúng thế. Nhưng có cách nào chứng minh không nhỉ?"

"Không. Tiếc là như vậy." Kaoru cắn môi.

Yukawa gỡ bình đựng khỏi máy pha cà phê. Anh rót cà phê vào hai chiếc cốc, đưa một chiếc về phía Kaoru.

"Cảm ơn anh," cô cầm lấy nó.

"Có khi nào các người là đồng bọn không nhỉ?" Yukawa nói.

"Hả?"

"Tôi đang hỏi, cô kết hợp với Kusanagi để lừa tôi đúng không?"

"Lừa tiên sinh? Tại sao chứ?"

"Tôi đã cả quyết không phối hợp với cảnh sát mà lại bị chọc đúng vào tâm lý ưa tìm tòi khám phá tri thức. Chuyện yêu đương của Kusanagi, thứ gia vị có mùi thơm nguy hiểm đã phát huy tác dụng đấy." Yukawa cười nửa miệng và uống cà phê một cách ngon lành.

15

Tiệm hồng trà "Ku-ze" ở Nihonbashi Odenmachou. Nằm bên trong tầng một của một cao ốc văn phòng, ngay gần đó là phố Suitengu với hàng loạt các ngân hàng, có thể hình dung được quang cảnh vào giờ nghỉ trưa nhộn nhịp bởi bóng dáng những phụ nữ công sở.

Kusanagi đi qua cánh cửa kính, thấy trước mặt là quầy bán lá trà. Anh đã tìm hiểu trước và biết họ có trên năm mươi loại hồng trà khác nhau. Phía trong cùng được bố trí thành phòng trà. Vào khoảng thời gian lỡ cỡ tầm 4 giờ chiều sẽ thấy thấp thoáng chị em phụ nữ đến mua hàng. Có cả những người đang đọc tạp chí, nhìn đồng phục là biết rõ nhân viên công ty nào. Không thấy khách hàng nam giới.

Một nữ phục vụ bàn vóc người nhỏ bé trong trang phục màu trắng tiến lại gần anh.

"Kính chào quý khách. Quý khách đến một mình ạ?" Tuy tươi cười nhưng đâu đó vẫn thoáng nét nghi ngại. Có lẽ vì anh không giống kiểu khách đến tiệm hồng trà một mình.

Tôi đi một mình, nghe Kusanagi đáp, nữ phục vụ bàn vẫn giữ vẻ mặt tươi cười, dẫn anh ra ghế ngồi. Đó là vị trí ở sát tường.

Trong menu là một loạt tên các loại hồng trà mà đến hôm qua vẫn còn lạ lùng với Kusanagi. Nhưng lúc này thì anh đã biết một số loại và cũng đã dùng qua. Đây là tiệm hồng trà thứ tư mà anh tìm đến.

Kusanagi vẫy cô phục vụ khi nãy và gọi trà *chai*. Ở tiệm trà trước đó, anh được biết đây là loại được đun từ hồng trà Assam và sữa. Anh khá thích và muốn uống thêm một cốc nữa.

"Vâng, và, tôi là..." anh chìa danh thiếp về phía cô gái. "Tôi có chút việc muốn hỏi, cô có thể gọi chủ tiệm giùm không?"

Vừa nhìn thấy nội dung trên danh thiếp, nụ cười trên khuôn mặt nữ phục vụ vụt tắt. Kusanagi vội vàng xua tay.

"Không có chuyện gì nghiêm trọng nên cô đừng lo, tôi chỉ muốn hỏi về khách hàng thôi."

"Vâng, vậy anh chờ cho một chút."

"Xin nhờ cô," Kusanagi đáp. Anh vốn định nhân tiện hỏi xem có được hút thuốc hay không nhưng lại thôi. Đập vào mắt anh là chỉ dẫn dán trên tường với nội dung *không hút thuốc ở mọi chỗ ngồi trong tiệm.*

Anh lại nhìn quanh bên trong cửa tiệm. Không gian tĩnh lặng. Cách bài trí rất thoải mái nên các cặp đôi nếu có vào đây chắc sẽ không cần phải bận tâm đến khách ở bàn bên. Mashiba Yoshitaka mà ghé tới cũng không đáng ngạc nhiên.

Tuy nhiên, Kusanagi không dám kỳ vọng quá nhiều. Ba cửa tiệm anh đến trước đó cũng tạo ấn tượng tương tự.

Chẳng mấy chốc, một người phụ nữ đến trước mặt anh. Áo vest màu đen khoác bên ngoài chiếc sơ mi trắng, vẻ mặt nhu mì. Cô trang điểm nhẹ, tóc buộc gọn gàng về phía sau. Anh đoán cô khoảng ba mươi lăm tuổi.

"Xin hỏi có chuyện gì thế ạ?"

"Cô là chủ tiệm à?"

"Vâng. Tôi tên là Hamada."

"Xin lỗi vì làm phiền giữa giờ làm việc của cô. Mời cô ngồi." Anh chỉ chiếc ghế đối diện và lấy từ trong túi ra một tấm hình. Ảnh chụp Mashiba Yoshitaka. "Tôi đang điều tra một vụ việc, nhân vật này có từng đến đây không? Tôi nghĩ có lẽ phải từ hai năm trước."

Chủ tiệm Hamada nhận lấy tấm hình, nhìn kỹ rồi nghiêng đầu nghĩ ngợi.

"Tôi có cảm giác là đã thấy họ nhưng không dám khẳng định. Mỗi ngày đều có nhiều khách đến và không thể chăm chăm nhìn vào mặt họ được."

Câu trả lời của người phụ nữ đại khái cũng giống những gì anh được nghe khi hỏi thăm ở ba cửa tiệm khác.

"Vậy à. Tôi nghĩ chắc anh ta sẽ đi cùng người yêu."

Anh cẩn thận nói thêm nhưng cô chỉ mỉm cười và nghiêng đầu nói.

"Các cặp đôi đến tiệm chúng tôi cũng rất đông." Cô đặt bức ảnh xuống mặt bàn.

Kusanagi gật đầu, cười nhẹ đáp lại. Anh đã chuẩn bị trước tinh thần nên không đến nỗi thất vọng. Nhưng, rõ ràng cảm giác chạy đôn chạy đáo một cách vô vọng bắt đầu nhen lên.

"Chuyện anh cần hỏi chỉ có vậy thôi ạ?"

"Vâng, thế là được rồi."

Chủ tiệm vừa đứng dậy thì nhân viên phục vụ khi nãy bưng trà đến. Cô ta sắp đặt tách trà xuống bàn thì nhìn thấy bức ảnh ở đó, liền dừng tay lại.

"A, xin lỗi." Kusanagi nhấc nó lên.

Nhưng cô gái vẫn không đặt tách trà xuống mà liên tục chớp mắt nhìn anh.

"Sao thế?" Anh hỏi.

"Vị khách đó, có chuyện gì vậy ạ?" Cô rụt rè hỏi.

Kusanagi mở to mắt rồi lại đưa bức ảnh về phía cô gái.

"Cô... biết người này à?"

"Có thể nói là biết không nhỉ... đó là một khách hàng."

Dường như nghe thấy cô gái nói, chủ tiệm Hamada liền quay lại.

"Thật à?"

"Vâng, chắc tôi không nhầm đâu. Vì tôi đã nhìn thấy anh ta vài lần."

Giọng điệu không chắc chắn nhưng có thể thấy cô tự tin vào trí nhớ của mình.

"Tôi nhờ cô gái này một chút được không?" Kusanagi hỏi chủ tiệm Hamada.

"Vâng, xin mời."

Vừa đúng lúc có khách mới bước vào. Chủ tiệm Hamada liền quay về phía họ.

Kusanagi mời nữ phục vụ bàn ngồi xuống ghế đối diện.

"Cô nhìn thấy anh ta vào khoảng thời gian nào?"

Kusanagi bắt đầu hỏi.

"Tôi nghĩ lần đầu tiên là khoảng ba năm trước. Lúc đó tôi vừa vào làm việc, tên các loại trà chưa nắm rõ nên gây rắc rối. Vì thế tôi mới nhớ."

"Anh ta đi một mình à?"

"Không, luôn đi cùng vợ."

"Vợ? Người phụ nữ đó trông thế nào?"

"Một người có mái tóc dài và xinh đẹp. Nét mặt nhìn như con lai."

Chắc không phải Mashiba Ayane rồi, Kusanagi nghĩ. Ayane thì rõ ràng là một mỹ nhân kiểu Nhật.

"Tuổi tác thì sao?"

"Có lẽ ngoài ba mươi một chút, cũng có thể là hơn thế."

"Hai người đó nói họ là vợ chồng?"

"Việc đó thì," cô phục vụ nghiêng đầu. "Chắc do tôi cứ tưởng vậy thôi. Nhưng trông họ như vợ chồng ấy. Họ có vẻ rất thân mật, có lần như ghé vào đây sau khi đi mua sắm."

"Cô còn nhớ gì về người phụ nữ đó không? Chi tiết rất nhỏ nào cũng được."

Đôi mắt cô phục vụ hiện lên vẻ bối rối. Kusanagi thầm nghĩ, có lẽ cô ta đang hối hận vì buột miệng nói mình biết người trong bức hình.

"Không biết việc này có phải là tôi lầm tưởng hay không." Cô ngập ngừng. "Tôi nghĩ cô ấy là người vẽ tranh."

"Vẽ tranh... ý cô là họa sĩ?"

Cô gái gật đầu rồi ngước nhìn anh.

"Có lúc cô ấy mang theo sổ phác họa hoặc hộp chữ nhật to cỡ này," cô mở hai tay thành khoảng rộng cỡ 60 centimét. "Cái hộp bằng phẳng."

"Cô không nhìn thấy được bên trong đúng không?"

"Tôi không thấy." Cô cúi xuống.

Kusanagi nhớ lại lời kể của Wakayama Hiromi. Mashiba Yoshitaka từng hẹn hò với một cô gái làm công việc liên quan đến ngành xuất bản, cũng từng ra sách.

Họa sĩ mà ra sách thì chắc sẽ là những cuốn tập hợp các bức tranh. Nhưng Wakayama Hiromi còn nói rằng, Mashiba Yoshitaka cảm thấy phiền phức vì phải nêu cảm tưởng về những cuốn sách. Anh nghĩ, nếu đó là tập hợp tranh ảnh thì cũng không có gì quá thú vị.

"Còn ấn tượng nào khác nữa không?" Kusanagi hỏi.

Cô phục vụ nghiêng đầu nghĩ ngợi rồi nhìn anh vẻ thăm dò.

"Hai người đó, họ không phải vợ chồng à?"

"Chắc chắn là cô nhầm, nhưng sao thế?"

"Không, chẳng phải chuyện gì to tát," cô đặt tay lên má. "Tôi có cảm giác họ nói chuyện về con cái. Kiểu như là muốn sớm có con. Nhưng tôi không dám chắc. Có thể tôi nhầm với cặp đôi khác."

Vẫn là giọng thiếu tự tin nhưng Kusanagi tin ký ức của cô gái là chính xác. Không lẫn vào đâu được. Cô gái chắc chắn đang kể về Mashiba Yoshitaka và cô người yêu ngày đó. Cuối cùng cũng tìm được manh mối. Lòng anh phấn chấn hơn một chút.

Anh cảm ơn và "buông tha" cô phục vụ. Với tay

lấy tách trà *chai*. Tuy hơi nguội nhưng hương thơm và vị ngọt của sữa và trà pha trộn với nhau một cách tuyệt hảo.

Uống vơi đến nửa tách trà, anh bắt đầu suy nghĩ phải làm gì để xác nhận thân phận của cô gái có vẻ là họa sĩ ấy thì điện thoại di động báo có cuộc gọi đến. Nhìn vào màn hình, anh ngạc nhiên vì người gọi là Yukawa. Anh mở máy, vẫn để ý khách hàng xung quanh. "Kusanagi nghe đây."

"Tôi Yukawa đây. Bây giờ nói chuyện được không?"

"Tôi đang ở một chỗ khó có thể nói to tiếng nhưng được. Hiếm hoi làm sao, anh chủ động liên lạc cơ đấy. Chuyện gì vậy?"

"Tôi có việc muốn trao đổi. Hôm nay có sắp xếp được thời gian không?"

"Nếu là việc quan trọng thì tất nhiên là được. Việc thế nào đấy?"

"Chi tiết thì tôi muốn gặp nhau đã, nhưng nói trước là trao đổi về công việc của các cậu thôi."

Kusanagi thở dài.

"Cậu với Utsumi, hai người lại đang lén lút làm gì à?"

"Vì không muốn làm lén lút nên mới gọi điện thế này đấy. Cậu muốn gặp hay không nào?"

Kusanagi cười khổ sở, thầm nghĩ sao mà tên này lúc nào cũng lấn lướt mình như vậy.

"Biết rồi. Tôi phải đi đâu nào?"

"Địa điểm thì tùy cậu chọn. Mà, nếu được thì chỗ nào không cho hút thuốc là tốt nhất." Yukawa ào ào nói.

* * *

Cuối cùng họ hẹn nhau ở một quán nước cạnh ga Shinagawa. Gần khách sạn mà Ayane đang ở. Anh định sẽ hỏi cô về nữ họa sĩ nếu sớm xong việc với Yukawa.

Vừa bước vào quán đã thấy Yukawa ở đó. Cậu ta đang đọc cái gì đó có vẻ là tạp chí trên chiếc ghế trong cùng ở khu vực không hút thuốc. Đã sắp sang đông, thế mà cậu ta vẫn mặc áo thun cộc tay. Có một chiếc áo jacket bằng da màu đen đặt ở ghế bên cạnh.

Kusanagi tiến lại gần và dừng ở phía đối diện. Nhưng Yukawa không buồn ngẩng mặt lên.

"Đọc gì mà chăm chú thế?" Anh cất lời và kéo ghế ngồi.

Yukawa chẳng hề tỏ ra ngạc nhiên, chỉ tay vào cuốn tạp chí đang đọc.

"Tin về khủng long. Giới thiệu một ký sự về kỹ thuật chụp CT hóa thạch."

Có vẻ cậu ta vẫn để ý và biết Kusanagi đã đến.

"Tạp chí khoa học à? Chụp CT xương khủng long thì có gì hay ho chứ?"

"Không phải là xương. Nghiên cứu bằng cách chụp CT hóa thạch." Yukawa cuối cùng cũng ngẩng mặt lên, đưa tay chỉnh lại mắt kính.

"Như nhau thôi. Hóa thạch khủng long toàn là xương còn gì nữa."

Yukawa nheo đôi mắt sau cặp kính ra chiều thích thú.

"Người đàn ông như cậu quả là không làm tôi thất

vọng. Cậu luôn trả lời đúng dự đoán của tôi."

"Lại xem tôi như thằng ngốc đấy."

Phục vụ bàn đến, anh gọi nước ép cà chua.

"Chọn đồ uống lạ nhỉ. Ý thức vì sức khỏe à?"

"Đừng để ý. Tôi không có hứng với trà hay cà phê thôi. Mà có việc gì thế? Mau vào chủ đề chính đi."

"Tôi vẫn muốn nói thêm một chút về hóa thạch, nhưng thôi cũng được." Yukawa cầm tách cà phê lên. "Cậu đã nghe đánh giá của bên giám định về thủ thuật hạ độc chưa?"

"Nghe rồi. Trò mà cậu nghĩ ra nhất định sẽ để lại dấu vết. Mà như thế thì khả năng nó được dùng trong vụ này là 0. Đến cả Galile cũng mắc sai lầm nhỉ."

"*Nhất định* hoặc *khả năng bằng 0* là những cách nói không có tính khoa học. Tôi nói luôn, chỉ vì đưa ra giả thuyết không chính xác mà bị phán là mắc sai lầm thì thật thất vọng. Mà thôi, cậu không phải nhà khoa học nên tôi sẽ cho qua."

"Này, nếu miễn cưỡng nhận thua thì cứ thẳng thắn hơn một chút có hơn không?"

"Thua à? Tôi chẳng hề nghĩ thế. Giả thuyết bị sụp đổ chính là thu hoạch. Vì các khả năng sẽ thu hẹp lại. Con đường bỏ độc vào cà phê loại bỏ được thêm một giả định."

Nước ép cà chua được mang tới. Kusanagi không dùng ống hút mà uống ừng ực một hơi. Trước đó chỉ uống mỗi trà nên anh thấy cảm giác kích thích mới mẻ trên đầu lưỡi.

"Con đường chỉ có một thôi." Kusanagi nói. "Ai đó đã cho vào ấm đun. Wakayama Hiromi hoặc nếu không phải cô ta thì sẽ là nhân vật được Mashiba Yoshitaka mời đến vào ngày Chủ nhật."

"Tức là cậu phủ nhận khả năng chất độc được hòa vào nước à?"

Kusanagi bĩu môi sau câu nói của Yukawa.

"Tôi tin vào tổ giám định cũng như phòng nghiên cứu pháp y. Mà họ thì không tìm thấy chất độc trong các chai nhựa. Có nghĩa là chất độc không được pha vào nước."

"Cô Utsumi đặt giả thiết các chai nhựa đã được rửa."

"Tôi biết rồi. Nạn nhân tự rửa chứ gì? Tôi dám cược chẳng có ai lại rửa chai nước rỗng cả."

"Nhưng khả năng không phải là con số 0 mà."

Kusanagi thở hắt ra đằng mũi.

"Cậu đánh cược vào cái khả năng rất ít ấy à? Vậy thì cứ tự nhiên. Còn tôi sẽ chọn lối đi hợp lý."

"Đúng, tôi thừa nhận hướng đi của cậu là hợp lý. Có điều, mọi chuyện đều có cái gọi là *vạn nhất*. Kiên trì với tỷ lệ ấy là cần thiết trong thế giới khoa học." Yukawa hướng về anh với ánh mắt nghiêm túc. "Tôi có việc cần nhờ cậu."

"Gì vậy?"

"Tôi muốn quan sát dinh thự Mashiba một lần nữa. Có thể cho tôi vào trong đó không? Tôi biết cậu mang theo chìa khóa ngôi nhà đó."

Kusanagi nhìn ngược lại nhà vật lý học kỳ dị.

"Cậu nói gì cơ? Hôm trước Utsumi dẫn anh vào rồi cơ mà?"

"Điểm nhìn của tôi giờ khác với lúc ấy."

"Điểm nhìn nào cơ?"

"Bảo đó là cách nghĩ hết sức đơn giản cũng được. Có thể tôi đã phạm sai lầm. Và tôi muốn xác nhận điều đó."

Kusanagi gõ gõ ngón trỏ vào bàn.

"Là thế nào? Nói hẳn hoi đi."

"Đến đó và nếu tôi xác nhận được sai sót thì sẽ nói. Như thế cũng là vì cậu nữa."

Kusanagi dựa lưng vào ghế, anh thở dài.

"Tóm lại cậu âm mưu gì thế? Cậu thương lượng gì với Utsumi rồi?"

"Thương lượng? Cậu nói gì thế?" Yukawa cười khúc khích. "Đừng nghi ngờ. Tôi nói rồi còn gì. Đơn giản là có bí ẩn gây hứng thú với tư cách nhà khoa học nên tôi mới thử hợp tác. Bởi thế, nếu hết thú vị là tôi rút lui ngay lập tức. Vì muốn đưa ra phán đoán cuối cùng ấy nên mới nhờ cậu cho xem ngôi nhà một lần nữa."

Kusanagi nhìn xoáy vào đôi mắt người bạn. Yukawa đáp lại anh bằng vẻ tưng tửng.

Kusanagi hoàn toàn không hiểu cậu ta đang nghĩ gì. Nhưng vẫn như mọi khi. Dù không hiểu, Kusanagi vẫn tin tưởng và nhớ những lần được cậu ta giúp đỡ.

"Tôi sẽ thử gọi điện cho phu nhân. Chờ một chút nhé." Anh vừa đứng dậy vừa lấy máy di động.

Anh ra chỗ khác gọi điện. Ayane nhấc máy, Kusanagi vừa đưa tay lên che miệng vừa hỏi xem bây giờ có thể vào nhà cô được hay không.

"Tôi xin lỗi vì năm lần bảy lượt yêu cầu thế này nhưng có việc nhất định cần kiểm chứng."

Anh nghe được tiếng Ayane khẽ thở ra.

"Anh đừng quá bận tâm như vậy. Để phục vụ điều tra, tôi nghĩ việc đó là đương nhiên thôi. Xin trông cậy vào anh."

"Xin lỗi cô, nhân tiện tôi sẽ tưới nước cho hoa."

"Cảm ơn anh. Vậy thì tốt quá."

Kusanagi kết thúc cuộc gọi rồi trở lại chỗ ngồi. Yukawa ngẩng đầu nhìn như đang quan sát anh.

"Có gì muốn nói à?"

"Sao cậu phải ra chỗ khác gọi điện? Có chuyện không muốn tôi nghe thấy à?"

"Làm gì có chuyện đó. Xin phép vào nhà họ. Chỉ có vậy."

"Hừm."

"Sao nào? Lại gì nữa đây?"

"Không, chẳng có gì. Chỉ có điều, dáng vẻ cậu khi gọi điện làm tôi nghĩ đến nhân viên bán hàng đang trò chuyện với khách hàng thân thiết. Đối phương là người phải cư xử thận trọng đến thế cơ à?"

"Vào ngôi nhà mà họ đang vắng mặt đấy. Cẩn thận là tất nhiên rồi." Kusanagi cầm lấy tờ hóa đơn trên bàn. "Đi thôi. Sắp muộn rồi."

Từ nhà ga, họ di chuyển bằng taxi. Yukawa mở cuốn tạp chí khoa học lúc trước.

"Cậu có bảo hóa thạch khủng long chỉ là xương, nhưng bên trong cách nghĩ đó đã ẩn một cái bẫy nghiêm trọng. Vì nó mà rất nhiều các nhà cổ sinh vật học đã lãng phí lượng lớn các tư liệu quý giá."

Trong lòng không hào hứng nhưng Kusanagi vẫn tiếp chuyện.

"Hóa thạch khủng long mà tôi thấy ở bảo tàng đều là xương cả."

"Đúng thế. Vì trước đây họ chỉ để lại xương. Những phần khác đều mang vứt cả."

"Là sao?"

"Đang đào hố thì phát hiện xương khủng long. Các học giả hào hứng đào xới. Họ bỏ hết đất bám vào xương, dựng lên bộ xương khủng long khổng lồ. Rồi, họ bắt đầu suy nghĩ xem có đúng là con khủng long bạo chúa thì cái cằm thế này hay không? Tay nó ngắn thế này cơ à? Năm 2000, có nhóm nghiên cứu nọ không bỏ phần đất trên hóa thạch đào được mà cứ thế mang chụp CT, thử tạo tranh 3D cho cấu tạo bên trong. Kết quả, cái hiện ra chính là quả tim. Phần đất bên trong khung xương mà cho đến lúc đó người ta vẫn bỏ đi, hóa ra chẳng phải thứ gì khác ngoài các cơ quan nội tạng còn sót lại, giữ nguyên hình dáng như lúc chúng còn sống. Hiện nay, việc chụp CT hóa thạch khủng long đã trở thành kỹ thuật chuẩn mực của các nhà cổ sinh vật học."

Hừm, Kusanagi chậm chạp phản ứng. "Chuyện đó quả là thú vị đấy. Nhưng nó liên quan gì đến việc lần này? Hay chỉ đơn giản là chuyện phiếm thôi?"

"Lần đầu biết câu chuyện này, tôi nghĩ nó quả là cú lừa ngoạn mục mà khoảng thời gian mấy triệu năm làm ra. Không thể chê trách những học giả đã bỏ đi phần đất bên trong khi tìm thấy xương khủng long. Việc họ cho rằng những gì còn sót lại chỉ có xương âu cũng rất bình thường, ý định đưa chúng lên để làm các tiêu bản đẹp đẽ là đương nhiên đối với các nhà nghiên cứu. Tuy nhiên, thật lãng phí vì chính đám đất bị loại bỏ mới có ý nghĩa quan trọng nhất." Yukawa đóng tạp chí lại. "Cậu có thấy thi thoảng tôi vẫn nhắc câu chuyện về phương pháp loại trừ không. Bằng việc đi đến cùng từng giả thuyết có thể nghĩ tới, ta có thể xác định được chỉ một sự thật duy nhất. Hiềm một nỗi, nếu cách đặt giả thuyết nhầm lẫn cơ bản sẽ dẫn tới kết quả vô cùng nguy hiểm. Quá tập trung vào việc thu thập xương khủng long rồi bỏ đi mất phần quan trọng là chuyện thi thoảng vẫn xảy ra."

Kusanagi hiểu ra, có vẻ Yukawa chẳng bâng quơ nói về chuyện không liên quan đến vụ án.

"Ý cậu là cách suy luận về phương thức pha trộn chất độc có gì nhầm lẫn à?"

"Tôi chuẩn bị xác nhận đây. Có khi nào thủ phạm lại là một nhà khoa học rất giỏi không?" Yukawa như đang nói với chính mình.

Dinh thự Mashiba vô cùng yên ắng. Kusanagi lấy chìa khóa trong túi ra. Hai chiếc chìa khóa cửa đã được Kusanagi mang đến khách sạn trả lại cho Ayane nhưng cô chỉ nhận một chiếc. Lý do là cảnh sát có thể vẫn cần dùng và tạm thời bản thân cũng không định về nhà.

"Chuyện hậu sự xong rồi đúng không? Không cúng dường ở nhà thì phải." Yukawa vừa cởi giày vừa nói.

"Chắc tôi chưa nói. Mashiba Yoshitaka là người không theo tôn giáo nào, tang lễ cũng được thay bằng lễ dâng hoa. Hỏa táng rồi nhưng có lẽ cũng không làm lễ cúng tuần đầu."

"Ra là vậy, hợp lý đấy. Khi nào tôi chết cậu cũng làm thế được không?"

"Được quá đi chứ. Để tôi làm chủ sự tang lễ cho."

Bước vào nhà, Yukawa liền đi dọc theo hành lang. Vừa nhìn theo cậu ta Kusanagi vừa đi lên cầu thang, mở cửa phòng ngủ của vợ chồng gia chủ. Anh mở cửa sổ ban công trong cùng rồi với tay lấy bình tưới lớn để ngoài đó. Đây là cái bình tưới Kusanagi mua ở cửa hàng bán vật dụng tân trang nhà cửa hôm trước khi Ayane nhờ anh tưới hoa.

Anh mang cái bình xuống tầng một. Bước vào phòng khách rồi ngó căn bếp đúng lúc Yukawa đang dòm bên dưới bồn rửa.

"Tưởng cậu xem chỗ đó rồi?" Anh cất tiếng hỏi từ phía sau.

"Trong giới hình sự có câu *hiện trường phải điều tra một trăm lần* đúng không?" Yukawa soi sáng bên trong bằng chiếc đèn bút. Chắc cậu ta mang theo nó đến đây. "Đúng là không có dấu vết đụng chạm."

"Rốt cuộc cậu đang tìm gì vậy?"

"Quay lại điểm mấu chốt ban đầu. Dù có tìm thấy hóa thạch khủng long thì lần này tuyệt đối không được bất cẩn phủi sạch đất cát." Vừa quay lại nhìn Kusanagi, ánh mắt Yukawa liền trở nên ngờ vực.

"Cái gì thế? Món đồ ấy?"

"Nhìn mà không hiểu à? Bình tưới cây."

"Nói mới nhớ, lần trước cậu cũng bắt Kishitani đi tưới cây nhỉ. Lại còn tuyên bố đại khái là từ giờ cảnh sát cũng nên cố gắng giúp đỡ."

"Cậu muốn nói gì thì nói." Kusanagi đẩy Yukawa sang một bên, mở vòi. Anh bắt đầu xả mạnh nước vào bình tưới.

"Cái bình to nhỉ. Ngoài vườn không có vòi à?"

"Đây là nước tưới hoa trên tầng hai. Ban công nhiều bồn hoa lắm."

"Vất vả cho cậu quá."

Mặc kệ lời bỉ bôi của Yukawa, Kusanagi rời khỏi phòng. Anh lên tầng hai tưới nước cho hoa. Dẫu không biết tên hầu hết các loại hoa nhưng có thể thấy bông nào cũng hơi thiếu sức sống. Kusanagi thầm nhủ từ giờ nên qua đây tưới nước hai ngày một lần. Anh nhớ ra Ayane có nói cô đặc biệt không muốn hoa ở ban công tầng hai bị khô héo.

Tưới nước xong, anh đóng cửa kính rồi ngay lập tức ra khỏi phòng ngủ. Tuy chủ nhà đồng ý nhưng anh vẫn thấy không thoải mái khi ở lâu trong phòng ngủ của người khác.

Dưới tầng một, Yukawa vẫn đang ở trong bếp. Cậu ta đứng khoanh tay, đăm đăm nhìn bồn rửa.

"Giải thích đàng hoàng đi. Cậu đang nghĩ gì thế? Nếu không trả lời thì tôi sẽ không tạo điều kiện như thế này nữa đâu."

"Tạo điều kiện?" Yukawa nhướn một bên lông mày. "Tổn thương nhau đấy nhé. Đàn em của cậu mà không tìm đến thì tôi đâu có bị cuốn vào chuyện phiền phức này."

Kusanagi chống tay vào hông, nhìn ngược lại người bạn.

"Tôi không biết Utsumi trao đổi thế nào với cậu nhưng chuyện đó không liên quan đến tôi. Hôm nay cậu muốn xem xét ngôi nhà này, nếu nói với cô ta có phải tốt không. Tại sao lại tìm đến tôi?"

"Bởi vì việc tranh luận chỉ có ý nghĩa khi nó diễn ra giữa những người có ý kiến đối lập nhau."

"Cậu phản đối cách làm của tôi? Khi nãy cậu nói tôi hành động hợp lý cơ mà?"

"Tôi không phản đối cậu lần theo hướng đi hợp lý. Nhưng tôi cũng không thể tán thành việc phủ nhận hướng đi không hợp lý. Một khi vẫn còn khả năng, dù ít đến đâu, cũng không nên dễ dàng loại bỏ nó. Tôi nói đi nói lại rồi mà. Mờ mắt vì xương khủng long rồi vứt hết đất là rất nguy hiểm."

Hết sức bực bội, Kusanagi lắc đầu.

"Đất cát mà cậu nói là gì nào?"

"Nước." Yukawa đáp. "Chất độc được pha vào nước. Tôi vẫn nghĩ thế."

"Và nạn nhân đã rửa mấy cái chai hả?" Kusanagi nhún vai.

"Chẳng liên quan gì đến mấy cái chai. Nước có thể ở chỗ khác." Yukawa chỉ tay vào bồn rửa. "Từ cái vòi đó thì bao nhiêu cũng có."

Kusanagi nghiêng đầu, nhìn chằm chằm vào ánh mắt bình thản của Yukawa. "Nghiêm túc đấy à?"

"Về mặt khả năng là có."

"Tổ giám định đã xác nhận xong, trong nước máy không có gì bất thường."

"Đúng là tổ giám định có phân tích thành phần

nước máy. Nhưng mục đích là để phân biệt nước còn sót lại trong ấm đun là nước máy hay nước đóng chai. Đáng tiếc, có vẻ không xác định được. Chắc do được dùng đã nhiều năm nên mặt trong cái ấm bám nhiều cặn nước máy."

Kusanagi đã hiểu lý do khiến Yukawa liên tục quan sát phía dưới bồn rửa. Anh ta xác nhận xem chất độc có thể được sắp đặt bên trong ống nước hay không.

"Nạn nhân chỉ sử dụng nước đóng chai khi pha cà phê."

"Có vẻ thế thôi." Yukawa nói. "Nhưng ai nói ra điều đó nhỉ?"

"Là phu nhân," dứt lời Kusanagi cắn môi, nhìn Yukawa chằm chằm. "Cậu nghi ngờ cô ấy? Cậu chưa gặp người ta cơ mà? Cậu bị Utsumi tẩy não rồi."

"Đúng là Utsumi có ý kiến của riêng mình. Nhưng tôi đặt ra giả thuyết chỉ dựa vào dữ liệu là sự thật khách quan."

"Nếu theo giả thuyết ấy thì thủ phạm là phu nhân chứ gì?"

"Tôi thử suy nghĩ xem vì sao cô ta lại nói với cậu về chuyện nước đóng chai. Cần phải chia ra hai khả năng để xem xét. *Nạn nhân chỉ sử dụng nước đóng chai...* là sự thật và không phải là sự thật. Nếu đó là sự thật thì chẳng còn vấn đề gì. Phu nhân chỉ thuần túy hỗ trợ việc điều tra. Cô Utsumi có thể bất chấp điều đó vẫn nghi ngờ phu nhân nhưng tôi không suy nghĩ thiên lệch đến vậy. Chuyện đáng nói hơn là trường hợp đó không phải là sự thật. Nếu nói dối như thế thì đương nhiên phu nhân phải liên quan đến thủ phạm, khi đó nhất định cô ta phải có lợi từ việc nói dối." Yukawa liếm môi rồi tiếp tục. "Trước hết, cảnh sát đã nghiên cứu mấy chai nước và xác nhận không tìm được chất độc. Mặt khác, thuốc độc lại được tìm thấy trong ấm đun. Vì thế mà có phán đoán là rất có khả năng thủ phạm đã cho độc vào ấm đun. Tất nhiên, phu nhân có chứng cứ ngoại phạm cực kỳ vững chắc."

Kusanagi lắc đầu dứt khoát.

"Thật lố bịch. Kể cả phu nhân không gợi ý thì đội giám định vẫn nghiên cứu nước máy và các chai nước khoáng. Thậm chí lời khai về việc chỉ sử dụng nước khoáng còn khiến chứng cứ ngoại phạm của phu nhân không thành lập. Thực chất là Utsumi chưa chịu bỏ lối suy luận cho rằng chất độc được pha vào chai nước."

"Đúng thế đấy. Người có suy nghĩ giống như Utsumi nhất định thuộc về phía thiểu số. Tôi băn khoăn, liệu lời chứng về chai nước có phải là cái bẫy dụ dỗ cô ấy hay không?"

"Bẫy?"

"Những người nghi ngờ phu nhân không thể dứt bỏ được ý tưởng hòa chất độc vào chai nước. Vì họ nghĩ là không còn cách nào khác. Tuy nhiên, nếu có một phương pháp hoàn toàn khác được sử dụng thì người nào cố chấp với mấy chai nước sẽ mãi mãi không thể lần ra chân tướng. Thế chẳng phải bẫy thì là gì? Nếu không dùng đến nước đóng chai..." Đang thao thao bất tuyệt thì Yukawa đột nhiên dừng lại. Anh mở to đôi mắt kinh ngạc nhìn về phía sau Kusanagi.

Kusanagi cũng quay lại. Và anh bị bất ngờ y hệt Yukawa.

Ayane đang đứng trước cửa phòng khách.

16

Kusanagi cất lời, chỉ vì nghĩ rằng cần phải nói gì đó. "Cảm ơn... à, làm phiền gia đình." Nói xong anh mới hối hận vì thấy lời mình vừa thốt ra thật kỳ cục. "Cô về xem tình hình à?"

"Không, tôi muốn đổi quần áo... Xin hỏi, vị đó là?" Ayane hỏi.

"Tôi là Yukawa. Dạy vật lý ở trường đại học Teito." Yukawa tự giới thiệu.

"Giảng viên đại học?"

"Cậu ấy là bạn tôi, chúng tôi từng được cậu ấy hợp sức trong các khâu điều tra liên quan đến khoa học. Vì thế lần này cũng nhờ cậu ấy giúp đỡ."

"A... thế ạ."

Ayane có vẻ bối rối trước lời giải thích của Kusanagi. Nhưng cô không thắc mắc thêm về Yukawa mà hỏi tiếp, "Giờ tôi có thể động vào mọi chỗ chưa ạ?"

"Không vấn đề gì. Cô cứ thoải mái nhé. Xin lỗi vì đã làm phiền lâu như vậy."

"Không sao," Ayane đáp. Cô quay gót về phía hành lang. Rồi cô lại dừng bước và nhìn về phía hai người.

"Tôi không biết có thể hỏi điều này không, nhưng giờ các anh đang điều tra gì thế ạ?"

"À, không, việc đó là thế này," Kusanagi liếm môi. "Cách thức pha trộn chất độc đến giờ vẫn chưa rõ ràng nên chúng tôi kiểm chứng về việc đó. Thực sự xin lỗi cô vì năm lần bảy lượt làm phiền thế này."

"Được mà. Tôi không có ý phàn nàn gì đâu nên đừng bận tâm. Tôi ở tầng trên, anh cứ gọi nếu có việc cần nhé."

"Tôi sẽ gọi. Cảm ơn."

Kusanagi vừa cúi đầu cảm ơn Ayane thì Yukawa đứng bên cạnh hỏi. "Tôi hỏi một chút có được không?"

"Chuyện gì thế ạ?" Ayane tỏ vẻ nghi ngại.

"Đường nước máy nhà chị có gắn thiết bị lọc nước nhỉ. Tôi đoán lõi lọc cần được thay định kỳ, lần thay gần nhất là khi nào vậy?"

"A, cái đó thì." Ayane lại gần. Cô liếc nhìn về phía bồn rửa rồi ngại ngần đáp. "Hoàn toàn chưa thay mới."

"Ồ, chưa lần nào à?" Yukawa ngạc nhiên hỏi.

"Tôi cũng nghĩ sắp phải gọi thợ. Thiết bị lọc hiện giờ được lắp ngay sau khi tôi về đây sống, chắc sắp được một năm rồi. Đúng là người bán cũng khuyên nên thay nó sau khoảng một năm."

"Thay từ một năm trước... Thế à."

"Xin hỏi, nó có vấn đề gì à?"

"Không không," Yukawa xua tay. "Tôi chỉ hỏi để biết thôi. Hay là nhân dịp này thay cái mới đi. Có tài liệu cho rằng lõi lọc cũ lại thành có hại đấy."

"Tôi sẽ thay. Nhưng chắc phải dọn dẹp bên dưới bồn rửa trước đã. Chỗ ấy bẩn lắm đúng không?"

"Nhà nào cũng thế cả thôi. Dưới bồn rửa trong

phòng nghiên cứu của tôi đúng là cái tổ gián. À không, đánh đồng với phòng nghiên cứu thì bất lịch sự quá. Quan trọng hơn..." Yukawa liếc nhanh sang Kusanagi rồi tiếp tục. "Nếu cô có thể cung cấp thông tin liên lạc của nhà phân phối thì tôi tin Kusanagi sẽ thu xếp ngay bây giờ. Những việc thế này nên làm càng sớm càng tốt."

Kusanagi ngạc nhiên nhìn ngược lại Yukawa. Nhưng nhà vật lý học vẫn nhìn Ayane như thể phớt lờ ánh mắt người bạn. "Như vậy có được không?" Anh hỏi.

"Ngay bây giờ... ấy à?"

"Vâng. Thực ra thì có thể dùng nó cho việc điều tra. Càng sớm càng tốt."

"Nếu đúng vậy thì, vâng, không có vấn đề gì."

Yukawa mỉm cười nhìn Kusanagi. "Có thể lắm."

Kusanagi gườm mắt nhìn bạn. Có điều, từ kinh nghiệm từ trước đến giờ, anh hiểu rõ vị học giả này không nói năng tùy tiện. Chắc chắn cậu ta có tính toán nào đó và tự tin là nó có lợi cho việc điều tra.

Kusanagi đành quay qua phía Ayane.

"Vậy cô có thể cho tôi biết số điện thoại liên lạc của họ không?"

"Vâng, xin chờ một chút."

Ayane rời khỏi phòng. Chờ cô đi hẳn, Kusanagi lại hằm hằm nhìn Yukawa.

"Đừng có đột ngột nói những thứ kỳ quặc mà không bàn trước chứ."

"Làm gì có lúc để nói, đâu còn cách nào khác. Mà, cậu chắc chắn có việc phải làm trước khi kêu ca đấy."

"Việc gì?"

"Gọi tổ giám định đi. Chắc cậu không muốn thợ sửa thiết bị lọc nước làm hỏng chứng cứ đúng không? Việc tháo lõi lọc cũ để bên giám định làm thì hơn."

"Tức là để bên giám định mang lõi lọc về à?"

"Cả ống nước nữa."

Yukawa thấp giọng nói, trong mắt tỏa ra thứ ánh sáng sắc bén của nhà khoa học. Bị ánh sáng ấy áp đảo, Kusanagi không nói nên lời, vừa đúng lúc Ayane trở lại.

Khoảng một tiếng sau đó, lõi của thiết bị lọc nước đã được thành viên tổ giám định tháo ra. Kusanagi và Yukawa đứng cạnh nhau cùng quan sát. Lõi lọc và phần ống nước được tháo ra phủ đầy bụi bặm. Giám định viên thận trọng cất chúng vào một chiếc hộp trong suốt.

"Giờ tôi mang nó về nhé." Giám định viên nói với Kusanagi.

"Cảm ơn anh," Kusanagi đáp.

Nhân viên của nhà phân phối đã đến. Sau khi xác nhận anh ta bắt đầu việc đổi bộ lọc và ống nước mới, Kusanagi trở về ghế xô pha. Ayane đang ngồi đó, vẻ trầm tư. Bên trong cái túi đặt cạnh cô là quần áo mới lấy từ phòng ngủ. Có vẻ tạm thời cô sẽ không sống trong ngôi nhà này.

"Tôi xin lỗi nhé. Sự việc đi xa quá." Kusanagi nói.

"Không sao đâu. Thay được bộ lọc cũng tốt mà."

"Tôi sẽ trao đổi với cấp trên về khoản chi này."

"Anh đừng lo. Đó là món đồ gia đình tôi sử dụng mà." Ayane mỉm cười rồi ngay lập tức lại nghiêm túc nói. "Xin hỏi, có tác động nào đó ở bộ lọc à?"

"Không biết nữa. Chúng tôi chỉ thử nghiên cứu vì cũng có khả năng đó thôi."

"Nếu đúng như vậy thì chất độc được cho vào kiểu gì nhỉ."

"Ừm, chuyện đó thì..." Kusanagi lúng túng nhìn Yukawa. Cậu ta đang đứng trước cửa bếp quan sát thao tác của nhân viên công ty phân phối sản phẩm.

"Yukawa!" Kusanagi gọi.

Cái lưng mặc áo thun màu đen cử động. Yukawa vừa quay lại đã cất tiếng hỏi Ayane.

"Chuyện anh nhà chỉ uống nước đóng chai là thật à?"

Kusanagi nhìn sang Ayane, thầm bực bội vì câu hỏi đột ngột. Cô gật đầu.

"Đúng vậy. Nên trong tủ lạnh chưa từng hết nước khoáng."

"Cả lúc uống cà phê cũng yêu cầu phải dùng loại nước đó à?"

"Vâng."

"Nhưng thực ra cô không dùng thì phải. Tôi nghe nói vậy."

Kusanagi mở to mắt vì sửng sốt. Người cho cậu ta biết bí mật trong quá trình điều tra chỉ có thể là Utsumi Kaoru. Trong đầu anh hiện lên vẻ mặt dương dương tự đắc của cô ta.

"Vì như thế lãng phí mà?" Ayane khẽ mỉm cười. "Tôi không tin là nước máy lại có hại cho cơ thể đến mức như anh ấy nói. Đun bằng ấm nước cũng mau sôi hơn. Chính anh ấy chắc cũng chẳng nhận ra đâu."

"Hoàn toàn tán thành. Tôi tin dù có dùng nước máy hay nước khoáng thì mùi vị cà phê cũng chẳng khác biệt đáng kể."

Kusanagi nhìn vẻ mặt nghiêm túc của Yukawa một cách giễu cợt. Mới đây thôi cậu ta chỉ dùng mỗi cà phê hòa tan. Nhưng, dường như không nhận ra ánh mắt đó hoặc không buồn bận tâm, Yukawa tiếp tục nói với biểu cảm không đổi.

"Cô gái pha cà phê hôm Chủ nhật tên là gì ấy nhỉ. Phụ tá..."

"Wakayama Hiromi." Kusanagi bổ sung.

"Đúng rồi, cô Wakayama. Cô ấy cũng bắt chước cô dùng nước máy. Và, lúc ấy chẳng có gì xảy ra. Vì thế mới có giả thiết nghi ngờ chất độc được pha vào chai nước khoáng, nhưng vẫn còn một loại nước nữa. Đó là nước từ thiết bị lọc. Vì một lý do nào đó, chẳng hạn như để tiết kiệm nước đóng chai, có khả năng chồng cô sử dụng nước từ thiết bị lọc khi pha cà phê. Nếu thế thì cần nghi ngờ cả thiết bị lọc nước."

"Tôi hiểu, nhưng có thể đặt chất độc vào thiết bị lọc à?"

"Không phải là không thể. Dù tôi nghĩ phải đợi câu trả lời của tổ giám định đã."

"Nếu đúng như vậy thì thủ phạm đã làm cách nào?" Ayane khẩn khoản nhìn Kusanagi. "Tôi cũng nhiều lần kể rồi, thứ Sáu trước đó ở nhà tôi có tổ chức một bữa tiệc. Lúc đó thì máy lọc nước không có gì bất thường cả."

"Có lẽ thế." Yukawa nói. "Tóm lại, việc can thiệp diễn ra sau đó. Nếu mục đích của thủ phạm là sát hại riêng chồng chị thì có thể thấy hắn đã nhắm đúng lúc anh ta ở một mình."

"Tức là sau khi tôi đi khỏi nhà phải không? Nếu thủ phạm không phải là tôi."

"Đúng thế." Yukawa hờ hững khẳng định.

"Cũng chưa chắc chắn thuốc độc được đặt trong thiết bị lọc. Tôi cho rằng không cần phải nghĩ như vậy." Kusanagi dàn hòa và đứng dậy, "Tôi xin phép một chút." Anh ra hiệu bằng mắt với Yukawa rồi ra khỏi phòng khách.

Anh đứng đợi ngoài sảnh nhà, Yukawa bước tới.

"Cậu toan tính gì thế?" Kusanagi bực bội hỏi.

"Sao cơ?"

"Sao cái gì mà sao! Nói năng kiểu đó không phải là cậu đang nghi ngờ phu nhân à? Chỉ vì Utsumi nhờ vả hợp tác điều tra mà cậu về phe cô ta thì buồn cười lắm."

Yukawa cau mày thất vọng.

"Cậu đang buộc tội tôi đấy. Tôi về phe Utsumi bao giờ? Tôi chỉ đơn thuần nói những suy luận logic thôi. Tỉnh táo hơn một chút đi. Phu nhân còn bình tĩnh hơn cậu nhiều."

Kusanagi cắn môi. Anh vừa mở miệng định phản bác thì nghe thấy tiếng mở cửa lạch cạch. Nhân viên công ty phân phối sản phẩm lọc nước vừa rời khỏi phòng khách. Ayane đi theo phía sau.

"Lõi lọc đã thay xong rồi." Ayane nói.

"À, cảm ơn anh rất nhiều." Kusanagi nói với anh thợ. "Phải rồi, việc thanh toán thì..."

"Tôi trả tiền rồi. Anh đừng bận tâm."

Thế à, Kusanagi khẽ đáp.

Thấy nhân viên của công ty phân phối ra khỏi nhà, Yukawa cũng xỏ giày.

"Chắc tôi cũng xin phép. Cậu thì sao?"

"Tôi ở đây thêm một lát. Có chuyện muốn hỏi cô Mashiba."

"Vậy à... Xin lỗi vì đã làm phiền." Yukawa cúi đầu chào Ayane.

"Phiền anh đã vất vả," Ayane đáp. Yukawa quay lưng bước đi. Kusanagi nhìn theo và thở dài.

"Xin lỗi vì đã làm cô không thoải mái. Thật ngại quá, cậu ta không tệ nhưng thiếu nhạy cảm. Một người kỳ dị."

"Ôi," Ayane tỏ ra ngạc nhiên. "Sao anh lại xin lỗi? Tôi hoàn toàn không khó chịu gì cả."

"Được vậy thì tốt."

"Anh ấy nói đang là giảng viên đại học Teito nhỉ. Nhắc tới các học giả, tôi thường nghĩ họ ít nói và trầm lặng cơ, thực tế lại hoàn toàn khác nhỉ."

"Học giả cũng có nhiều kiểu mà. Trong số họ thì tên đó là loại đặc biệt."

"Tên đó..."

"À, tôi quên không nói, hắn là bạn cùng khóa với tội thời đại học. Nhưng chuyên môn hoàn toàn khác nhau."

Kusanagi cùng Ayane quay lại phòng khách, anh kể chuyện ngày xưa sinh hoạt ở câu lạc bộ cầu lông với Yukawa, sau này được cậu ta hỗ trợ điều tra trong một số vụ án nên đến giờ vẫn duy trì quan hệ.

"Ra thế. Tuyệt thật đấy. Bạn bè từ thời trẻ mà đến giờ vẫn duy trì được quan hệ thông qua công việc."

"Như mắc nợ nhau ấy."

"Đâu có chuyện đó. Tôi thật sự ghen tị đấy."

"Cô mà về nhà thì cũng có bạn để đi suối nước nóng cùng nhau đấy thôi."

"Ừ nhỉ," Ayane gật đầu đồng tình. "Anh Kusanagi đến nhà tôi rồi phải không? Mẹ tôi có kể lại."

"À, việc ấy là do quy tắc làm việc của cảnh sát, phải lấy đủ chứng cứ của tất cả mọi việc chứ không có ý nghĩa gì sâu xa cả."

Thấy Kusanagi vội vàng giải thích, Ayane mỉm cười.

"Tôi hiểu. Chuyện tôi có về nhà thật hay không là rất quan trọng mà. Đương nhiên phải xác nhận. Anh đừng bận tâm."

"Nghe cô nói vậy tôi cũng đỡ ngại."

"Mẹ tôi nói anh cảnh sát vô cùng thân thiện. Tôi cũng bảo, như vậy thì có thể yên tâm rồi."

"Đâu có gì." Kusanagi đặt tay lên tai, thấy gáy mình hơi nóng.

"Lúc đó anh cũng gặp Motooka phải không?" Ayane hỏi. Motooka Sakiko là người bạn cùng đi suối nước nóng với cô.

"Chỗ cô Motooka là Utsumi gặp. Utsumi kể, cô Motooka có vẻ hơi lo lắng cho cô, trước cả khi biết về vụ án. Trông cô không được khỏe so với trước khi kết hôn."

Như hiểu ra điều gì, Ayane nở nụ cười buồn bã và thở dài.

"Cô ấy nói thế thật à? Tôi cứ tưởng mình đóng kịch giỏi lắm nhưng không qua được mắt bạn thân nhỉ."

"Cô không kể với cô Motooka à? Về chuyện chồng cô đề nghị ly hôn ấy."

Ayane lắc đầu.

"Tôi không hề nghĩ tới việc ấy. Dù sao cũng đã quyết tâm dứt khoát cảm xúc của mình... Hơn nữa, tôi không định nói gì hết. Nếu không có con thì ly hôn là chuyện hai chúng tôi đã giao hẹn từ trước khi cưới. Tất nhiên chúng tôi giữ bí mật với bố mẹ."

"Tôi cũng nghe anh Ikai nói rằng chồng cô rất muốn có con, tới mức có thể nói hôn nhân là phương tiện cho việc đó. Tôi thấy khá lạ lùng khi có người đàn ông như vậy."

"Tôi cũng muốn sinh con và cứ nghĩ sẽ có ngay thôi nên không bận tâm quá nhiều về giao ước đó. Có điều, gần một năm đã qua mà vẫn không có con... Ông trời cũng thật nhẫn tâm." Ayane nhìn xuống một thoáng rồi lại ngẩng lên. "Còn anh Kusanagi, chuyện con cái thế nào?"

Kusanagi cười nhẹ và nhìn Ayane. "Tôi độc thân."

Ồ, cô hơi buột miệng. "Xin lỗi anh."

"Có sao đâu. Mọi người xung quanh giục ghê lắm nhưng không có đối tượng. Tên Yukawa ban nãy cũng sống một mình."

"Anh ấy thì đúng là tạo cảm giác đó. Hoàn toàn là ấn tượng chưa lập gia đình."

"Tên đó ngược lại với anh nhà, ghét trẻ con lắm. Lý do hơi kỳ lạ, ví dụ như, hắn sẽ stress bởi trẻ con hành động không theo logic."

"Một người thú vị."

"Tôi sẽ chuyển lời khen này. Nhân tiện, tôi có điều muốn hỏi về chồng cô."

"Anh nói đi."

"Trong các mối quan hệ của anh nhà, có ai làm công việc vẽ tranh không?"

"Tranh... ý anh là họa sĩ à?"

"Đúng vậy. Không phải chuyện xảy ra gần đây cũng được. Trước đây anh ấy có từng kể về người vậy không?"

Ayane nghiêng đầu ra chiều nghĩ ngợi rồi nhìn Kusanagi như nhận ra điều gì.

"Người đó có liên quan đến vụ án à?"

"Không, điều đó thì chưa rõ. Hôm trước tôi cũng nói rồi đấy, tôi đang tìm hiểu về các mối quan hệ yêu đương ngày trước của chồng cô. Và tôi tin là anh ấy từng hẹn hò với một phụ nữ có vẻ là họa sĩ."

"Thế à. Tiếc quá, tôi không nghĩ ra ai cả. Đó là khoảng thời gian nào vậy?"

"Tôi không biết thời điểm chính xác nhưng đoán là cỡ hai, ba năm trước."

Ayane khẽ gật rồi lại hơi nghiêng đầu.

"Xin lỗi nhé, tôi chưa từng nghe chồng kể về những chuyện đó."

"Vậy à, cũng đành chịu thôi." Kusanagi nhìn đồng hồ đeo tay rồi đứng dậy. "Làm phiền cô lâu quá. Thôi, tôi xin phép."

"Tôi cũng quay về khách sạn." Ayane ôm túi xách đứng lên.

Hai người rời khỏi khuôn viên biệt thự Mashiba. Người khóa cổng là Ayane.

"Để tôi xách đồ cho. Ta đi bộ đến chỗ nào có thể bắt taxi." Kusanagi chìa bàn tay phải ra.

"Cảm ơn anh," Ayane đáp và đưa anh chiếc túi. Sau đó cô quay lại nhìn ngôi biệt thự, khẽ nói. "Không biết liệu có ngày tôi trở về ngôi nhà này hay không?"

Kusanagi không biết phải nói gì. Anh bắt đầu bước đi bên cạnh cô.

17

Bảng thông báo người sử dụng phòng cho thấy có vẻ trong phòng giờ chỉ có Yukawa. Tất nhiên là cô đã nhắm vào khung thời gian này chứ không phải tình cờ.

Kaoru gõ cửa. *Vào đi,* tiếng đáp thô lỗ vọng ra. Cô mở cửa, Yukawa đang pha cà phê. Hơn nữa còn pha kiểu dripper, dùng phin và giấy lọc.

"Đúng lúc đấy." Yukawa rót cà phê vào hai chiếc cốc.

"Hiếm thấy ghê. Anh không dùng máy pha cà phê à?"

"Tôi muốn thử cảm giác của người ưa câu nệ. Pha bằng nước khoáng đấy." Yukawa đưa một cốc cho cô.

"Mời anh," Kaoru nhấp môi uống. Bột cà phê hình như vẫn là loại mọi khi.

"Thế nào?" Yukawa hỏi.

"Ngon."

"Hơn bình thường?"

"Tôi nói thật được chứ?" Sau một thoáng ngần ngừ, Kaoru đáp.

Yukawa tỏ vẻ chán chường, vẫn cầm cốc cà phê, anh ngồi xuống ghế.

"Không nói cũng được. Chắc cô có chung cảm tưởng với tôi thôi," anh nhìn vào bên trong cốc. "Thực ra khi nãy tôi đã pha thử bằng nước máy. Nói thật là vị của chúng y hệt nhau. Tôi chẳng thấy khác một chút nào."

"Tôi nghĩ là không thấy đâu."

"Nhưng mà, ý kiến chung của các đầu bếp là chúng sẽ có vị khác nhau đấy." Yukawa cầm lấy tờ tài liệu trên mặt bàn. "Có một khái niệm gọi là độ cứng của nước. Hình như là đơn vị quy đổi tổng số ion Canxi và ion Magie thành lượng canxi cacbonat ($CaCo_3$) trong 1 lít nước. Theo thứ tự từ thấp đến cao của lượng canxi cacbonat ấy mà chia ra thành nước mềm, nước cứng trung bình và nước cứng."

"Tôi có nghe."

"Thông thường, để nấu nướng thì tốt nhất là nước mềm. Điểm mấu chốt là lượng canxi trong nước, nếu dùng nước chứa nhiều canxi để nấu cơm, chất xơ trong gạo và canxi kết hợp với nhau, cơm khi chín ăn sẽ thấy khô."

Hiromi nhíu mày, "Không hấp dẫn tí nào nhỉ."

"Ngược lại, khi nấu nước dùng dashi từ thịt bò chẳng hạn, nước cứng lại tốt hơn. Huyết dịch trong thịt và xương kết hợp với canxi sẽ dễ dàng tiết ra dưới dạng váng. Có thể tham khảo để nấu xúp consomme đấy nhỉ."

"Anh nấu ăn à?"

"Cũng thi thoảng." Yukawa đặt tài liệu xuống mặt bàn.

Kaoru hình dung cảnh anh đứng trong căn bếp. Nhìn anh nhăn trán điều chỉnh lượng nước với thêm bớt nhiệt độ, chắc cũng giống như đang làm thực nghiệm khoa học.

"Thế vụ đó sao rồi?"

"Đã có đánh giá của bên khám nghiệm. Hôm nay tôi đến để báo cáo đây." Kaoru lấy ra tập tài liệu trong túi đeo sau lưng.

"Tôi nghe đây," Yukawa nói và uống cà phê.

"Không tìm thấy thạch tín trong lõi lọc và ống nước. Có điều, họ xác nhận là, giả sử có sự sắp đặt ở đó thì sau nhiều lần nước chảy qua, sẽ không thể phát hiện được nữa. Vấn đề là đoạn tiếp theo." Kaoru ngừng một hơi rồi lại nhìn xuống tài liệu. "Trên lõi lọc và ống nước vẫn bám bụi và các vết bẩn tích lại từ nhiều năm, từ đó thấy rằng, khả năng có tác động trong thời gian gần đây là cực kỳ thấp. Tóm lại, nếu tháo ra thì chắc chắn đã để lại dấu vết. Còn nữa, đây là tài liệu bổ sung, theo đó thì đội giám định cũng đã kiểm tra bên dưới bồn rửa ngay sau khi xảy ra vụ án. Mục đích ban đầu có lẽ để tìm kiếm chất độc. Khi đó, họ có dịch chuyển chất tẩy rửa và các loại đồ đựng ở trước bộ lọc. Chỉ có chỗ đặt những thứ đó là không phủ bụi."

"Tức là không chỉ bộ lọc mà cả khu vực bên dưới bồn rửa cũng lâu rồi không ai động vào?"

"Theo đánh giá của tổ giám định thì đúng là như vậy."

"Việc này thì tôi cũng đoán trước rồi. Lần đầu tiên quan sát bên dưới bồn rửa của ngôi nhà tôi đã có ấn tượng đó. Nhưng tôi nhớ là còn việc nữa cần xác nhận."

"Tôi biết. Là câu hỏi về khả năng cho chất độc chảy từ vòi sang thiết bị lọc nước phải không?"

"Quan trọng đấy. Câu trả lời là?"

"Lý thuyết thì có thể nhưng hiện thực thì không."

Yukawa uống cà phê, anh bặm môi. Chắc không phải vì cà phê đắng.

"Ý tưởng của Yukawa tiên sinh là đặt một vật dạng ống thật dài, thông từ vòi nước sang ống nước của thiết bị lọc giống như ống nội soi dạ dày, sau đó cho chất độc chảy qua bên trong ống, nhưng thử cách nào cũng không được. Cụ thể là, điểm phân nhánh sang phía thiết bị lọc gần như vuông góc nên không thể đẩy ống dẫn qua đó được. Nếu tạo ra một dụng cụ chuyên dụng đặc biệt, điều khiển được phần đầu thì cũng có khả năng nhưng..."

"Tôi hiểu. Thôi thế được rồi." Yukawa vò đầu bứt tóc. "Thủ phạm vụ này chắc chắn không làm gì to tát đến thế. Chắc phải bỏ qua giả thiết về thiết bị lọc rồi. Tôi đã nghĩ đó là một hướng dùng được cơ. Một lần nữa lại phải thay đổi ý tưởng. Chắc chắn phải có một điểm mù ở đâu đó."

Yukawa rót nốt cà phê trong bình vào cốc của mình. Có lẽ tay anh hơi rung nên bị đổ mất một ít. Kaoru nghe thấy tiếng anh chép miệng.

Ngay cả người này cũng có lúc mất bình tĩnh à, Kaoru thầm nghĩ. *Rốt cuộc thì chất độc được sắp đặt ở đâu? Có lẽ anh ta đang tức giận chính mình vì không giải được bí ẩn đơn giản thế này.*

"Cảnh sát hình sự nổi tiếng đang làm gì rồi?" Yukawa hỏi thăm.

"Đến công ty của anh Mashiba. Hình như để lấy tin."

"Hừm."

"Anh Kusanagi có nói gì không?"

"Không," Yukawa lắc đầu rồi uống một hớp cà phê. "Hôm trước, lúc ở cạnh Kusanagi, tôi đã gặp phu nhân Mashiba."

"Tôi có nghe kể."

"Có nói chuyện một chút, quả là một phụ nữ đẹp và hấp dẫn."

"Tiên sinh cũng yếu lòng trước mỹ nhân à?"

"Tôi chỉ nêu đánh giá khách quan thôi. Quan trọng hơn, tôi để ý Kusanagi lúc đó."

"Có chuyện gì vậy?"

"Thời sinh viên, cậu ấy từng mang mèo về nhà. Hai con mèo con mới đẻ. Cả hai con đều rất yếu, ai nhìn qua cũng hiểu là chúng khó mà sống được. Nhưng cậu ta vẫn mang chúng vào phòng, trốn học để chăm sóc. Dùng lọ đựng thuốc nhỏ mắt cố gắng cho bọn mèo uống sữa. Khi ấy, có một người bạn nói với Kusanagi. *Cậu có làm thế thì chúng cũng chết đến nơi rồi.* Câu trả lời lúc đó của cậu ta là, *Thế thì đã sao?*" Yukawa chớp mắt, nhìn vào khoảng không. "Ánh mắt Kusanagi nhìn phu nhân cũng giống như lúc chăm sóc cho lũ mèo. Cậu ta cảm nhận được gì đó từ phu nhân. Nhưng đồng thời, có lẽ cậu ta cũng nghĩ thế này chăng? *Thế thì đã sao?*"

18

Ngồi trên chiếc ghế đặt trước quầy lễ tân, Kusanagi nhìn đăm đăm vào bức vẽ trên tường. Đóa hồng đỏ hiện lên trong bóng tối. Anh nhớ đã từng thấy hình mẫu kiểu này ở đâu đó. Chắc chắn là nhãn của một loại rượu Tây.

"Anh nhìn gì mà chăm chú thế?" Ngồi trên ghế đối diện, Kishitani hỏi. "Bức tranh đó không liên quan đâu. Nhìn cho kỹ vào. Góc dưới bên trái có chữ ký đấy. Là tên người nước ngoài."

"Cái đó tôi biết." Kusanagi rời mắt khỏi bức tranh. Sự thật là anh đã không nhận ra chữ ký.

Kishitani xoay cổ.

"Nhưng mà, liệu anh ta có giữ lại tranh vẽ của người yêu cũ không? Phải tôi thì vứt ngay lập tức."

"Đó là cậu. Mashiba Yoshitaka có thể khác."

"Kể cả thế, vì không để ở nhà được nên mang đến phòng giám đốc à? Treo một bức tranh như thế thì tâm lý không yên ổn được đâu."

"Không nhất thiết là để treo."

"Mang đến một bức tranh mà không định treo lên à? Thế càng không bình thường. Nhân viên mà thấy thì khó giải thích lắm."

"Cứ bảo được tặng là xong."

"Làm thế lại quá không tự nhiên. Nếu được tặng tranh thì treo nó lên ngay mới đúng phép lịch sự. Bởi vì không biết lúc nào vị khách tặng quà sẽ đến chơi."

"Lằng nhằng quá. Mashiba Yoshitaka không phải kiểu đàn ông như thế đâu."

Kusanagi vừa gắt lên thì ở lối ra vào bên cạnh quầy lễ tân xuất hiện một người phụ nữ mặc bộ vest màu trắng. Tóc cô cắt ngắn, đeo kính nhỏ màu xanh lá cây.

"Đã để các vị phải chờ. Xin hỏi, anh Kusanagi..."

"Là tôi." Kusanagi đứng dậy. "Xin lỗi đã làm phiền trong lúc bận rộn."

"Không sao ạ. Các anh vất vả quá."

Danh thiếp của cô đề tên Yamamoto Keiko. Chức danh trưởng phòng truyền thông.

"Các anh muốn xem vật dụng cá nhân của giám đốc tiền nhiệm?"

"Vâng, có được không?"

"Xin mời các anh đi theo tôi."

Yamamoto Keiko dẫn hai người đến một căn phòng có gắn biển đề "phòng họp nhỏ".

"Không phải là phòng của giám đốc à?" Kusanagi hỏi.

"Giám đốc mới đã nhậm chức rồi. Xin lỗi các anh vì hôm nay giám đốc có việc bên ngoài nên không thể ra chào hỏi."

"Vậy là phòng của giám đốc cũng thay mới rồi à?"

"Sau khi tổ chức xong tang lễ nội bộ cho giám đốc

tiền nhiệm, chúng tôi đã sắp xếp lại. Những gì liên quan đến công việc vẫn được giữ nguyên còn đồ vật cá nhân chuyển sang bên này. Chúng tôi dự định sẽ gửi về nhà riêng vào thời điểm thích hợp. Phía công ty không thể tùy tiện bỏ đi được. Chúng tôi đã trao đổi với luật sư cố vấn là ngài Ikai để giải quyết sao cho ổn thỏa."

Yamamoto Keiko nói mà không hề mỉm cười. Ngữ điệu cứng nhắc như cảnh giác điều gì. Kusanagi có cảm giác cô ta thấy bị xúc phạm vì công ty bị nghi ngờ tiêu hủy chứng cứ, dù chẳng liên quan gì đến cái chết của Mashiba Yoshitaka.

Trong phòng họp nhỏ chất khoảng mười thùng giấy đủ kích cỡ. Ngoài ra có một số đồ vật như bộ gậy đánh golf, cúp, máy mát xa chân. Nhìn thoáng qua không có thứ gì giống tranh vẽ.

"Cô cho chúng tôi xem được chứ?" Kusanagi nói.

"Vâng. Xin cứ tự nhiên. Tôi sẽ mang đồ uống đến, các anh muốn uống gì?"

"Không cần đâu. Cảm ơn cô đã quan tâm."

"Vậy à. Tôi hiểu rồi." Vẫn giữ vẻ vô cảm lạnh lùng, Yamamoto Keiko rời khỏi căn phòng.

Nhìn chằm chằm vào cánh cửa vừa đóng sập lại, Kishitani nhún vai.

"Có vẻ chúng ta không được hoan nghênh lắm nhỉ."

"Làm nghề này có bao giờ được người khác hoan nghênh không? Riêng việc chịu thuận theo yêu cầu của chúng ta là phải cảm ơn họ rồi."

"Kể cả thế, vụ án được giải quyết sớm ngày nào thì

cũng tốt cho công ty ngày ấy, đối xử với nhau thân thiện một chút có phải hơn không. Cứ như mặt sắt ấy."

"Đối với công ty thì miễn là vụ án được lãng quên, còn giải quyết được hay không cũng như nhau thôi. Có cảnh sát ra vào là đủ phiền phức rồi. Đúng lúc vừa thay giám đốc, làm mới tinh thần thì cảnh sát lại đến, tâm trạng đâu mà cười thân thiện. Thôi, không huyên thuyên nữa, bắt đầu đi." Kusanagi đeo găng tay.

Mục đích đến đây hôm nay không có gì khác ngoài việc tìm kiếm tung tích người yêu cũ của Mashiba Yoshitaka. Manh mối duy nhất là đối tượng có vẻ là họa sĩ. Không rõ cô ta vẽ loại tranh nào.

"Mang theo sổ phác họa đâu phải chỉ có họa sĩ? Tôi nghĩ cũng có thể là nhà thiết kế hoặc họa sĩ vẽ manga mà." Kishitani vừa nói vừa xem xét chiếc hộp bên cạnh.

"Cũng có thể." Kusanagi mau chóng thừa nhận. "Vì vậy, ghi nhớ cả trường hợp đó mà tìm kiếm đi. Hình như người làm công việc liên quan đến kiến trúc và nội thất cũng sử dụng nó, lưu ý một thể nhé."

"Tôi hiểu rồi," Kishitani nói, xen lẫn tiếng thở dài.

"Cậu có vẻ không muốn làm nhỉ."

Cảnh sát trẻ liền dừng tay, trả lời với vẻ thiếu nhiệt tình.

"Không phải là không muốn làm. Có điều, không hiểu sao tôi cứ thấy không thỏa mãn. Kết quả điều tra đến giờ cho thấy, không hề có dấu vết ai đó vào nhà Mashiba ngoài Wakayama Hiromi vào ngày xảy ra vụ án."

"Chuyện đó tôi biết. Vậy tôi hỏi nhé, cậu có thể khẳng định là không ai khác ra vào đó không?"

"Cái đó thì..."

"Trong trường hợp đó, thủ phạm làm cách nào mà bỏ độc vào ấm đun? Nói tôi nghe nào?"

Kishitani im bặt, Kusanagi lườm mắt nhìn rồi tiếp tục.

"Cậu thì chắc không trả lời được rồi. Ngay cả tên Yukawa đó cũng bó tay. Câu trả lời đơn giản và rõ rành rành ra đấy. Chẳng có thủ thuật nào hết. Thủ phạm vào bên trong dinh thự Mashiba, bỏ chất độc vào ấm đun rồi rời đi. Chuyện có thế thôi. Rồi, tại sao điều tra mãi mà không tìm ra nhân vật nào như vậy thì tôi giải thích rồi đấy."

"Bởi vì đó là người mà chính Mashiba cũng muốn giấu việc gặp gỡ..."

"Cậu hiểu rõ còn gì? Khi mà người đàn ông muốn che giấu một mối quan hệ thì nó thường liên quan đến phụ nữ. Đó là điều cơ bản trong điều tra. Tôi có nói gì không ổn không?"

"Không," Kishitani khẽ lắc đầu.

"Hiểu rồi thì tiếp tục đi. Không có nhiều thời gian thế đâu."

Kishitani im lặng gật đầu rồi lại quay về phía thùng các tông. Kusanagi vừa nhìn cậu ta vừa khẽ thở dài.

Anh tự hỏi mình đang hướng về đâu. Chỉ mỗi việc trả lời thắc mắc của đàn em mà còn cáu kỉnh thì làm được gì. Nhưng, anh đồng thời cũng để ý đến lý do khiến mình bực bội.

Cuộc điều tra này có ý nghĩa hay không, bản thân Kusanagi cũng bán tín bán nghi. Anh không ngừng lo lắng, dù có tìm hiểu các mối quan hệ với phụ nữ trong quá khứ của Mashiba Yoshitaka thì có lẽ cũng chẳng thu được gì.

Tất nhiên, điều tra vốn dĩ là việc như vậy. Cảnh sát hình sự không vừa làm nhiệm vụ vừa e ngại cuộc điều tra kết thúc vô nghĩa. Nhưng nỗi bất an của anh lại là một chuyện khác.

Anh đang lo, nếu hướng điều tra này không thu được gì thì e rằng sau đó mọi nghi ngờ sẽ dồn về Mashiba Ayane. Anh không e ngại về nhóm Utsumi Kaoru. Kusanagi dự cảm, cứ đà này rồi sẽ đến lúc chính anh nghi ngờ Ayane.

Mỗi lần gặp cô Kusanagi lại thấy một điều. Đó là sự căng thẳng hết mức như đang tự chĩa mũi dao vào cổ họng. Anh không sao ngăn được suy nghĩ phải chuẩn bị trước tinh thần cho điều gì đó và cố gắng sống hết mình trong khoảnh khắc hiện tại. Anh bị cảm giác đó áp đảo và lôi kéo con tim.

Nhưng, khi suy nghĩ về bản chất của cảm giác đó, anh hình dung ra một điều và nỗi bất an ập đến khiến anh khó thở.

Cho đến nay, Kusanagi đã vài lần tiếp xúc với những nghi phạm tuy bản tính vốn có rất tuyệt vời nhưng vẫn không đừng được mà ra tay giết người. Anh nhận thấy một điểm chung, cũng có thể gọi là bầu không khí kỳ lạ, tỏa ra từ họ. Cảm giác như họ không ham sống và đã thấy trước tất cả. Tuy nhiên, cũng có thể nói bầu không khí đó là lãnh địa cấm, chỉ cách sự điên rồ một khoảng mỏng như tờ giấy.

Kusanagi cũng cảm nhận được bầu không khí như thế ở Ayane. Tuy vẫn cố gắng phủ nhận nhưng khứu giác của một cảnh sát hình sự không cho anh được quên không khí đó dù chỉ trong chốc lát.

Có nghĩa là anh đang điều tra để loại bỏ nghi ngờ của chính mình. Nhưng áp đặt một dự đoán vào việc điều tra là điều cấm kị. Anh thừa hiểu điều đó nên sinh ra bực bội với bản thân.

Khoảng một giờ đồng hồ đã trôi qua kể từ lúc bắt đầu tìm kiếm. Chẳng tìm được vật nào liên quan tới họa sĩ hay nghề nghiệp dùng đến sổ phác họa. Bên trong những chiếc hộp hầu hết là quà tặng và những món đồ kỷ niệm nào đó.

"Anh Kusanagi, anh nghĩ đây là thứ gì?" Kishitani cầm trên tay một món đồ nhồi bông cỡ nhỏ. Nhìn thoáng qua nó trông giống một củ cải có gắn những chiếc lá màu xanh.

"Củ cải à?"

"Có vẻ thế, nhưng cũng là người ngoài hành tinh nữa."

"Người ngoài hành tinh?"

"Đây, nếu làm thế này," Kusanagi dốc ngược đám lá xuống rồi đặt lên bàn. Đúng là ở phần đầu màu trắng có vẽ khuôn mặt, nếu coi phần màu xanh lá cây là chân thì trông nó giống người ngoài hành tinh có hình dáng như con sứa hay xuất hiện trong truyện tranh.

"Giống thật."

"Theo ghi chú thì đây là nhân vật cậu bé sứa đến từ hành tinh sứa. Hình như là sản phẩm của công ty này."

"Được rồi, thế thì sao?"

"Anh Kusanagi, nhà thiết kế nghĩ ra món đồ này cũng sử dụng sổ phác họa chứ?"

Kusanagi chớp mắt, nhìn chằm chằm vào món đồ nhồi bông.

"Có thể đấy."

"Tôi gọi cô Yamamoto nhé." Kishitani đứng dậy.

Sau khi đến phòng họp nhỏ, Yamamoto Keiko nhìn món đồ nhồi bông rồi gật đầu.

"Đúng là sản phẩm của công ty chúng tôi. Một nhân vật hoạt hình trực tuyến."

"Hoạt hình trực tuyến à?" Kusanagi nghiêng đầu.

"Nó vẫn được phát trên website của công ty cho đến khoảng ba năm trước. Anh có muốn xem không?"

"Tất nhiên rồi," Kusanagi đứng dậy.

Đến văn phòng làm việc, Yamamoto Keiko bắt đầu thao tác trên một chiếc máy tính. Màn hình hiện lên bộ phim hoạt hình trực tuyến "Cậu bé sứa". Nhấp chuột vào ô "phát lại" thì xem được đoạn phim hoạt hình dài khoảng một phút. Nhân vật giống món đồ nhồi bông xuất hiện và bắt đầu chuyển động. Nội dung câu chuyện không có gì đặc biệt.

"Bây giờ không chiếu nó nữa à?" Kishitani hỏi.

"Có một khoảng thời gian nó gây chú ý nên chúng tôi có làm vài sản phẩm liên quan, chẳng hạn như con thú nhồi bông khi nãy, nhưng doanh thu không tăng như dự đoán nên cuối cùng phải dừng lại."

"Thiết kế ra nhân vật hoạt hình này là người của công ty à?" Kusanagi hỏi Yamamoto Keiko.

"Không. Tác giả này đăng hình 'bé Sứa' trên blog cá nhân. Nó khá được cư dân mạng yêu thích nên chúng tôi thương thảo hợp đồng để làm hoạt hình."

"Vậy đó là họa sĩ chuyên nghiệp à?"

"Không. Là một giáo viên. Mà còn không phải là giáo viên dạy mỹ thuật."

"Ồ."

Vậy thì cũng có khả năng, Kusanagi thầm nghĩ. Theo Ikai Tatsuhiko thì Mashiba Yoshitaka chắc sẽ không có quan hệ yêu đương với nhân viên hoặc những người có liên quan đến công việc. Nhưng nếu đối phương không phải là dân chuyên nghiệp thì câu chuyện có thể sẽ khác.

"Ôi, không được rồi, anh Kusanagi." Kishitani nói khi đang thao tác trên máy tính. "Người này không phải rồi."

"Cái gì không được cơ?"

"Ở đây có đăng lý lịch của tác giả nguyên mẫu, là đàn ông. Đó là một thầy giáo."

"Cậu nói sao?" Kusanagi chăm chú nhìn vào màn hình. Đúng là phần lý lịch có viết như vậy.

"Hỏi trước từ nãy có phải hơn không. Bởi vì thiết kế dễ thương như thế nên tôi cứ đinh ninh đó là phụ nữ."

"Tôi cũng thế. Bất cẩn quá." Kusanagi nhăn mặt gãi đầu.

"Xin hỏi," Yamamoto Keiko xen vào. "Tác giả là đàn ông thì có gì không tốt à?"

"Không, là chuyện của chúng tôi thôi. Chúng tôi đang tìm kiếm nhân vật có thể là manh mối để giải quyết vụ án, điều kiện tiên quyết là đó phải là phụ nữ."

"Vụ án... là vụ giám đốc Mashiba bị sát hại?"

"Tất nhiên rồi."

"Phim hoạt hình trực tuyến này có liên quan đến vụ án đó à?"

"Chi tiết thì tôi không thể nói nhưng nếu tác giả là phụ nữ thì có khả năng ấy." Kusanagi thở dài nhìn Kishitani. "Hôm nay chúng ta dừng ở đây thôi."

"Vâng." Kishitani cũng buông thõng đôi vai.

Yamamoto Keiko tiễn họ ra đến sảnh công ty. Kusanagi cúi đầu chào cô.

"Xin lỗi đã làm phiền giữa lúc cô bận rộn. Có thể chúng tôi sẽ lại đến vì công tác điều tra, mong cô giúp đỡ."

"Vâng, bất cứ lúc nào..." Biểu cảm của cô có gì đó thất vọng. Khác hẳn vẻ vô cảm sắc sảo lúc mới gặp.

"Vậy chúng tôi xin phép," đúng lúc hai người quay gót thì nghe tiếng cô gọi, "Chờ đã." Kusanagi quay lại.

"Sao thế?"

Cô liền chạy lại gần họ, thấp giọng nói.

"Ở tầng một tòa nhà này có một sảnh đợi. Có thể chờ tôi ở đó không? Tôi có chuyện muốn nói."

"Việc liên quan đến vụ án à?"

"Tôi cũng không rõ. Là chuyện liên quan đến nhân vật hoạt hình khi nãy. Đến tác giả của nó."

Kusanagi và Kishitani nhìn nhau rồi gật đầu với Yamamoto Keiko. "Được thôi."

"Vậy gặp các anh sau," cô nói rồi quay trở lại công ty.

Sảnh đợi ở tầng một được thiết kế thành không

gian mở. Kusanagi vừa uống cà phê vừa bực bội nhìn tấm biển cấm hút thuốc.

"Chuyện gì thế nhỉ. Việc cô ta muốn nói ấy." Kishitani nói.

"Nói sao đây. Chuyện về anh họa sĩ nghiệp dư thì sao chẳng được."

Không bao lâu sau Yamamoto Keiko xuất hiện. Cô có vẻ để ý xung quanh. Trên tay là một phong bì cỡ tờ giấy A4.

"Xin lỗi đã để các anh phải chờ," cô nói rồi ngồi xuống ghế đối diện. Nhân viên quán ngay lập tức tiến đến nhưng cô xua tay ra hiệu từ chối. Có vẻ cô không định ngồi lâu.

"Vậy chuyện cô muốn nói là?" Kusanagi thúc giục.

Yamamoto Keiko nhìn quanh rồi hơi đổ người về phía trước.

"Mong các anh cố gắng không công bố việc này. Giả sử phải công bố đi nữa, thì hãy tuyệt đối giữ kín việc nghe được từ tôi kẻo rắc rối lắm."

"Tôi hiểu." Kusanagi nhìn chằm chằm vào Yamamoto Keiko đang hướng mắt nhìn lên.

Thực chất anh muốn nói *còn tùy vào nội* dung câu chuyện. Nhưng nếu nói vậy thì không nghe được những chuyện quan trọng. Tùy từng trường hợp, cảnh sát điều tra cần sự trơ lì để coi nhẹ lời hứa.

Anh gật đầu. "Được rồi. Tôi hứa với cô."

Yamamoto Keiko liếm môi.

"Là chuyện về nhân vật hoạt hình trực tuyến khi nãy, thực ra tác giả của nó là phụ nữ."

"Hả?" Kusanagi mở to mắt. "Thật à?"

Anh ngồi thẳng dậy. Nếu thế thì đáng để nghe rồi.

"Đúng vậy. Vì nhiều lý do nên mới để thông tin như thế."

Kishitani vừa gật gù vừa chuẩn bị ghi chép. "Cư dân mạng trong nhiều trường hợp, không chỉ tên mà tuổi và giới tính cũng là giả nhỉ."

"Vậy, nghề giáo viên cũng là nói dối à?" Kusanagi hỏi.

"Không, thông tin về thầy giáo ghi ở đó là có thật. Người viết blog là anh ta. Nhưng tạo ra nhân vật là một người khác. Đó là một phụ nữ hoàn toàn không có quan hệ với thầy giáo ấy."

Kusanagi nhíu mày, đặt cả hai khuỷu tay lên bàn. "Rốt cuộc là thế nào vậy?"

Yamamoto Keiko tỏ ra lưỡng lự nhưng vẫn nói.

"Sự thật là, ngay từ đầu tất cả đã được lên kế hoạch."

"Kế hoạch à?"

"Khi nãy tôi có nói, vì nhân vật mà thầy giáo đó đăng lên blog cá nhân được yêu thích nên công ty chúng tôi bắt đầu làm hoạt hình cho nó nhưng thực tế thì ngược lại. Kế hoạch phát đi bộ phim hoạt hình trực tuyến sử dụng nhân vật ấy có trước nên đầu tiên cho đăng tải nhân vật lên blog cá nhân như một chiến lược để bán phim. Tiếp theo, tạo ra thật nhiều tác động trên mạng Internet để tập trung sự chú ý đến blog đó. Thế rồi, đến khi nhận thấy nó bắt đầu được yêu thích thì tạo ra câu chuyện ký kết với công ty chúng tôi để làm ra sản phẩm hoạt hình."

Kusanagi khoanh tay trước ngực, xoay cổ.

"Thế lại là một trình tự khá phiền phức nhỉ."

"Giám đốc cho rằng, cách làm đó khiến người hâm mộ trên mạng có cảm giác gần gũi và sẽ ủng hộ."

Kishitani nhìn Kusanagi, gật đầu.

"Chuyện đó có thể xảy ra. Bởi vì, người hâm mộ trên mạng Internet rất hoan nghênh nếu thông tin được đăng tải bởi một cá nhân vô danh phát tán liên tục."

"Vậy thì người đã thiết kế ra nhân vật hoạt hình đúng là nhân viên của công ty cô à?" Kusanagi hỏi Yamamoto Keiko.

"Không, chúng tôi tìm kiếm người thích hợp trong số các họa sĩ truyện tranh hoặc người vẽ tranh minh họa vô danh. Để họ đưa ra ý tưởng về nhân vật rồi chọn lấy cái phù hợp. Kết quả, được chọn chính là nhân vật Sứa ấy. Chúng tôi ký kết với tác giả để họ phải tuyệt đối giữ bí mật việc mình là người vẽ ra nó. Trên cơ sở đó, cô ấy vẽ tranh minh họa để đăng lên blog của thầy giáo. Tuy nhiên, người đó không vẽ suốt mà giữa chừng có nhà thiết kế khác tiếp quản công việc. Tôi nghĩ chắc các anh đã đoán ra, chúng tôi cũng trả tiền cho thầy giáo kia để anh ta viết blog."

Chà chà, Kusanagi vô thức bật ra khỏi miệng. "Đúng là tất cả đều được sắp xếp nhỉ."

"Để lan truyền hình ảnh nhân vật mới trong xã hội cần nhiều chiến lược." Yamamoto Keiko cười khổ sở. "Tuy là kế hoạch của chúng tôi không được như ý."

"Vậy họa sĩ đó là người như thế nào?"

"Vốn là tác giả sách tranh. Thực tế cũng đã xuất

bản vài cuốn sách." Cô đặt phong bì bên hông lên đầu gối. Vật được rút ra là một cuốn sách tranh.

"Cho tôi xem một chút," Kusanagi nói rồi cầm lấy nó. Tên sách là "Ước gì ngày mai trời đổ mưa". Lật nhanh cuốn sách, nội dung có vẻ là chuyện về búp bê cầu nắng năng nổ. Tên tác giả là Kocho Sumire.

"Bây giờ cô ấy vẫn liên hệ với công ty à?"

"Không, sau khi vẽ tranh minh họa giai đoạn đầu thì hoàn toàn không còn quan hệ gì. Bởi vì toàn bộ quyền lợi liên quan đến nhân vật đều do công ty chúng tôi nắm giữ."

"Cô đã từng gặp cô gái này chưa?"

"Chưa. Như tôi vừa nói, sự tồn tại của cô ấy bắt buộc phải được giữ kín. Từng gặp cô ấy chỉ có giám đốc và một vài người khác. Tôi nghe nói việc ký hợp đồng cũng là giám đốc trực tiếp trao đổi."

"Giám đốc Mashiba? Trực tiếp à?"

"Hình như người thích nhân vật Sứa nhất là giám đốc." Yamamoto Keiko nói rồi chăm chú nhìn Kusanagi.

Kusanagi gật đầu, mắt nhìn xuống cuốn sách tranh. Có ô giới thiệu tác giả nhưng không đề tên thật và ngày tháng năm sinh.

Tuy nhiên, tác giả cuốn sách tranh thỏa mãn điều kiện "làm công việc vẽ tranh và từng xuất bản sách".

"Tôi có thể mượn nó không?" Anh cầm cuốn sách tranh trên tay.

"Xin mời," cô đáp rồi nhìn đồng hồ đeo tay. "Đến lúc tôi phải về rồi. Những gì tôi muốn nói chỉ có vậy. Hy vọng sẽ có ích cho việc điều tra."

"Cực kỳ có ích. Cảm ơn cô." Kusanagi cúi đầu chào.

Sau khi Yamamoto Keiko rời đi, Kusanagi đưa cuốn sách tranh cho Kishitani.

"Hỏi thử thông tin từ công ty xuất bản này đi."

"Chắc là đúng đấy nhỉ."

"Khả năng cao đấy. Ít nhiều thì cũng có gì đó giữa tác giả cuốn sách tranh này và Mashiba Yoshitaka."

"Thấy tự tin hẳn."

"Tôi chắc chắn khi nhìn vẻ mặt Yamamoto Keiko lúc nãy. Từ trước cô ấy đã nghi ngờ quan hệ giữa hai người."

"Vậy thì tại sao lại im lặng đến tận bây giờ? Những cảnh sát hình sự đến đây lấy thông tin chắc hẳn cũng đã hỏi về quan hệ với phụ nữ của Mashiba mà."

"Chắc cô ta thấy không nên nói những gì không có chứng cứ. Ngay với chúng ta cũng có nói rõ ràng đâu. Hay là vì, chúng ta tỏ ra hứng thú với tác giả của nhân vật hoạt hình khiến cô ta nghĩ ít nhất nên nói ra chuyện đó không phải đàn ông mà là phụ nữ? Vì biết tác giả sách tranh đó có vị trí đặc biệt đối với Mashiba nên không thể im lặng cho qua chăng?"

"Thảo nào. Xin lỗi vì đã nói xấu, gọi cô ta là mặt sắt."

"Nếu không muốn lãng phí ý tốt của cô ấy thì gọi điện cho công ty xuất bản khi nãy đi."

Kishitani lấy điện thoại di động rồi cầm cuốn sách tranh bước ra khỏi tiệm. Kusanagi vừa uống nốt cốc cà phê vừa quan sát cậu ta gọi điện thoại. Cà phê rõ ràng đã nguội rồi.

Kishitani quay trở lại. Nhưng vẻ mặt không được vui.

"Không gặp được người phụ trách à?"

"Không, họ có ở đó, cũng đã cho tôi biết về tác giả Kocho Sumire."

"Thế sao cậu lại làm ra bộ mặt ấy?"

Nhưng Kishitani không trả lời câu hỏi này mà mở sổ tay.

"Tên thật là Tsukui Junko. Chữ Tsukui trong tên hồ Tsukui[1], Jun trong từ juntaku[2]. Cuốn sách tranh này hình như được xuất bản bốn năm trước. Giờ không tái bản nữa."

"Có địa chỉ liên lạc rồi chứ?"

"Không, cái đó..." Kishitani ngẩng mặt lên khỏi cuốn sổ tay. "Cô ấy mất rồi."

"Sao cơ? Chuyện từ bao giờ?"

"Nghe nói là khoảng hai năm trước. Tự sát tại nhà riêng."

1. Tsukui (津久井) là tên một hồ nước ở công viên Shiroyama, tỉnh Kanagawa.

2. Juntaku (潤沢: Nhuận Trạch): sự phong phú, giàu có, sung túc.

19

Kaoru đang viết báo cáo trong phòng họp ở sở cảnh sát Meguro thì Kusanagi và Kishitani quay về. Cả hai đều có vẻ thất vọng.

"Ông già đâu? Về rồi à?" Kusanagi thô lỗ hỏi.

"Nếu anh hỏi đội trưởng thì tôi nghĩ đang ở phòng điều tra."

Kusanagi liền rời khỏi phòng mà không đáp lại. Kishitani làm cử chỉ "đầu hàng".

"Tâm trạng có vẻ tệ nhỉ?" Kaoru ướm hỏi.

"Tìm được rồi, cuối cùng cũng thấy. Cô người yêu cũ của Mashiba Yoshitaka ấy."

"Ồ, vậy à. Thế thì sao mà..."

"Là do một bước ngoặt không ngờ." Kishitani thả người xuống cái ghế pipe.

Kaoru cũng bất ngờ trước những gì anh kể. Cô gái được cho là người yêu cũ đã qua đời.

"Chúng tôi đã đến nhà xuất bản và mượn ảnh của cô gái. Sau đó lại mang nó đến tiệm hồng trà mà Mashiba Yoshitaka từng hẹn hò để đưa cho cô phục vụ ở đó xem. Kết quả không hề nhầm lẫn, chính là cô ấy. Thế là xong. Giả thiết tội ác do người yêu cũ của

Kusanagi chìm nghỉm."

"Vì thế anh ta mới khó chịu."

"Tôi cũng thất vọng đấy. Điều tra theo hướng đó suốt cả ngày rồi kết quả thế này. Ôi, mệt quá."

Kishitani duỗi mình hết cỡ, đúng lúc đó điện thoại di động của Kaoru đổ chuông. Nhìn vào màn hình, cô biết đó là Yukawa. Cô vừa gặp anh lúc trưa.

"Tôi nghe đây. Cảm ơn anh việc khi nãy."

"Cô đang ở đâu?" Yukawa đột ngột hỏi.

"Sở cảnh sát Meguro."

"Tôi nghĩ rất nhiều từ nãy đến giờ. Có việc cho cô rồi đây. Giờ ta gặp nhau được không?"

"Sao?... Tôi thì không vấn đề gì, nhưng là việc thế nào vậy?"

"Gặp rồi tôi sẽ nói. Cô chọn địa điểm đi." Hiếm khi thấy giọng của Yukawa hào hứng như vậy.

"Thôi, vậy tôi sẽ đến trường..."

"Tôi ra khỏi trường rồi. Đang trên đường đến sở cảnh sát Meguro. Mau lên, chọn địa điểm đi!"

Kaoru chọn một nhà hàng gia đình ở gần đó, Yukawa xác nhận rồi ngắt máy.

Bỏ tập báo cáo đang viết dở vào túi, Kaoru cầm lấy áo khoác.

"Tiên sinh Yukawa à?" Kishitani hỏi.

"Vâng. Anh ấy bảo có chuyện cần nói."

"Tốt quá. Anh ấy mà giải quyết được thủ thuật hạ độc thì chúng ta được nhờ. Nghe cho kỹ vào nhé. Thầy giáo đó giải thích hơi khó hiểu nên đừng quên ghi chép đấy."

"Tôi hiểu," Kaoru nói rồi bước khỏi phòng họp.

Cô vừa uống hồng trà ở nhà hàng đã hẹn thì Yukawa đi vào. Ngồi xuống trước mặt Kaoru, anh gọi cocoa.

"Không phải cà phê à?"

"Tôi chán lắm rồi. Lúc gặp cô cũng đã uống hai cốc." Yukawa trề môi. "Xin lỗi vì đột ngột gọi cô ra đây."

"Không sao. Việc anh muốn nói là gì vậy?"

Ừm, anh hơi cụp mắt nhìn xuống rồi nhìn thẳng vào Kaoru. "Tôi muốn xác nhận đã, cô không có gì thay đổi về chuyện nghi ngờ phu nhân Mashiba chứ?"

"Việc đó thì... vâng. Tôi vẫn nghi ngờ. Dúng thế."

"Thế à." Yukawa đưa tay vào bên trong áo khoác rồi lấy ra một tờ giấy gập. Anh đặt nó lên bàn. "Cô đọc thử đi."

Kaoru cầm lấy và mở nó ra. Đọc một lượt nội dung viết trong đó, cô nhíu mày.

"Cái gì đây? Đây là..."

"Những gì tôi muốn cô tìm hiểu. Không phải một cách đại khái mà cần sự chính xác."

"Điều tra những cái này thì sẽ giải đáp được bí ẩn à?"

Yukawa liền chớp mắt rồi thở *phù*.

"Không, chắc là không giải được. Đây là điều tra để xác nhận việc không thể giải được. Theo ngôn ngữ của cảnh sát các cô thì là điều tra chứng thực."

"Có nghĩa là sao?"

"Hôm nay, sau khi cô ra về, tôi nghĩ đi nghĩ lại. Giả sử phu nhân Mashiba đã hạ độc, thế thì cô ta sử dụng phương pháp nào? Nhưng tôi nghĩ mãi không ra. Kết luận của tôi là phương trình này không có đáp án. Ngoại trừ một trường hợp thôi."

"Một trường hợp? Thế chẳng phải là vẫn có đáp án à?"

"Đúng hơn là đáp án ảo."

"Đáp án ảo?"

"Tức là, có thể suy nghĩ về mặt lý thuyết nhưng không thể tồn tại trong hiện thực. Chỉ có một cách để phu nhân đang ở Hokkaido có thể cho chồng ở Tokyo uống chất độc. Có điều khả năng thực hiện thì gần như vĩnh viễn bằng 0. Cô có hiểu không? Ý tôi là, mánh lới thì có thể làm được nhưng không có khả năng thực hiện."

Kaoru lắc đầu.

"Tôi không hiểu lắm những gì anh đang nói. Vậy thì rốt cuộc là không có khả năng phải không? Anh bảo tôi tiến hành việc điều tra này là để chứng minh điều đó à?"

"Chứng minh rằng không có câu trả lời cũng rất quan trọng."

"Tôi đang tìm kiếm câu trả lời. Kết luận thì thế nào cũng được nhưng tôi muốn tìm ra chân tướng vụ án. Đó là công việc của chúng tôi."

Yukawa mím chặt môi. Vừa lúc đó cocoa được mang tới. Anh chậm rãi đưa lên miệng uống.

Đúng thế nhỉ, anh khẽ nói. "Đúng như cô nói."

"Tiên sinh..."

Yukawa với tay cầm lấy tờ giấy nằm trên bàn.

"Người làm khoa học ấy mà, dù có là đáp án ảo thì chỉ cần có câu trả lời thôi là không sao bình tĩnh được.

Nhưng các cô các cậu lại không phải là nhà khoa học. Không lý nào lại dành thời gian quý giá để chứng minh sự tồn tại của một thứ như vậy." Bỏ tờ giấy đã gấp cẩn thận vào túi áo, Yukawa nhếch mép cười. "Cô hãy quên chuyện này đi."

"Tiên sinh, nói tôi nghe về thủ đoạn ấy đi. Nghe xong tôi sẽ cân nhắc. Nếu thấy đáng giá tôi sẽ tìm hiểu những nội dung đó."

"Thế thì không được."

"Tại sao vậy?"

"Nếu cô biết thủ thuật rồi thì sẽ có định kiến. Như vậy thì không thể điều tra một cách khách quan được. Ngược lại, nếu cô không điều tra thì cũng không cần biết thủ đoạn đó làm gì. Dù sao thì không thể nói ra lúc này, ở đây được."

Bàn tay Yukawa với lấy tờ hóa đơn. Nhanh như chớp, Kaoru giật lấy nó. "Để tôi trả."

"Không lý nào lại thế. Tôi đã bắt cô đến đây vô ích."

Kaoru chìa bàn tay còn lại về phía anh.

"Đưa tôi tờ giấy nhớ khi nãy. Tôi sẽ tìm hiểu thử xem sao."

"Là đáp án ảo đấy."

"Kể cả thế tôi cũng muốn biết. Câu trả lời duy nhất mà tiên sinh tìm được."

Yukawa thở dài rồi lại rút ra tờ giấy nhớ. Kaoru cầm lấy nó, xác nhận nội dung một lần nữa rồi cất vào túi.

"Nếu thủ đoạn đó không phải đáp án ảo mà tiên

sinh nói thì có nghĩa là bí ẩn có thể giải đáp đúng không?"

Nhưng Yukawa không gật đầu. Anh đưa ngón tay chỉnh lại mắt kính và khẽ đáp, "nói sao nhỉ."

"Không đúng à?"

"Nếu không phải là một đáp án ảo," ánh mắt ánh lên vẻ sắc bén, anh nói tiếp. "Có lẽ các cô sẽ thua cuộc. Tôi cũng chẳng chiến thắng. Đây sẽ là tội ác hoàn hảo."

20

Ánh mắt Wakayama Hiromi hướng về tấm thảm treo trên tường.

Các mảnh bé màu xanh nước biển đậm và màu xám đè lên nhau, tạo thành một dải. Dải đó dài, giữa chừng gấp khúc, xoắn vào nhau rồi cuối cùng lại kết nối về điểm ban đầu. Có nghĩa nó là một đường cong khép kín. Kết cấu khá phức tạp nhưng nhìn từ xa chỉ như một hoa văn hình học đơn thuần. Mashiba Yoshitaka thường nói đểu là "trông nó giống hình xoắn ốc của chuỗi DNA" nhưng Hiromi vẫn thích tác phẩm này. Trong buổi triển lãm cá nhân của Ayane tổ chức ở Ginza, nó được treo ngay cạnh lối ra vào. Nằm ở vị trí đầu tiên mà quan khách nhìn thấy nên chắc hẳn nó là tác phẩm khiến Ayane tự hào. Đúng là người thiết kế tác phẩm là cô ấy. Nhưng người làm ra nó trong thực tế lại là Hiromi. Tác phẩm được tác giả trưng bày trong triển lãm cá nhân thực chất được làm ra bởi học trò, chuyện như thế cũng không phải hiếm gặp trong giới nghệ thuật. Hơn nữa, đối với patchwork, cần đến vài tháng để hoàn thành tác phẩm cỡ lớn. Nếu không chia ra để làm thì sẽ không có đủ tác phẩm để mở triển lãm cá nhân. Tuy vậy, Ayane thuộc nhóm tự mình làm khá nhiều. Trong số các tác phẩm được công bố ở triển lãm cá nhân lần ấy, có đến tám phần mười là do Ayane tự tay hoàn thiện. Vậy mà Ayane lại chọn sản phẩm Hiromi đã làm để treo ở lối vào. Điều đó khiến Hiromi thật sự xúc động. Cô thấy vui vì thành phẩm của mình được công nhận.

Mình muốn làm việc cho người này mãi mãi, lúc đó cô đã nghĩ như vậy.

Có tiếng động nhẹ vang lên. Ayane vừa đặt cốc nước xuống bàn thao tác. Hai người phụ nữ ngồi đối diện nhau. Họ đang ở Anzu House, phòng học patchwork. Bình thường thì lúc này lớp học đã mở cửa, một số học viên đang ngồi cắt nhỏ và nối các mảnh vải. Nhưng giờ chỉ có hai người. Lớp học vẫn tiếp tục nghỉ.

"Vậy à," Ayane ôm lấy cốc nước bằng cả hai tay. "Nếu Hiromi đã quyết như vậy thì cô đành chịu thôi."

"Em xin lỗi vì chỉ theo ý mình."

"Em đâu cần xin lỗi. Cô cũng đang nghĩ, từ giờ sẽ hơi khó làm việc. Vì vậy có lẽ chỉ còn cách này."

"Tất cả là lỗi của em. Thực sự em không biết phải nói sao nữa."

"Thôi được rồi. Cô không muốn thấy Hiromi xin lỗi nữa."

"Dạ... vâng. Em xin lỗi..."

Hiromi cúi đầu, cố nén những giọt nước mắt sắp trào ra. Nếu khóc sẽ làm cho Ayane càng không thoải mái.

Người gọi điện thoại đề nghị gặp vì có việc muốn nói là Hiromi. Ayane không hỏi chi tiết, chỉ đáp "vậy ta gặp nhau ở Anzu House nhé". Hiromi thầm nghĩ, phải chăng Ayane cố ý hẹn ở phòng học là vì đã đoán ra mục đích của mình.

Hiromi bắt đầu nói trong lúc đợi Ayane pha trà. Nội dung là muốn xin nghỉ công việc ở phòng học. Tất nhiên, như vậy có nghĩa là nghỉ không làm trợ lý cho Ayane nữa.

"Nhưng Hiromi này, liệu em có ổn không?" Ayane cất tiếng hỏi.

Hiromi ngẩng mặt lên. "Những việc sau này ấy," Ayane tiếp tục nói. "Chi phí sinh hoạt, em định thế nào? Cũng đâu dễ dàng tìm việc phải không? Hay là em được gia đình hỗ trợ?"

"Em vẫn chưa quyết định gì cả. Em thì không muốn phiền đến bố mẹ nhưng có thể sẽ khó mà tránh được. Có điều em vẫn còn chút tiền tiết kiệm, em sẽ cố gắng tự xoay xở trong khả năng của mình."

"Không ổn chút nào. Chẳng biết em có làm được thế không." Ayane liên tục vén tóc mai ra sau tai, thói quen cho thấy cô đang bực mình. "Mà, biết đâu sự lo lắng của cô lại là thừa thãi."

"Cảm ơn cô đã lo lắng như vậy. Vì một đứa như em..."

"Cô đã bảo đừng nói năng kiểu đó nữa."

Nghe giọng Ayane gay gắt, toàn thân Hiromi bất giác khựng lại. Cô lại cúi đầu xuống thật thấp.

"Xin lỗi," Ayane khẽ nói. "Cô lỡ gay gắt quá. Chỉ vì cô thật sự không muốn Hiromi có thái độ như vậy. Đành rằng từ nay không thể làm việc cùng nhau nhưng cô vẫn cầu chúc cho em hạnh phúc. Thật lòng đấy."

Hiromi rụt rè ngẩng mặt lên, vẻ như muốn diễn tả điều gì đó trong lòng. Ayane khẽ mỉm cười. Nụ cười tuy buồn nhưng nhìn không có vẻ giả tạo.

"Cô giáo," Hiromi khẽ nói.

"Với lại, người khiến chúng ta có những suy nghĩ này, đã không còn trên đời. Đừng ngoảnh lại phía sau nữa."

Trước những lời nói nhẹ nhàng này, Hiromi chỉ có thể gật đầu. Song trong thâm tâm, cô nghĩ chuyện đó là không thể làm được. Cả tình yêu với Mashiba Yoshitaka, cả nỗi buồn vì mất anh, cả sự dằn vặt vì phản bội Ayane, đều đã khắc sâu vào tim cô rồi.

"Hiromi đến đây được mấy năm rồi nhỉ?" Ayane hỏi bằng giọng vui vẻ.

"Vừa đúng ba năm ạ."

"Thế à, đã ba năm rồi đấy. Nếu là học sinh cấp ba thì tốt nghiệp rồi. Thế thì, có thể nghĩ là Hiromi đã tốt nghiệp dưới sự hướng dẫn của cô được đấy nhỉ?"

Hiromi không thể gật đầu. Cô thầm nhủ mình không ngốc đến nỗi bị ru ngủ trước những lời ngọt ngào ấy.

"Hiromi, em có chìa khóa căn phòng này nhỉ?"

"À, vâng. Em gửi cô đây ạ." Hiromi cầm lấy chiếc túi đặt bên cạnh.

"Không sao, em cứ giữ lấy."

"Nhưng..."

"Trong phòng này vẫn còn nhiều đồ của em phải không? Để sắp xếp lại chắc cũng cần chút thời gian mà.

Ngoài ra, nếu có gì em thích thì cứ mang theo, đừng ngại nhé. Tấm thảm kia cũng vậy, em muốn có nó chứ?" Ayane nói và đưa mắt về món đồ Hiromi ngắm nhìn khi nãy.

"Cái đó, có được không ạ?"

"Tất nhiên rồi. Bởi vì, nó là do em làm ra mà. Nó được đánh giá cao hôm triển lãm. Cô đã định kiểu gì cũng phải trao nó cho Hiromi nên không bán đấy."

Hiromi nhớ lại thời điểm ấy. Hầu hết các sản phẩm đều gắn mác báo giá nhưng bức thảm này được xếp vào hàng không bán.

"Chắc em sẽ mất vài ngày để dọn dẹp đồ đạc?" Ayane hỏi.

"Có lẽ hôm nay và ngày mai là xong thôi ạ."

"Thế à. Vậy lúc xong xuôi em gọi điện báo cho cô nhé. Chìa khóa thì... ừm, em cứ bỏ vào hòm nhận thư ở cửa là được rồi. Cẩn thận đừng để quên đồ nhé. Sau đó cô sẽ nhờ luôn công ty, cô cũng dự định sắp xếp lại căn phòng cho đâu vào đấy."

Thấy Hiromi chớp mắt vẻ không hiểu ý, Ayane mỉm cười.

"Cô không thể sống ở khách sạn mãi được. Dù sao cũng bất tiện và lãng phí mà. Vì thế, cho đến khi tìm được nơi ở mới, cô định sẽ sống ở đây."

"Cô không về lại nhà ạ?"

Ayane liền thở hắt ra, đôi vai chùng xuống.

"Cô cũng có nghĩ đến việc đó, nhưng quả là không thể. Những ký ức vui vẻ đều biến thành đắng cay. Quan trọng hơn, sống một mình thì căn nhà đó quá rộng với cô. Trước đây anh ấy chỉ có một mình mà sống tốt thật."

"Cô bỏ nó sao?"

"Là ngôi nhà từng có án mạng, cũng không biết có tìm được người mua hay không nữa. Cô sẽ thử trao đổi với anh Ikai. Biết đâu anh ấy sẽ có mối quan hệ nào đó."

Hiromi không tìm được từ nào thích hợp để nói, đành im lặng nhìn cốc nước trên bàn thao tác. Hồng trà Ayane pha cho chắc đã nguội ngắt.

"Thế thôi, cô đi nhé." Ayane cầm lấy chiếc cốc mình đã uống cạn và đứng dậy.

"Cô cứ để nó ở đấy. Em sẽ rửa ạ."

"Có được không? Phiền em vậy nhé." Ayane để lại cốc trên bàn thao tác rồi chăm chú nhìn. "Chiếc cốc này là Hiromi mang đến nhỉ. Hình như em nói đó là quà nhận được ở tiệc cưới của bạn."

"Vâng. Em nhận được một đôi."

Hai chiếc cốc đang nằm trên bàn thao tác. Họ luôn dùng chúng vào những lúc chỉ có hai người.

"Vậy em cũng phải mang chúng về nhỉ."

"Vâng," Hiromi thấp giọng đáp. Cô không hề nghĩ đến chuyện mang cốc nước về. Nhưng chính sự tồn tại của những thứ này có khi lại khiến Ayane thấy khó chịu, nghĩ vậy, cô càng thấy lòng nặng trĩu.

Ayane khoác túi lên vai, bước về phía thềm cửa. Hiromi theo sau.

Xỏ giày xong, Ayane quay lại nhìn Hiromi.

"Cảm giác lạ thật đấy. Người bỏ lớp học là Hiromi, vậy mà cô lại rời khỏi phòng."

"Em sẽ dọn dẹp xong nhanh nhất có thể. Kể cả là trong ngày hôm nay."

"Không cần vội vàng đâu. Cô không có ý đó mà." Ayane nhìn thẳng vào mắt Hiromi. "Thôi, em giữ sức khỏe nhé."

"Cô giáo cũng giữ sức khỏe ạ."

Ayane gật đầu rồi mở cửa. Cô bước ra ngoài, mỉm cười rồi đóng cửa lại.

Hiromi ngồi thụp xuống. Cô thở thật sâu.

Bỏ công việc ở lớp patchwork là việc đau lòng, lại thêm nỗi bất an vì không còn thu nhập, nhưng cô không còn cách nào khác. Dù đã thú nhận với Ayane về mối quan hệ với Yoshitaka nhưng tiếp tục làm việc như trước lại là chuyện khác. Ayane không chủ động bảo cô nghỉ việc không có nghĩa là thật lòng tha thứ cho Hiromi.

Hơn nữa... Hiromi đặt tay lên bụng. Còn chuyện đứa bé trong bụng cô nữa. Hiromi lo sợ bị Ayane hỏi cô định làm gì với nó. Thật sự là tâm lý cô vẫn chưa xác định.

Ayane không hỏi gì về đứa trẻ có lẽ vì đoan chắc cô sẽ phá thai. Chắc chắn trong mơ cũng không nghĩ Hiromi có thể sẽ muốn sinh con.

Nhưng Hiromi còn lưỡng lự. Không, sâu hơn nữa, tận cùng trong trái tim, là mong muốn sinh con. Tự cô nhận ra điều đó.

Có điều, nếu sinh nó ra thì cuộc đời nào sẽ đợi cô phía trước? Không thể dựa vào gia đình được. Tuy cha mẹ của Hiromi vẫn khỏe nhưng cuộc sống không mấy dư dả. Hơn nữa, cả hai người đều mang cảm tính thông thường, chỉ riêng việc biết con gái mình chưa kết hôn đã làm mẹ sau khi dan díu với người có vợ chắc cũng đủ khiến họ hoang mang không biết phải làm sao.

Thật sự chỉ còn cách bỏ nó đi thôi sao? Cứ đến câu hỏi này, lần nào suy nghĩ của cô cũng dừng lại một chỗ. Cô muốn trốn tránh kết cục ấy, băn khoăn tìm xem còn cách nào khác không. Việc đó lặp đi lặp lại sau cái chết của Yoshitaka.

Cô khẽ lắc đầu, liền lúc đó điện thoại di động đổ chuông. Hiromi chậm chạp đứng dậy, quay trở lại bàn thao tác. Lấy ra chiếc điện thoại để trong túi xách đặt trên ghế. Cô còn nhớ số máy gọi đến. Định không nghe máy rồi cuối cùng cô vẫn nhấn nút nhận cuộc gọi. Bây giờ, ở đây, đối phương không phải là người sẽ chịu bỏ cuộc dù có bị tảng lờ.

Vâng, cô nói. Tuy không cố tình nhưng giọng cô nghe vẫn chùng xuống.

"A lô, tôi là Utsumi thuộc sở cảnh sát đây. Bây giờ cô có nói chuyện được không?"

"Cô nói đi."

"Xin lỗi nhưng tôi lại có vài điểm cần hỏi. Chúng ta có thể gặp nhau ở đâu?"

"Lúc nào thế?"

"Càng sớm càng tốt. Xin lỗi cô nhé."

Hiromi thở dài thành tiếng. Đối phương có nghe thấy cũng chẳng sao.

"Nếu vậy, cô đến chỗ tôi được không? Bây giờ tôi đang ở lớp học patchwork."

"Ở Daikanyama nhỉ. Cô Mashiba cũng ở đó à?"

"Không, hôm nay cô ấy chắc chắn sẽ không đến nữa. Chỉ có mình tôi thôi."

"Tôi hiểu rồi. Vậy tôi sẽ đến đó." Điện thoại ngừng kết nối.

Hiromi cất điện thoại di động vào túi rồi đặt tay lên trán.

Chẳng có bất cứ thứ gì kết thúc chỉ với việc nghỉ làm ở lớp patchwork. Có lẽ cảnh sát sẽ không để Hiromi yên cho đến khi vụ án được giải quyết. Việc lặng lẽ sinh con là hoàn toàn không thể.

Cô uống hồng trà còn sót lại trong cốc. Đúng như cô nghĩ, nó đã hoàn toàn nguội ngắt.

Những việc đã xảy ra trong ba năm ở đây hiện lên trong đầu. Ban đầu chỉ là những kỹ thuật patchwork tự học, nhưng sau ba tháng cô đã tiến bộ đến mức chính mình phải bất ngờ. Khi được Ayane ngỏ lời mời làm trợ lý, cô đồng ý ngay lập tức. Cô đã chán ngấy hằng ngày phải làm một cách máy móc những công việc không có động lực nhận từ công ty cung ứng lao động.

Hiromi nhìn chiếc máy tính xách tay đặt ở góc phòng. Những khi cùng Ayane suy nghĩ về các thiết kế, thứ được sử dụng nhiều nhất là phần mềm vẽ trên máy tính. Chỉ riêng việc quyết định phối màu cũng có khi mất nguyên một đêm. Tuy vậy, chưa từng có việc nào khiến cô thấy khổ sở. Quyết định xong thiết kế là họ đi mua vải. Mất công tranh luận rất nhiều mới quyết định được cách phối màu nhưng cũng có trường hợp cả hai đều bị quyến rũ bởi màu vải họ bắt gặp ở cửa hàng và gấp rút thay đổi phương án tại chỗ. Những lúc ấy, hai người lại nhăn mặt cười với nhau.

Đó là những ngày tháng ý nghĩa hơn bất kỳ điều gì.

Tại sao bây giờ tất cả lại ra nông nỗi này?

Hiromi khẽ lắc đầu. Cô hiểu, lý do quá rõ ràng. Tất cả là lỗi của cô. Cướp chồng của người phụ nữ khác, thậm chí còn là chồng của ân nhân mình, đó chính là nguyên nhân.

Hiromi còn nhớ rất rõ lần đầu tiên gặp Mashiba Yoshitaka. Cô đang chuẩn bị cho giờ học trong căn phòng này thì Ayane gọi tới, nhờ cô chuyển lời đến một người đàn ông có thể sắp ghé thăm, nhắn anh ta đợi trong phòng. Khi đó Ayane không nói gì về mối quan hệ với người đàn ông ấy.

Không bao lâu thì anh ta đến. Hiromi mời anh ta vào rồi mang trà ra. Anh ta vừa nhìn quanh căn phòng với vẻ hứng thú, vừa hỏi han đủ thứ. Đó là nhân vật vừa có sự điềm đạm chỉ thấy ở một người đàn ông trưởng thành, vừa phảng phất sự hiếu kỳ không thể kiểm soát như một thiếu niên. Sự thông minh khác thường cũng là điều cô cảm nhận được chỉ sau vài câu đối thoại.

Sau đó, Ayane xuất hiện và giới thiệu về anh. Hiromi thấy bất ngờ về việc họ quen nhau ở một bữa tiệc. Cô không hề biết Ayane lại có lúc đến những nơi như vậy.

Bây giờ nhìn lại Hiromi mới thấy mình đã có cảm tình với Yoshitaka từ lúc ấy rồi. Cô nhớ rõ bản thân đã nảy sinh cảm giác gần như ghen tị khi nghe Ayane giới thiệu đó là người yêu.

Cô tự hỏi, nếu không phải theo cách như vậy mà ngay từ đầu đã có Ayane ở cùng, phải chăng cảm xúc của mình đã khác? Cô có cảm giác, chính vì có khoảng thời gian chỉ riêng hai người ở cạnh nhau nên mới nảy sinh tình cảm đặc biệt.

Cảm xúc yêu đương đã nảy nở trong lòng một lần thì dù có mờ nhạt cũng tuyệt đối không biến mất. Nhờ việc Ayane kết hôn, Hiromi cũng có thể ra vào ngôi nhà của Mashiba nên càng cảm thấy gần gũi hơn nữa với Yoshitaka. Đương nhiên cũng có lúc chỉ hai người với nhau.

Tất nhiên Hiromi không dám chủ động bộc lộ cảm xúc của mình. Cô hiểu nếu làm vậy chỉ gây phiền phức cho Yoshitaka, trước đó cô cũng chưa từng muốn có một mối quan hệ đặc biệt với anh. Chỉ cần có thể tiếp xúc thân mật như người trong nhà là cô đã thỏa mãn.

Nhưng, dù đã cố che đậy, dường như Yoshitaka vẫn hiểu được tình cảm của cô. Thái độ của anh đối với cô thay đổi từng chút một. Trong ánh mắt dịu dàng như đang nhìn cô em gái bắt đầu xen lẫn điều gì đó khó tả. Nhận ra điều ấy, trái tim Hiromi đập rộn ràng hơn cũng là sự thật.

Thế rồi, một buổi tối cách đây khoảng ba tháng, cô đang làm việc trong căn phòng này đến khuya thì Yoshitaka gọi điện đến.

"Anh nghe Ayane kể nên biết. Dạo gần đây Hiromi toàn làm việc đến tối muộn. Công việc ở lớp học có vẻ bận rộn nhỉ?"

Anh rủ cô, *nếu có thể thì bây giờ em đi ăn ramen không?* Dường như Yoshitaka cũng làm thêm giờ. Có một tiệm mì ramen mà từ lâu anh vẫn muốn đi ăn thử.

Cũng thấy đói bụng nên cô đồng ý luôn. Ngay sau

đó, Yoshitaka đến đón cô bằng ô tô.

Mùi vị của ramen không đến mức gây ấn tượng đặc biệt, mà có lẽ vì khi ấy chỉ có hai người, cô và Yoshitaka. Mỗi lần anh động đũa, khuỷu tay lại chạm vào cơ thể cô. Chỉ riêng những lần tiếp xúc ấy là hằn sâu vào ký ức.

Sau đó, Yoshitaka tiễn Hiromi về tận nhà. Vừa đỗ xe trước cửa chung cư, anh mỉm cười nói.

"Thi thoảng em có thể cùng đi ăn ramen thế này không?"

"Được ạ, lúc nào cũng được." Hiromi đáp.

"Cảm ơn em. Có Hiromi bên cạnh, anh thấy đỡ mệt hẳn."

"Thế ạ?"

"Anh cũng mệt ở đây và ở đây lắm." Ngón tay anh lần lượt chỉ vào ngực và đầu của mình, sau đó nghiêm túc nhìn thẳng vào Hiromi. "Thật sự cảm ơn em về tối nay. Anh rất vui."

"Em cũng vậy."

Hiromi vừa dứt lời đáp, Yoshitaka liền với tay, ôm lấy vai cô. Bất ngờ bị kéo về phía anh, cô ngả người theo. Họ hôn nhau như thể đó là lẽ tự nhiên.

Chúc em ngủ ngon, anh nói. *Anh ngủ ngon*, cô đáp lại.

Đêm đó, tim cô đập rộn ràng và mãi không ngủ được. Nhưng cô cũng không nghĩ mình đã phạm phải lỗi lầm to lớn. Hiromi đơn giản cho rằng đó là một bí mật nho nhỏ của riêng hai người.

Cô không mất nhiều thời gian để nhận ra mình đã nhầm to. Sự tồn tại của Yoshitaka nhanh chóng lớn lên trong lòng Hiromi. Bất kể đang làm việc gì, đầu cô cũng không dứt được hình bóng anh.

Mặc dù vậy, nếu không gặp gỡ hay làm gì đó chỉ riêng hai người thì có lẽ trạng thái như bị say nắng ấy cũng không kéo dài. Tuy nhiên, từ đó Yoshitaka bắt đầu rủ rê Hiromi nhiều lên. Cô cũng ở lại lớp học nhiều hơn dù không có việc gì đặc biệt, để đợi điện thoại của anh.

Như quả bóng bay bị đứt dây, trái tim Hiromi tiếp tục bay nhảy không thể kiểm soát. Cuối cùng, khi vượt quá ranh giới giữa đàn ông và đàn bà, lần đầu tiên cô nhận ra mình đã làm một việc tai hại. Nhưng những lời Yoshitaka nói đêm hôm ấy đủ sức mạnh để thổi bay nỗi bất an của Hiromi.

Anh nói mình có lẽ sẽ chia tay Ayane.

"Mục đích kết hôn là vì muốn có con nên anh giao hẹn sẽ chấm dứt quan hệ vợ chồng nếu trong vòng một năm không thể có con. Còn ba tháng nữa mới tròn năm nhưng chắc là không thể. Anh biết điều đó."

Cách nói thực tế đến lạnh lùng nhưng lọt vào tai Hiromi lúc ấy nghe đầy tin cậy. Có lẽ chỉ như vậy cũng đủ thấy cô đã trở nên ích kỷ.

Nhìn lại rất nhiều chuyện Hiromi nhận ra họ đã phản bội kinh khủng đến nhường nào. Dù Ayane có căm hận đến mấy cũng phải chấp nhận.

Quả thật...

Người giết Yoshitaka có thể là Ayane. Dù cô luôn tỏ ra dịu dàng với Hiromi nhưng hoàn toàn có thể hiểu đó là sự ngụy trang nhằm che đậy ý đồ giết người.

Có điều, cô ấy lại có bằng chứng ngoại phạm. Không có gì cho thấy cảnh sát đang nghi ngờ cô ấy, có lẽ vì thực tế vẫn là bản thân hành vi phạm tội ấy không có khả năng thực hiện.

Nhưng ngoài Ayane, liệu còn ai có động cơ giết hại Yoshitaka hay không? Nghĩ đến điều đó, Hiromi lại cảm nhận được một nỗi buồn khác. Dù muốn sinh con nhưng cô thấy mình hoàn toàn không biết gì về cha đứa bé.

Utsumi Kaoru xuất hiện trong bộ vest tuyền một màu đen. Cô ngồi xuống chiếc ghế mà Ayane đã ngồi trước đó ba mươi phút, một lần nữa cúi đầu xin lỗi vì đã yêu cầu gặp.

"Tôi nghĩ, cô có đến gặp người như tôi bao nhiêu lần thì vụ án cũng không được giải quyết đâu. Bởi tôi đâu có hiểu mấy về anh Mashiba."

"Không hiểu mấy mà vẫn hình thành mối quan hệ như vậy à?"

Đôi môi Hiromi căng ra trước những lời đó.

"Tôi nghĩ mình hiểu về mặt tính cách con người. Nhưng cái cần cho việc điều tra thì đâu phải vậy đúng không nào? Tôi muốn nói mình không biết gì về quá khứ hay những rắc rối trong công việc của anh ấy."

"Tính cách con người nạn nhân cũng là cái cần biết để xúc tiến điều tra. Nhưng hôm nay tôi đến đây vì muốn hỏi những việc bình thường hơn nhiều chứ không khó đến vậy."

"Những việc bình thường là sao?"

"Là việc hằng ngày của vợ chồng Mashiba. Vì cô chắc chắn là người biết nhiều nhất về những chuyện đó."

"Vậy thì hỏi cô giáo tôi có phải hơn không?"

Utsumi Kaoru nghiêng đầu, nhoẻn miệng cười.

"Tôi cho rằng, nếu để cô ấy nói thì khó mà có được ý kiến khách quan."

"... Cô muốn hỏi gì?"

"Ngay sau khi vợ chồng Mashiba kết hôn, cô bắt đầu ra vào ngôi nhà đó. Tần suất thế nào?"

"Mỗi lúc một khác, nhưng nếu tính trung bình thì mỗi tháng khoảng một hoặc hai lần."

"Có định trước ngày không?"

"Không xác định gì cả. Nhưng đa phần là Chủ nhật. Vì đó là ngày phòng học đóng cửa."

"Chủ nhật thì Mashiba Yoshitaka cũng ở nhà phải không?"

"Đúng vậy."

"Tức là ba người sẽ trò chuyện với nhau à?"

"Cũng có lúc như vậy nhưng anh Mashiba chủ yếu ở thư phòng. Có vẻ anh ấy vẫn làm việc ở nhà vào ngày nghỉ. Hơn nữa, lý do tôi đến quấy quả gia đình họ là vì có việc cần trao đổi với cô giáo, đến nói chuyện phiếm không phải mục đích của tôi." Giọng Hiromi đầy phản kháng. Cô thấy tổn thương khi bị cho là đã đến nhà vì muốn gặp Yoshitaka.

"Cô trao đổi công việc với phu nhân ở phòng nào?"

"Phòng khách."

"Luôn luôn thế à?"

"Đúng vậy. Có vấn đề gì sao?"

"Trong lúc trao đổi, hai người có uống trà hoặc cà phê không?"

"Cô giáo luôn mời tôi uống."

"Cô là người pha à?"

"Cũng thi thoảng. Những lúc cô giáo dở tay nấu món khác chẳng hạn."

"Cô từng nói, trình tự pha cà phê cũng là học từ phu nhân nhỉ. Vì thế buổi sáng hôm xảy ra vụ án, cô cũng làm theo các bước tương tự."

"Đúng vậy. Lại là chuyện cà phê à? Không phải tôi đã nói nhiều lần rồi ư?" Khóe miệng cô nhếch lên.

Nhưng không biết có phải vì đã quen với việc bị đối tượng thẩm vấn tỏ thái độ khó chịu hay không mà biểu cảm của nữ cảnh sát trẻ không hề có chút dao động.

"Trong bữa tiệc tại nhà với vợ chồng Ikai, cô có mở tủ lạnh của gia đình Mashiba không?"

"Tủ lạnh à?"

"Trong tủ lạnh nhất định có những chai nhựa đựng nước khoáng. Tôi muốn biết cô có nhìn thấy chúng không?"

"Vậy thì có. Tôi vào bếp lấy nước một lần."

"Lúc đó còn lại mấy chai nước?"

"Tôi không nhớ rõ đến thế. Chỉ biết chắc chắn là còn vài chai xếp một dãy."

"Một hay hai chai thế?"

"Tôi đã nói là không nhớ mà. Xếp một dãy nên không phải là sẽ có bốn hoặc năm chai hay sao?" Cô bất ngờ lớn tiếng.

"Tôi hiểu," nữ cảnh sát trẻ gật đầu, khuôn mặt

trông như chiếc mặt nạ kịch Nô. "Ngay trước vụ án, cô đến nhà Mashiba vì anh ta gọi cô tới, chuyện đó từng xảy ra vài lần phải không?"

"Không, hôm đó là lần đầu tiên."

"Tại sao lại chỉ đúng hôm ấy anh Mashiba mới gọi cô đến?"

"Việc đó thì... là do cô giáo đã về nhà bố mẹ."

"Nghĩa là cho đến lúc ấy thì không có cơ hội đúng không?"

"Tôi nghĩ, có thể là vậy, nhưng anh ấy muốn sớm báo cho tôi biết tin cô giáo đã chấp nhận ly hôn mà."

"Cũng đúng," Utsumi Kaoru gật đầu. "Cô có biết gì về sở thích không?"

"Sở thích à?" Hiromi nhíu mày.

"Sở thích của vợ chồng nhà Mashiba. Thể thao, du lịch hay lái xe đi chơi chẳng hạn."

"Anh Mashiba có chơi tennis và golf nhưng cô giáo thì không có gì đặc biệt. Có lẽ chỉ là patchwork và nấu nướng thôi thì phải."

"Vậy vợ chồng họ trải qua các ngày nghỉ thế nào nhỉ?"

"Chuyện đó tôi cũng không rõ lắm."

"Trong phạm vi mà cô biết cũng được."

"Cô giáo hầu hết chỉ kể chuyện làm patchwork. Anh Mashiba thì có vẻ hay xem DVD."

"Ở nhà, phu nhân làm patchwork trong phòng nào vậy?"

"Tôi nghĩ là phòng khách."

Hiromi bối rối trả lời. Có thể thấy các câu hỏi hoàn

toàn không theo hướng nào cụ thể.

"Hai người họ có đi du lịch với nhau không?"

"Ngay sau khi cưới chắc chắn đã đi Paris và London. Sau đó thì tôi nghĩ họ không có chuyến du lịch đúng nghĩa nào. Chỉ có anh Mashiba vì công việc mà hay đi đây đó."

"Mua sắm thì sao? Ví dụ, cô Wakayama và phu nhân có ra phố đi mua sắm cùng nhau không?"

"Chúng tôi có đi mua vải để may patchwork."

"Chắc là vào Chủ nhật à?"

"Không, mua trước giờ học nên sẽ vào ngày thường. Lượng vải cũng lớn, mua xong là chúng tôi mang đến đây luôn."

Utsumi Kaoru gật đầu, viết gì đó vào sổ tay.

"Tôi chỉ hỏi những câu đó thôi. Cảm ơn cô đã dành thời gian."

"Xin hỏi, mấy câu hỏi vừa rồi thật ra có ý nghĩa gì? Tôi hoàn toàn không hiểu ý đồ của chúng."

"Câu hỏi nào cơ?"

"Tất cả. Sở thích rồi thì chuyện mua sắm, tôi không nghĩ chúng có gì liên quan đến vụ án."

Utsumi Kaoru thoáng lúng túng rồi lại mỉm cười ngay lập tức.

"Cô không hiểu cũng không sao. Cảnh sát có cách tư duy của cảnh sát mà."

"Cô có thể cho tôi biết được không?"

"Xin lỗi, đó là nguyên tắc rồi." Nữ cảnh sát nhanh chóng đứng dậy. Cô nói lời tạm biệt, cúi đầu chào rồi nhanh chân đi về phía cửa ra vào.

21

"Tôi cũng bối rối lúc bị thắc mắc về ý đồ của các câu hỏi. Bởi vì chính tôi cũng không hiểu ý đồ của chúng. Bình thường tôi vẫn bị nhắc nhở phải bám sát vào mục đích trong quá trình thẩm vấn." Utsumi vừa nói vừa cầm cốc cà phê lên.

Cô đang ở phòng nghiên cứu của Yukawa. Cô đến đưa kết quả điều tra mà anh nhờ hôm trước.

"Điều cô nói, về lý thì đúng, nhưng còn phải tùy vào thời gian và hoàn cảnh." Đang ngồi đối diện cô, Yukawa ngẩng mặt lên khỏi bản báo cáo. "Ta đang tìm hiểu xem liệu có hay không một tội ác đặc biệt chưa từng thấy trong quá khứ. Khi xác nhận có hay không sự tồn tại ấy thì không được quên rằng, rất nhiều trường hợp bị chi phối bởi định kiến của những người có liên quan. Nhà vật lý Rene Blondlot... không, chắc cô không biết đâu."

"Chưa từng nghe qua."

"Đó là một nhà nghiên cứu người Pháp có rất nhiều cống hiến vào nửa sau thế kỷ 19. Không lâu sau khi bước sang thế kỷ 20, Blondlot công bố đã tìm ra tia phóng xạ mới. Tia phóng xạ đó được đặt tên là tia N, có hiệu quả làm tăng độ sáng của tia lửa điện. Nó được ca ngợi là phát kiến mang tính bước ngoặt, làm xôn xao giới vật lý học. Tuy nhiên, rốt cuộc thì sự tồn tại của tia N bị phủ nhận. Nhà khoa học của nước khác thử rất nhiều lần nhưng không hề làm tăng độ sáng của tia lửa điện."

"Là bịp bợm à?"

"Nói là bịp bợm thì không đúng. Đó là vì bản thân Blondlot tin vào sự tồn tại của tia N."

"Có nghĩa là sao?"

"Vốn dĩ Blondlot xác nhận độ sáng của tia lửa điện chỉ dựa vào đôi mắt của mình. Đó là căn nguyên của sự nhầm lẫn. Chuyện ánh sáng gia tăng khi đánh trúng tia N đã được chứng minh chỉ là ảo giác hình thành do mong muốn của ông."

"Ồ, ngay cả một nhà vật lý vĩ đại cũng mắc phải sai lầm đơn giản như vậy nhỉ."

"Định kiến là thứ nguy hiểm thế đấy. Vì vậy tôi không cho cô biết trước bất kỳ điều gì. Nhờ vậy mới thu được những thông tin vô cùng khách quan như thế này." Yukawa lại nhìn xuống bản báo cáo. Utsumi đã viết nó.

"Vậy, kết quả thế nào? Có đúng là đáp án ảo không?"

Yukawa không trả lời ngay mà tiếp tục nhìn đăm đăm xuống tờ giấy, giữa đôi lông mày hằn sâu nếp nhăn.

"Đúng là trong tủ lạnh vẫn còn mấy chai nước nhỉ." Anh thấp giọng như đang độc thoại.

"Tôi cũng thấy hơi kỳ lạ ở điểm đó. Phu nhân Ayane có nói luôn chú ý để nước đóng chai không hết.

Vậy mà ngay sau hôm phu nhân về nhà bố mẹ đẻ lại chỉ còn một chai nước. Như vậy là sao nhỉ?"

Yukawa khoanh tay, mắt nhắm lại.

"Tiên sinh."

"Không thể nào."

"Sao?"

"Chuyện đó, tuyệt đối không thể. Nhưng mà..." Yukawa gỡ kính, đầu ngón tay ấn vào đôi mí mắt. Anh cứ thế ngồi yên bất động.

22

Từ ga Iidabashi leo lên con đường dốc Kagurazaka, đi qua Bishamonten rồi rẽ trái ngay. Lại leo lên một con dốc đứng là trông thấy tòa nhà đích đến nằm ở bên phải.

Kusanagi đi vào từ cửa chính. Tường bên trái gắn một loạt biển tên văn phòng. "Nhà xuất bản Tanugi" nằm ở tầng hai.

Có thang máy nhưng Kusanagi leo thang bộ. Cầu thang chất đống thùng cáctông nên rất khó di chuyển. Tuy vi phạm luật phòng cháy chữa cháy nhưng hôm nay anh sẽ không nhắc nhở họ.

Cửa văn phòng đang mở toang. Nhìn vào trong, thấy vài người ngồi quay vào bàn làm việc. Nữ nhân viên ngồi vị trí ngoài cùng nhận ra và tiến lại gần Kusanagi.

"Có việc gì thế ạ?"

"Anh Sasaoka có ở đây không? Khi nãy tôi có hẹn qua điện thoại."

Ngay lúc đó có giọng nói xen vào, "A, vâng." Một người đàn ông mập mạp thò mặt lên từ bên kia chiếc tủ đựng tài liệu. Có lẽ anh ta ngồi xổm từ nãy đến giờ.

"Anh là Sasaoka à?"

"Vâng. Đúng vậy..." Anh ta mở ngăn kéo chiếc bàn bên cạnh, lấy ra danh thiếp. "Vâng. Anh vất vả quá."

Kusanagi cũng lấy danh thiếp ra trao đổi. Trên danh thiếp của người kia đề "Nhà xuất bản Tanugi, Giám đốc đại diện, Sasaoka Kunio."

"Lần đầu tiên tôi nhận được danh thiếp của cảnh sát đấy. Sẽ là kỷ niệm thú vị." Sasaoka lật mặt sau tấm danh thiếp rồi buột miệng "ồ" một tiếng. "Ở đây còn ghi danh thiếp gửi anh Sasaoka. Cả ngày tháng cụ thể nữa. À à, là để phòng việc sử dụng cho mục đích xấu."

"Xin đừng lấy làm khó chịu. Chỉ là thói quen thôi."

"Không, cẩn thận như vậy là tốt mà. Vâng... ta sẽ nói chuyện ở đây à? Hay anh muốn ra quán nước?"

"Ở đây cũng được."

"Vậy à."

Sasaoka dẫn Kusanagi ra nơi tiếp khách bài trí đơn giản ở góc văn phòng.

"Xin lỗi vì làm phiền lúc anh bận rộn." Kusanagi ngồi xuống chiếc ghế xô pha bọc da tổng hợp màu đen.

"Không sao đâu. Chỗ chúng tôi khác những công ty lớn, cứ thong thả làm việc thôi." Sasaoka toét miệng tươi cười. Có vẻ không phải là người xấu.

"Như đã trao đổi qua điện thoại, tôi muốn hỏi về Tsukui Junko."

Nụ cười trên khuôn mặt Sasaoka vụt tắt.

"Người đó do tôi trực tiếp phụ trách. Người có tài như thế, thật đáng tiếc."

"Anh có làm việc lâu dài với cô Tsukui không?"

"Có thể nói là không lâu lắm. Gần hai năm. Chúng

tôi xuất bản được hai cuốn sách."

Sasaoka đứng dậy, lấy hai cuốn sách tranh từ chỗ ngồi của mình.

"Chúng đây."

Tôi xin phép, Kusanagi nói rồi nhận lấy. Tên hai cuốn sách tranh là "Yukidaruma korogatta (Người tuyết ngã rồi)" và "Komainu Taro no bouken (Chuyến phiêu lưu của chú chó đá Taro)".

"Người tuyết và chó đá, cô ấy thích lấy các nhân vật có từ ngày xưa làm nhân vật chính nhỉ. Có cả tác phẩm sử dụng búp bê cầu nắng nữa."

"Tôi biết cuốn đó. Tên là 'Ước gì ngày mai trời đổ mưa'."

Mashiba Yoshitaka đã xem tác phẩm đó và chọn Tsukui Junko tạo hình nhân vật cho phim hoạt hình trực tuyến.

Sasaoka gật đầu, đuôi lông mày hướng xuống.

"Vào tay cô Tsukui thì những nhân vật quen mắt cũng như tỏa ra ánh sáng mới mẻ. Thật sự là một tài năng đáng tiếc."

"Anh có nhớ những chuyện lúc cô Tsukui qua đời không?"

"Tất nhiên là nhớ. Dù sao thì cũng có thư để lại gửi đích danh tôi mà."

"Vậy à. Tôi có nghe gia quyến kể là cô ấy để lại di thư gửi một số người."

Gia đình Tsukui Junko ở Hiroshima. Kusanagi đã nói chuyện với mẹ của cô qua điện thoại. Bà cho biết, Tsukui Junko tự sát bằng thuốc ngủ tại phòng riêng, để lại ba lá thư ở hiện trường. Tất cả đều gửi tới những người có liên quan đến công việc. Một trong số đó gửi cho Sasaoka Kunio.

"Nội dung thư là lời xin lỗi vì đột ngột bỏ lại công việc theo cách như vậy. Chắc cô ấy bận lòng vì lúc đó tôi đang nhờ cậy làm tác phẩm mới." Sasaoka nhăn mặt vẻ đau buồn, có lẽ do nhớ lại chuyện ngày ấy.

"Trong thư không viết gì về động cơ tự sát à?"

"Vâng. Chỉ có những lời xin lỗi."

Di thư của Tsukui Junko không chỉ có vậy. Ngay trước khi tự sát cô còn gửi một lá thư cho người mẹ. Đọc nó xong, mẹ cô quá bất ngờ liền gọi điện cho con gái. Nhưng không thể nối máy nên bà vội vàng báo cảnh sát. Cảnh sát địa phương nhận được liên lạc đã chạy đến chung cư và phát hiện thi thể.

Lá thư gửi mẹ cũng không viết gì về động cơ tự sát. Trong đó chỉ là những câu chữ chất chứa nỗi niềm biết ơn mẹ đã sinh ra và nuôi mình khôn lớn, tạ lỗi vì cư xử như vậy với mạng sống quý giá ấy.

Ở đầu máy bên kia, người mẹ khóc vì cuối cùng vẫn không hiểu chuyện gì đã xảy ra. Dù hai năm trôi qua nhưng dường như nỗi đau buồn vì mất con không hề vơi bớt.

"Anh Sasaoka, anh có nghĩ ra điều gì về việc cô Tsukui Junko tự sát không?"

Sasaoka bặm môi, lắc đầu trước câu hỏi của Kusanagi.

"Lúc đó cảnh sát cũng hỏi nhưng tôi hoàn toàn không biết gì. Tôi có gặp Junko khoảng hai tuần trước khi cô ấy tự sát nhưng không gợn chút cảm giác nào là cô ấy sẽ làm thế. Cũng có thể do tôi quá thiếu nhạy cảm."

Không phải do Sasaoka thiếu nhạy cảm. Kusanagi đã gặp những người nhận được hai di thư còn lại, họ đều nói tương tự.

"Anh biết việc có một người đàn ông cô Tsukui từng hẹn hò không?" Kusanagi đổi câu hỏi.

"Tôi có nghe nói. Nhưng không biết đó là ai, ở đâu. Thời đại bây giờ, hỏi linh tinh về những chuyện đó có thể bị lên án là quấy rối tình dục." Sasaoka đáp một cách nghiêm túc.

"Vậy anh có biết nhân vật nào thân thiết với cô ấy ngoài người đó không? Người quen hoặc bạn thân là phụ nữ cũng được."

Sasaoka khoanh đôi cánh tay ngắn và mập mạp, xoay cổ.

"Ngày ấy tôi cũng nhận được câu hỏi kiểu đó nhưng chẳng nghĩ được gì. Cũng có thể nói đó là một người yêu sự cô độc. Tôi nghĩ, có lẽ cô ấy chỉ cần miệt mài vẽ tranh trong phòng riêng cũng đủ hạnh phúc, có khi không mấy mặn mà với việc gặp gỡ người khác. Vì thế, khi biết có ai đó như là người yêu của cô ấy, tôi cảm thấy khá ngạc nhiên."

Giống Mashiba Ayane, Kusanagi thầm nghĩ. Tuy có trợ lý Wakayama Hiromi hay người bạn từ thuở bé cùng đi suối nước nóng khi về nhà nhưng về cơ bản là sống cuộc đời cô độc. Cuộc sống của cô chỉ là ngồi trên ghế xô pha trong căn phòng khách rộng và khâu patchwork cả ngày.

Có thể kết luận là Mashiba Yoshitaka thích kiểu phụ nữ như vậy không? Anh nghĩ.

Không...

Hơi khác một chút, Kusanagi cân nhắc. Anh nhớ lại những gì Ikai Tatsuhiko đã nói.

Cậu ấy không đánh giá cao điểm ấy. Có vẻ cậu ấy cho rằng một người phụ nữ không sinh con được thì ngồi trên ghế cũng chỉ giống như vật trang trí vướng víu.

Mashiba Yoshitaka chọn những người phụ nữ cô độc là vì chỉ coi họ như công cụ sinh con. Rất có thể anh ta còn nghĩ công cụ thì không cần phải kèm theo những mối quan hệ phiền phức.

"Xin hỏi," Sasaoka lên tiếng. "Tại sao bây giờ các anh lại điều tra về việc cô ấy tự sát vậy? Tuy động cơ không rõ ràng nhưng có vẻ họ không tiến hành điều tra đặc biệt vì không có tính chất của một vụ án mạng."

"Không phải vì có nghi vấn trong việc tự sát hay không. Tôi đang điều tra một vụ án khác, xuất hiện tên cô Tsukui nên muốn xác nhận cho chắc chắn thôi."

"Ra là vậy."

Sasaoka có vẻ tò mò muốn biết anh đang điều tra vụ án nào. Kusanagi liền quyết định kết thúc cuộc nói chuyện.

"Xin lỗi đã làm phiền khi anh đang làm việc. Tôi xin phép."

"Như vậy là xong à? Chết thật, tôi quên không mang trà ra."

"Không sao. Cảm ơn anh. Có điều, tôi mượn chúng

được chứ?" Anh giơ lên hai cuốn sách tranh.

"Xin mời. Tặng anh đấy."

"Vậy có được không?"

"Vâng. Có để đó thì rồi chúng cũng bị cắt vụn thôi."

"Thế à. Vậy cảm ơn anh nhé."

Kusanagi đứng dậy, đi về phía cửa ra vào. Sasaoka bước theo sau.

"Nhưng lúc ấy tôi ngạc nhiên lắm. Nghe tin cô ấy qua đời, tôi không hề nghĩ là tự sát đâu. Sau khi biết việc tự sát cũng vậy, các đồng nghiệp đưa ra nhiều giả thiết lắm. Có tên còn nói, hay là cô ấy bị giết? Tuy là ăn nói hồ đồ nhưng uống thứ đó để chết thì cũng lạ thật."

Kusanagi dừng chân, nhìn chằm chằm khuôn mặt tròn trịa của Sasaoka.

"Thứ đó?"

"Vâng, chất độc ấy."

"Không phải thuốc ngủ à?"

Sasaoka há hốc miệng, xua tay phủ nhận.

"Không phải. Ơ, anh không biết à? Là arsenic."

"Arsenic?" Kusanagi giật mình.

"Thấy bảo nó được dùng trong vụ kinh điển, vụ cà ri ở Wakayama."

"Thạch tín ấy à?"

"A, đúng là chất độc có tên đại loại như vậy."

Tim anh đập mạnh lên. "Tôi xin phép," Kusanagi nói rồi chạy xuống cầu thang.

Gọi điện cho Kishitani bằng máy di động, anh ra lệnh cậu ta khẩn trương lấy từ cảnh sát quận các tài liệu liên quan đến vụ tự sát của Tsukui Junko.

"Rốt cuộc là có chuyện gì? Kusanagi, anh vẫn bận tâm đến tác giả sách tranh đó à?"

"Việc này thì đội trưởng cũng sẽ chấp nhận thôi. Đừng phàn nàn nữa, làm theo lời tôi đi."

Anh tắt máy rồi vẫy chiếc taxi đang lại gần. Kusanagi bảo lái xe đưa mình đến sở cảnh sát Meguro.

Đã nhiều ngày trôi qua từ sau vụ án, việc điều tra hoàn toàn không có tiến triển. Không xác định được phương thức hạ độc đã là cả một vấn đề, và một trong những nguyên nhân là điều tra chỗ nào cũng không tìm được nhân vật có động cơ sát hại Mashiba Yoshitaka. Người duy nhất có động cơ là Ayane nhưng chứng cứ ngoại phạm của cô rất hoàn hảo.

Kusanagi nêu ý kiến với Mamiya, cho rằng vào ngày xảy ra vụ án, nhất định có người đã đến nhà gia đình Mashiba. Hơn nữa còn xin phép được điều tra về người yêu cũ của Mashiba Yoshitaka là Tsukui Junko.

"Chẳng phải người phụ nữ đó đã mất rồi sao?" Mamiya nói.

"Chính vì thế tôi mới để ý." Kusanagi đáp. "Nếu nguyên nhân tự sát nằm ở Mashiba Yoshitaka thì nhiều khả năng quanh Tsukui Junko sẽ có người căm hận Mashiba."

"Phục thù ấy à? Nhưng mà, việc tự sát là từ hai năm trước đúng không? Tại sao không ra tay sớm hơn?"

"Chuyện đó thì tôi không rõ. Cũng có thể người đó tính toán, nếu không chờ một thời gian rồi mới phục thù thì có thể bị liên hệ đến việc Tsukui Junko tự sát."

"Nếu suy luận đó chính xác thì thủ phạm là một

người vô cùng cố chấp đấy. Bởi vì họ đã sống suốt hai năm mà không quên được mối hận."

Mamiya tỏ ra bán tín bán nghi nhưng vẫn chấp thuận cho anh điều tra về Tsukui Junko.

Vì thế mà từ hôm qua, Kusanagi hết gọi điện thoại cho cha mẹ Tsukui Junko lại gặp gỡ người nhận được di thư để tập hợp thông tin chi tiết. Thông tin liên lạc với gia đình là do người phụ trách cuốn "Ước gì ngày mai trời đổ mưa" cung cấp.

Nhưng cho đến lúc này, chưa thấy ai nhắc đến chuyện Mashiba Yoshitaka có liên quan đến việc tự sát. Không những vậy, ngay cả việc cô ấy từng hẹn hò với Mashiba cũng không ai biết.

Theo lời kể của bà mẹ thì không hề phát hiện dấu vết cho thấy có đàn ông ra vào căn phòng của Tsukui Junko. Vì thế mà bây giờ bà vẫn nghĩ thất tình không phải là nguyên nhân tự sát.

Lần đầu tiên có người thấy bóng dáng Mashiba và Tsukui Junko ở tiệm hồng trà là khoảng ba năm về trước. Một năm sau Junko tự sát, nếu lúc đó cô vừa chia tay với Mashiba thì hoàn toàn logic.

Giả sử việc chia tay Mashiba là nguyên nhân tự sát đi nữa, nếu không có ai biết điều đó thì nhân vật thù hận anh ta cũng không tồn tại. Cuộc điều tra mất công xin phép Mamiya mới được tiến hành đang sớm lâm vào bế tắc.

Đúng lúc ấy thì anh nghe được câu chuyện chất độc.

Nếu lấy tài liệu từ phòng cảnh sát phụ trách vụ tự

sát của Tsukui Junko trước đây thì anh đã nhận ra sớm hơn. Vì ngay từ đầu đã gọi điện đến nhà cha mẹ nạn nhân, nghe bà mẹ kể nội dung chi tiết nhưng không đầy đủ mà anh bỏ qua trình tự cơ bản. Anh chủ quan cho rằng, nếu vụ việc được kết luận là tự sát thì ở phòng cảnh sát quận chắc sẽ không có thông tin đáng chú ý.

Tuy vậy, thông tin về thạch tín thì...

Tất nhiên, có khả năng đó chỉ là sự ngẫu nhiên. Sau vụ án bỏ độc vào cà ri ở Wakayama, thông tin thạch tín là chất kịch độc trở nên phổ biến trong xã hội. Đương nhiên số người nghĩ tới việc dùng nó để tự sát hoặc hạ sát người khác cũng tăng lên.

Có điều, việc bị giết bằng chất độc giống như người yêu cũ đã sử dụng để tự sát, nếu là ngẫu nhiên thì thật khó tin. Phải chăng sẽ hợp lý hơn nếu cho rằng có sự chủ định của ai đó?

Đang suy nghĩ về chuyện này thì điện thoại di động báo có cuộc gọi đến. Trên màn hình tinh thể hiển thị tên của Yukawa.

"Sao vậy? Từ bao giờ cậu lại thích gọi điện giống nữ sinh trung học thế?"

"Có việc muốn nói nên chẳng còn cách nào khác. Hôm nay có gặp nhau ở đâu được không?"

"Không phải là không gặp được nhưng có việc gì? Cậu biết thủ đoạn hạ độc rồi à?"

"Bảo là đã biết thì không chính xác lắm. Chưa được chứng minh nhưng đã tìm ra phương pháp thực hiện, có thể nói là thế."

Tên này vẫn ăn nói quanh co như mọi khi, Kusanagi

bực bội nghĩ nhưng bàn tay lại siết chặt chiếc điện thoại. Thường thì Yukawa đã tìm ra đáp án nếu ăn nói kiểu này.

"Cậu cho Utsumi biết chưa?"

"Chưa nói gì hết. Nhân tiện nói luôn, thời điểm này tôi cũng không muốn cho cậu biết. Vì thế, nếu tưởng có thể biết về nó rồi đến gặp tôi thì chỉ thất vọng thôi."

"Vậy là sao chứ? Thế thì việc cậu muốn nói là gì nào?"

"Yêu cầu về việc điều tra sắp tới. Tôi muốn xác nhận xem có đủ điều kiện để thực hiện thủ đoạn đó hay không."

"Tức là cậu không chịu nói về thủ đoạn mà chỉ muốn có được thông tin từ tôi à? Chắc cậu cũng biết, cho người ngoài biết về thông tin điều tra vốn là điều cấm kị."

Yukawa đáp sau vài giây im lặng.

"Tôi không ngờ là đến lúc này còn nghe được những lời đó từ cậu. Mà thôi, sao cũng được. Chưa thể nói ra thủ đoạn là vì tôi có lý do. Tôi muốn gặp rồi mới giải thích."

"Cậu có làm quá không đấy? Tôi đến sở cảnh sát Meguro một lúc. Sau đó sẽ qua trường đại học. Chắc là khoảng 8 giờ đấy."

"Đến nơi thì gọi điện cho tôi. Có lẽ tôi không có ở phòng nghiên cứu đâu."

"Hiểu rồi."

Sau khi ngắt máy, Kusanagi nhận ra anh đã bắt đầu căng thẳng.

Thủ đoạn hạ độc mà Yukawa nghĩ ra rốt cuộc là gì? Tất nhiên, Kusanagi không nghĩ mình có thể tự đoán ra vào lúc này. Điều anh lo lắng là vị trí của Ayane sẽ thế nào khi giải thích được thủ đoạn đó.

Nếu thủ đoạn mà Yukawa nghĩ ra làm sụp đổ bức tường chứng cứ ngoại phạm vững chắc của cô ấy thì...

Không còn đường để chạy trốn nữa, Kusanagi thầm nghĩ. Không phải của Ayane. Con đường thoát thân của chính anh sẽ bị đóng lại. Sau đó, anh bắt buộc phải hướng sự nghi ngờ vào cô.

Rốt cuộc thì Yukawa định khởi đầu câu chuyện nào đây? Cho đến giờ anh vẫn nóng lòng đợi thời điểm đó nhưng hôm nay thì khác. Hơi thở của anh dần trở nên khó nhọc.

Trong phòng họp sở cảnh sát Meguro, Kishitani đang cầm trên tay những tờ giấy fax. Đó là báo cáo liên quan đến vụ tự sát của Tsukui Junko do cảnh sát quận gửi đến. Bên cạnh cậu ta còn có Mamiya.

"Tôi biết anh nhắm vào đâu rồi. Là chất độc đúng không?" Kishitani chìa tờ giấy ra.

Kusanagi lướt nhanh trên bản báo cáo. Theo đó, Tsukui Junko đã chết trên giường tại nhà riêng. Trên chiếc bàn bên cạnh có đặt một cốc nước đã vơi một nửa và một túi ni lông chứa bột màu trắng. Chất bột màu trắng đó là arsenic trioxide, vẫn được gọi là thạch tín.

"Không thấy viết gì về cách thức nạn nhân có được nó nhỉ. Vậy là không rõ ràng à?" Kusanagi lẩm bẩm.

"Chắc là họ không điều tra sâu đến mức đó đâu," Mamiya nói. "Nhìn thế nào cũng không thấy dấu hiệu hình sự. Cảnh sát quận đâu rảnh rang đến mức đi điều tra xuất xứ của thứ không tới nỗi khó mua như thạch tín."

"Dù sao thì việc cô người yêu cũ tự sát bằng thạch tín cũng đáng quan tâm đấy. Anh Kusanagi giỏi quá còn gì." Giọng Kishitani hào hứng.

"Không biết cảnh sát còn giữ chỗ thạch tín đó không nhỉ?" Kusanagi nói.

"Đã xác nhận rồi. Đáng tiếc là không còn. Hai năm rồi mà." Mamiya tỏ vẻ tiếc nuối.

Nếu còn sót lại thì có thể xác nhận nó có giống loại được dùng trong vụ án này hay không.

"Nhưng mà, hình như họ không giải thích cho gia đình về chất độc." Kusanagi tỏ vẻ khó hiểu.

"Ý anh là sao?"

"Mẹ của Tsukui Junko nói cô ấy tự sát bằng thuốc ngủ. Tôi cứ băn khoăn tại sao lại thế."

"Biết đâu chỉ là hiểu nhầm thôi?"

"Cũng có thể."

Nhưng trong lòng anh vẫn nghi ngờ, liệu người mẹ có thể nhầm lẫn về chất độc mà con gái mình đã dùng để tự sát hay không?

"Utsumi có nói thế này, đến giờ, tuy chỉ từng chút một nhưng việc điều tra bắt đầu có tiến triển rồi."

Nghe Kishitani nói, Kusanagi ngẩng mặt lên.

"Utsumi nói gì cơ?"

"Từ chỗ thầy giáo Galileo về, có vẻ đã học được kiến thức nào đó." Mamiya đáp. "Cô ta bảo, bây giờ thử xét nghiệm triệt để một lần thiết bị lọc nước gắn ở đường ống nhà Mashiba xem. Gọi là gì nhỉ, tên cơ sở đó?"

"SPring-8." Kishitani nói.

"Đúng rồi, là chỗ đó. Tiên sinh Yukawa nói hãy làm xét nghiệm ở đó, kể cả có phải nhờ vả. Utsumi giờ đang chạy đôn chạy đáo bên văn phòng chính phủ để lo thủ tục."

SPring-8 là trung tâm nghiên cứu phóng xạ lớn nhất thế giới nằm ở tỉnh Hyogo. Do ở đó có thể phân tích thành phần dù dữ liệu xét nghiệm là vô cùng nhỏ nên được tận dụng để phục vụ điều tra tội phạm từ mùa thu năm 1998. Khi xảy ra vụ án bỏ độc vào cà ri, nơi này cũng được sử dụng để phục vụ công tác giám định và sự hữu hiệu khi ấy đã gây nhiều chú ý.

"Vậy là Yukawa cho rằng chất độc được đặt vào thiết bị lọc nước à?"

"Theo những gì Utsumi nói thì có vẻ như vậy."

"Nhưng tên đó chắc chắn là chưa tìm thấy cách thực hiện..." Đang nói dở thì anh giật mình.

"Sao vậy?"

"Không, thực ra thì lát nữa tôi sẽ gặp tên ấy. Nghe hắn nói thì có vẻ đã giải thích được thủ đoạn, không biết đó có phải là phương thức bỏ chất độc vào thiết bị lọc nước hay không..."

Mamiya gật đầu.

"Utsumi cũng nói điều tương tự. Có vẻ tiên sinh đã giải được bí ẩn rồi nhưng không chịu giải thích phần quan trọng nhất. Vẫn như mọi khi nhỉ, thầy giáo đó tuy thông minh nhưng tính cách kỳ quặc thật."

"Có vẻ cũng không định cho tôi biết về thủ đoạn đó đâu."

Mamiya cười khổ.

"Thôi cũng đành. Đằng nào cậu ấy cũng hợp tác dù chẳng được gì. Dù sao giáo sư đã gọi cậu đến thì sẽ có lời khuyên nào đó hiệu quả. Đến đó nghe cho kỹ vào."

Kusanagi đến trường đại học thì đã hơn 8 giờ. Anh gọi điện cho Yukawa nhưng không kết nối được. Bấm máy lần nữa, sau vài hồi chuông thì Yukawa bắt máy.

"Xin lỗi nhé. Tôi không để ý điện thoại."

"Giờ cậu ở đâu? Phòng nghiên cứu à?"

"Không, ở phòng thể chất. Cậu vẫn nhớ vị trí chứ?"

"Đương nhiên rồi."

Anh ngắt máy rồi đi về phía nhà thể chất. Đi qua cổng chính rồi rẽ trái là đến tòa nhà màu tro có mái hình vòm. Thời sinh viên, Kusanagi đến đây nhiều hơn hẳn so với khu học đường. Anh cũng đã gặp Yukawa ở đó. Lúc ấy cả hai vẫn còn gầy. Giờ thì người duy trì được vóc dáng chỉ có Yukawa.

Đi về phía sàn tập, anh thấy một thanh niên trong trang phục tập luyện, cầm vợt đánh cầu lông. Trông thấy Kusanagi, anh ta cúi đầu chào.

Trên sàn, Yukawa ngồi đó và đang khoác lên mình chiếc áo của Wind Breaker. Lưới vẫn căng giữa sân. Chắc cậu ta vừa tập luyện xong.

"Tôi vẫn nghĩ giáo sư đại học có nhiều người sống lâu, giờ mới hiểu lý do. Vì họ có thể sử dụng cơ sở vật chất của trường như một phòng tập gym miễn phí chuyên dụng cho mình."

Sắc mặt Yukawa không hề thay đổi trước giọng giễu cợt của Kusanagi.

"Bảo chuyên dùng cho bản thân là nhầm rồi. Tôi nghiêm túc đặt chỗ để dùng đấy. Với lại, khảo sát về việc sống thọ của giáo sư đại học cũng có vấn đề. Vốn dĩ, để trở thành giáo sư phải mất nhiều thời gian và công sức. Có nghĩa là nếu không đủ khỏe mạnh để sống lâu thì không thể thành giáo sư được. Cậu nhầm kết quả với nguyên nhân rồi."

Kusanagi ho khan, khoanh tay lại và nhìn xuống Yukawa.

"Chuyện muốn nói là gì?"

"À, từ từ cũng được mà. Cái này thì sao? Chẳng mấy khi." Yukawa với lấy cặp vợt cầu lông, chìa một cái về phía Kusanagi.

"Tôi không đến để chơi cái này đâu nhé."

"Cậu mà miệt mài đến mức bảo tiếc thời gian thì lớn chuyện đấy. Tôi định nói từ trước rồi, mấy năm gần đây, hông của cậu dù có nói giảm đi thì cũng phải tăng đến 9 centimet. Chỉ chạy đi chạy lại thẩm vấn thì không hiệu quả gì cho việc giữ dáng đâu."

"Cậu dạy dỗ tôi đấy à." Kusanagi cởi áo khoác, cầm lấy cây vợt đang chìa trước mặt.

Lâu lắm anh mới đối mặt với Yukawa qua tấm lưới. Cảm giác khoảng hai mươi năm về trước bỗng trở lại sống động.

Nhưng độ nhạy cảm để xử lý quả cầu lông bằng vợt thì không quay lại ngay lập tức. Thậm chí anh còn thấy rõ sự giảm sút thể lực. Yukawa nói đúng, chỉ vỏn vẹn mười phút là anh thở gấp và chân không nhúc nhích được nữa.

Nhắm vào khoảng không và đánh cú smash[1] thành công, Kusanagi ngồi thụp xuống.

"Chắc tôi già rồi. Nếu là vật tay thì tôi không thua đâu, kể cả với hội trẻ."

"Mấy trò như vật tay chủ yếu dùng cơ nhanh thì nếu có suy yếu do tuổi tác, chỉ cần rèn luyện một chút là ngon ngay. Nhưng những môn cần cơ chậm để duy trì sức bền thì rất lâu mới làm được như trước. Chức năng tim phổi cũng vậy. Tôi xin gợi ý là cậu nên cố gắng luyện tập nhẹ nhàng và đều đặn."

Yukawa hờ hững nói, nhịp thở không hề bị rối loạn. *Tên này đúng là quái vật*, Kusanagi thầm nghĩ.

Hai người ngồi cạnh nhau, lưng dựa vào tường. Yukawa lấy bình nước ra, rót chất lỏng bên trong vào nắp rồi đưa nó cho Kusanagi. Anh nhấp thử, đó là nước uống thể thao. Đồ uống đã được làm lạnh.

"Thế này cứ như quay lại thời sinh viên ấy nhỉ. Chỉ có trình độ của tôi là tệ đi nhiều."

"Nếu không duy trì thì kỹ thuật cũng giảm sút cùng với thể lực. Tôi duy trì nhưng cậu thì không. Có thế thôi."

"Cậu an ủi tôi đấy à?"

"Không. Sao tôi phải an ủi cậu chứ?"

Thấy Yukawa làm ra vẻ ngạc nhiên, Kusanagi cười

1. Smash: kỹ thuật đập đè bóng bổng.

khổ. Anh trả nắp bình cho Yukawa rồi trở lại vẻ nghiêm túc.

"Chất độc nằm trong thiết bị lọc nước, đúng không?"

"Ừ," Yukawa gật đầu. "Tôi cũng nói trên điện thoại rồi đấy, chưa chứng thực được. Nhưng chắc tôi không sai."

"Vì thế cậu mới bảo Utsumi xét nghiệm thiết bị lọc nước ở SPring-8 à?"

"Tôi có được 4 thiết bị lọc nước giống như thế và đã tiến hành thực nghiệm, đặt một ít thạch tín vào và rửa bằng nước vài lần xem sau đó có thể phát hiện thành phần hay không. Làm ở trường này thì có phương pháp phân tích sử dụng plasma cao tần cảm ứng."

"Cao tần cảm ứng... là cái gì thế?"

"Cậu không hiểu cũng được. Chỉ cần biết đó là phương pháp phân tích vô cùng tiên tiến. Sau khi thí nghiệm trên bốn thiết bị lọc nước, tìm thấy arsenic ở hai cái, hai cái còn lại không cho ra kết quả rõ ràng. Vật liệu được dùng cho thiết bị lọc nước ấy có phủ một lớp mạ đặc biệt, dù là các hạt siêu nhỏ cũng cực kỳ khó bám dính. Hơn nữa, sau khi trao đổi với Utsumi, tôi biết họ đã sử dụng phương pháp phổ hấp thu nguyên tử để giám định thiết bị lọc nước nhà Mashiba. Phương pháp đó thì độ nhạy ít nhiều sẽ kém hơn cách của tôi. Vì vậy tôi mới bảo cô ấy mang chúng đến SPring-8."

"Đến mức đó thì chắc cậu hoàn toàn tự tin rồi."

"Không thể nói tuyệt đối. Nhưng tôi chỉ nghĩ được đến thế."

"Vậy rốt cuộc làm thế nào để cho chất độc vào? Tôi nghe Utsumi nói là không thể làm được nên đành từ bỏ cơ mà?"

Yukawa im lặng trước câu hỏi của Kusanagi. Hai tay anh nắm chặt khăn lau.

"Đó là thủ đoạn gây án à? Tức là không thể nói cho tôi biết đúng không?"

"Tôi cũng bảo với Utsumi rồi, không thể gieo định kiến vào đầu các cậu được."

"Chúng tôi có mang định kiến hay không thì có gì liên quan đến thủ đoạn gây án chứ?"

"Rất liên quan đấy." Yukawa hướng về phía Kusanagi. "Nếu thủ đoạn mà tôi nghĩ ra có thể tiến hành trong thực tế thì rất có khả năng dấu vết còn lưu ở đâu đó. Mang thiết bị lọc nước đến SPring-8 cũng nhằm tìm ra dấu vết ấy. Tuy nhiên, nếu không tìm thấy vết tích cũng không có nghĩa là thủ thuật đó không được sử dụng. Đó là một thủ thuật đặc biệt như thế đấy."

"Rồi, thế thì sao?"

"Giả sử thời điểm hiện tại tôi đã cho các cậu biết về nội dung của thủ thuật. Nếu phát hiện dấu vết thì tốt rồi. Nhưng trong trường hợp không tìm thấy thì sao đây? Lúc đó các cậu có thể thiết lập lại tư duy không? Chẳng phải các cậu vẫn sẽ trăn trở về thủ thuật đó à?"

"Thế thì... có thể sẽ như vậy. Bởi vì cũng không có căn cứ cho thấy thủ thuật đó không được sử dụng nhỉ."

"Đó là việc cá nhân tôi khó lòng chấp nhận."

"Ý cậu là sao?"

"Nghĩa là tôi không muốn tập trung nghi ngờ vào

một nhân vật cụ thể mà không có chứng cứ. Bởi vì, thực hiện được thủ thuật này, trên thế gian chỉ có một người duy nhất."

Kusanagi nhìn thẳng vào đôi mắt Yukawa phía sau cặp kính.

"Phu nhân Mashiba à?"

Yukawa chậm rãi chớp mắt. Có vẻ anh đang khẳng định.

Phù, Kusanagi thở hắt ra.

"Sao cũng được. Tôi thì tiếp tục điều tra kiểu chính diện thôi. Cuối cùng cũng tìm được cái có vẻ là manh mối."

"Manh mối à?"

"Tìm được người yêu cũ của Mashiba Yoshitaka rồi. Hơn nữa còn có điểm tương đồng với vụ án lần này."

Kusanagi kể lại chuyện Tsukui Junko tự sát bằng cách uống thạch tín. Anh biết Yukawa không phải kiểu người ưa dông dài.

"Thế à, hai năm trước lại có chuyện như vậy..."

Ánh mắt Yukawa trở nên xa xăm.

"Cậu thì có thủ thuật đó và dường như rất tự tin nhưng tôi không nghĩ hướng đi của mình là nhầm lẫn. Vụ án lần này không đơn giản chỉ là người vợ tức giận vì bị chồng phản bội rồi trả thù. Tôi vẫn nghĩ nó dính dáng đến chuyện gì đó phức tạp hơn thế."

Nghe vậy, Yukawa liền nhìn vào mặt Kusanagi rồi bất ngờ nhoẻn miệng cười.

"Sao chứ, khó chịu thế nhỉ. Tôi nói gì không đúng à?"

"Không đâu. Tôi chỉ nghĩ, như vậy thì có khi tôi không cần mất công gọi cậu đến đây."

Thấy Kusanagi nhíu mày vì không hiểu mình vừa nói gì, Yukawa tiếp tục gật gù.

"Ý tôi chính xác là điều cậu vừa nói. Gốc rễ của vụ án này sâu xa đến bất ngờ. Không chỉ là chuyện trước và sau vụ án, cần quay ngược lại quá khứ trước kia và điều tra tất cả mọi việc. Tôi đặc biệt hứng thú với chuyện cậu vừa kể. Trong đó có nhắc đến thạch tín nữa nhỉ."

"Tôi không hiểu. Cậu vẫn nghi ngờ phu nhân Mashiba đúng không? Vậy mà cậu vẫn cho là chuyện quá khứ quan trọng à?"

"Quan trọng chứ. Vô cùng quan trọng." Yukawa cầm lấy vợt và túi thể thao rồi đứng dậy. "Tôi thấy người lạnh rồi. Về thôi."

Hai người bỏ nhà thể chất lại phía sau. Yukawa dừng lại bên cổng chính.

"Tôi sẽ quay lại phòng nghiên cứu, cậu thì sao? Uống cà phê không?"

"Vẫn còn chuyện muốn nói à?"

"Không, từ phía tôi thì không."

"Vậy thì xin phép nhé. Tôi về trụ sở đây, có việc cần làm."

"Hiểu rồi." Yukawa quay gót.

"Yukawa," Kusanagi gọi anh lại. "Cô ấy đã gửi cho người cha một chiếc áo khoác kiểu patchwork có may thêm miếng đệm cho phần hông. Là vì nghĩ đến khả năng ông cụ bị ngã nếu trượt chân trên tuyết."

Yukawa quay đầu lại. "Thế thì sao?"

"Cô ấy không phải kiểu người hành động khinh suất. Đó là người có thể xác nhận với chính mình một việc nào đó là nên hay không trước khi hành động. Tôi cho rằng, một người như vậy sẽ không đến mức ra tay giết người chỉ với lý do bị chồng phản bội."

"Trực giác của cảnh sát hình sự đấy à?"

"Tôi đang nói về ấn tượng của mình. Nhưng chắc cậu cũng giống Utsumi, cho rằng tôi có tình cảm đặc biệt dành cho phu nhân Mashiba nhỉ?"

Yukawa thoáng cụp mắt rồi lại nhìn Kusanagi.

"Có tình cảm đặc biệt cũng đâu có sao. Tôi tin cậu không phải là kẻ yếu đuối vì tình cảm mà bẻ cong nguyên tắc của một cảnh sát hình sự. Còn một điều nữa," anh giơ ngón tay trỏ lên rồi tiếp tục nói. "Điều cậu vừa nói có thể đúng đấy. Cô ta không phải kẻ ngu ngốc."

"Cậu vẫn nghi ngờ cô ấy à?"

Nhưng Yukawa không trả lời, chỉ giơ một tay lên chào rồi quay lưng bước đi.

23

Kusanagi hít một hơi thật sâu rồi bấm chuông cửa. Vừa nhìn tấm biển đề Anzu House, anh vừa tự hỏi vì sao mình lại căng thẳng như vậy.

Cánh cửa mở ra dù không có hồi đáp trên loa ngoài. Khuôn mặt với làn da trắng của Ayane xuất hiện. Cô nhìn Kusanagi bằng ánh mắt dịu dàng như một người mẹ quan tâm đến con trai của mình.

"Anh đúng giờ thật." Cô nói.

"A, thế à." Kusanagi nhìn xuống đồng hồ đeo tay. Vừa đúng 2 giờ chiều. Trước đó anh đã gọi điện và báo là mình muốn đến thăm vào tầm thời gian này.

Xin mời, cô mở to cánh cửa mời anh vào nhà.

Lần trước Kusanagi đến đây là lúc yêu cầu Wakayama Hiromi cùng đi để phục vụ điều tra. Tuy hôm đó không thể quan sát kỹ nhưng anh cảm thấy bên trong căn phòng hôm nay có hơi khác. Bàn thao tác hay nội thất vẫn như vậy nhưng có vẻ kém rực rỡ hơn.

Ngồi xuống chiếc ghế được mời, anh ngắm nghía xung quanh. Ayane vừa rót trà trong ấm vào cốc vừa cười khổ.

"Căn phòng trông hoàn toàn vô vị đúng không?

Một lần nữa tôi lại nhận ra đồ của Hiromi để ở đây nhiều đến bất ngờ."

Kusanagi im lặng gật đầu.

Hình như Wakayama Hiromi có nói với anh là muốn chủ động xin nghỉ. Kusanagi thấy cũng dễ hiểu khi nghe điều đó. Phụ nữ bình thường sẽ làm vậy khi chuyện ngoại tình với Mashiba Yoshitaka đã rõ ràng.

Ayane rời khỏi khách sạn và ở lại căn phòng này từ hôm qua. Có vẻ cô không muốn sống ở nhà riêng. Kusanagi hiểu được cảm giác đó.

Ayane đặt cốc trà trước mặt Kusanagi. "Phiền cô quá," anh nói.

"Sáng nay tôi đã về qua nhà." Ayane ngồi vào chỗ đối diện với Kusanagi.

"Nhà riêng ấy à?"

Cô đặt ngón tay lên miệng cốc, cầm hơi cúi xuống.

"Để tưới nước cho hoa. Chúng héo rũ cả rồi."

Kusanagi nhăn mặt.

"Xin lỗi. Tôi giữ chìa khóa mà không có thời gian đi tưới cây..."

Ayane vội vàng xua tay.

"Không sao đâu. Đúng ra tôi cũng thật quá đáng khi nhờ anh Kusanagi việc ấy. Tôi nói vậy không phải có ý trách móc đâu, xin đừng bận tâm."

"Tôi quên khuấy đi mất. Từ giờ tôi sẽ để ý."

"Không, thật sự là không sao đâu. Tôi định từ nay sẽ về tưới cây mỗi ngày mà."

"Thế à. Xin lỗi vì chẳng giúp được gì cho cô. Vậy tôi cũng nên trả lại chìa khóa nhà nhỉ."

Ayane nghiêng đầu vẻ băn khoăn rồi nhìn vào mắt Kusanagi.

"Phía cảnh sát không cần điều tra thêm ở nhà tôi nữa à?"

"Không, chưa có gì cần xem xét."

"Vậy thì anh cứ giữ nó đi. Đến lúc phải điều tra thì không cần tôi đến cũng được."

"Tôi hiểu rồi. Vậy tôi nhận trách nhiệm giữ nó." Kusanagi vỗ vào ngực trái. Bên trong túi áo ngực là chìa khóa nhà Mashiba.

"Phải rồi, bình tưới cây đó là của anh Kusanagi à?"

Kusanagi đang đưa cốc trà lên miệng, nghe Ayane hỏi liền đập bàn tay còn lại lên trán.

"Tôi biết cái lon rỗng đục lỗ mà cô vẫn dùng cũng không tệ nhưng có lẽ bình tưới vẫn hiệu quả hơn chăng... Tôi lại làm việc dư thừa rồi."

Ayane mỉm cười lắc đầu.

"Tôi không biết lại có bình tưới to như vậy. Tôi dùng thử rồi và thấy rất tiện, đến mức nghĩ nếu mình làm như vậy từ sớm phải hơn không. Cảm ơn anh."

"Cô nói vậy thì tôi yên tâm rồi. Tôi cứ lo lắng vì cô chắc hẳn rất yêu quý cái lon rỗng ấy."

"Tôi đâu đến mức yêu quý đồ vật như thế. Anh bỏ nó đi rồi à?"

"A... không được à?"

"Không sao đâu. Đã làm phiền anh rồi."

Ayane cười và cúi đầu cảm ơn, đúng lúc ấy điện thoại đặt trên kệ đổ chuông. "Xin chờ một chút," cô nói rồi đứng dậy, nhấc máy.

"Vâng, Anzu House xin nghe... A, cô Oota... Sao?... Vâng... A, thế à."

Ayane vẫn cười nhưng Kusanagi nhận thấy hai má cô hơi cứng lại. Khi sắp dập máy, biểu cảm đó hoàn toàn biến mất.

"Xin lỗi anh nhé," Ayane lại ngồi xuống ghế.

"Có chuyện gì à?" Kusanagi hỏi.

Khóe mắt Ayane để lộ vẻ buồn bã.

"Là học viên lớp patchwork. Gia đình có việc nên cô ấy không thể theo học được nữa. Đó là người đã học ở đây suốt hơn ba năm."

"Vậy à. Đúng là phụ nữ nội trợ muốn học gì cũng khó nhỉ."

Ayane nhẹ nhàng đáp.

"Từ hôm qua, liên tục có điện thoại xin nghỉ học. Cô ấy là người thứ năm."

"Do ảnh hưởng của vụ án à?"

"Tôi nghĩ đó cũng là nguyên nhân, nhưng có lẽ chủ yếu vì Hiromi nghỉ dạy. Một năm nay Hiromi vẫn lên lớp giúp tôi, thực chất mọi người như học trò của cô ấy vậy."

"Tức là thầy nghỉ nên mình cũng nghỉ theo à?"

"Tôi nghĩ họ không đoàn kết đến thế nhưng có thể cảm nhận được bầu không khí có vẻ xấu đi, đúng không? Phụ nữ rất nhạy cảm với hoàn cảnh như vậy."

"Vâng..."

Kusanagi đáp một cách không rõ ràng bởi đối với anh việc này thật khó hiểu. Chẳng phải họ đến lớp vì muốn học kỹ thuật của Ayane hay sao? Giờ sẽ được

Ayane trực tiếp giảng dạy, các học trò phải vui mừng mới đúng chứ?

Tên đó chắc sẽ hiểu được cảm giác của họ, trong đầu anh hiện lên khuôn mặt Utsumi Kaoru.

"Chắc sắp tới sẽ có thêm người muốn bỏ học. Việc thế này có thể sẽ giống như phản ứng dây chuyền phải không? Thà rằng tôi cho lớp học nghỉ một thời gian có lẽ tốt hơn." Ayane chống cằm rồi lại ngồi thẳng lưng như thể giật mình. "Xin lỗi. Việc này đâu có liên quan đến anh Kusanagi."

Bị cô nhìn thẳng, Kusanagi bất giác hướng ánh mắt xuống.

"Cứ thế này thì cô khó mà bình tâm được nhỉ. Tôi sẽ dốc sức để giải quyết vụ án càng sớm càng tốt. Khi đó cô có phần nào thoải mái hơn không?"

"Có lẽ thế. Có thể tôi sẽ đi du lịch một mình để thay đổi tâm trạng."

"Thế cũng tốt đấy."

"Tôi hầu như không có những chuyến du lịch đúng nghĩa. Tuy ngày xưa có đi nước ngoài một mình."

"Đó là lúc cô đến Anh du học phải không?"

"Anh nghe cha mẹ tôi kể à. Chuyện cũng lâu rồi." Ayane cúi xuống rồi lại ngẩng lên. "Đúng rồi. Tôi có việc muốn nhờ anh Kusanagi giúp, liệu có được không?"

"Là việc gì vậy?" Kusanagi uống ngụm trà rồi đặt chiếc cốc lên mặt bàn.

"Bức tường này chẳng có gì, trông vô vị đúng không?"

Ayane nhìn lên bức tường bên cạnh. Đúng là ở đó

không có vật trang trí. Cho đến gần đây, hẳn vẫn có gì đó được gắn trên tường, nó để lại dấu vết hình vuông.

"Trước đây có treo một tấm thảm. Nhưng nó do Hiromi làm nên tôi tặng lại cô ấy. Vì thế mới có cảm giác trống trải như vậy, tôi nghĩ phải trang trí cái gì đó."

"Thế à. Vậy cô đã quyết định treo gì chưa?"

"Vâng, hôm nay tôi đã mang từ nhà đến."

Ayane đứng dậy, lấy gói giấy đặt ở góc phòng. Nó phồng to, có vẻ chứa thứ gì đó bằng vải bên trong.

"Đó là gì vậy?" Kusanagi hỏi.

"Thảm treo trong phòng ngủ ở nhà tôi. Nhưng ở đó không cần đến nó nữa."

"Ra là thế," Kusanagi đứng lên. "Vậy ta treo nó lên thôi."

"Vâng," Ayane đáp, lấy vật bên trong ra khỏi túi giấy. Nhưng cô liền dừng tay lại.

"A, trước đó phải nghe việc anh Kusanagi cần nói đã. Anh đến đây vì chuyện đó mà?"

"Không sao, để sau cũng được."

Ayane nghiêm túc lắc đầu.

"Không thể thế được. Anh Kusanagi đến đây vì công việc, xin hãy ưu tiên chuyện đó trước."

Kusanagi nhăn mặt cười, gật đầu rồi lấy sổ tay trong túi áo. Sau đó, anh mím chặt môi nhìn cô.

"Vậy tôi xin phép hỏi. Tôi nghĩ đó không phải là những câu hỏi thoải mái đối với cô nhưng vì cuộc điều tra, xin hãy thông cảm."

"Vâng," Ayane đáp.

"Tôi đã biết tên người phụ nữ hẹn hò với chồng cô

trước khi kết hôn. Một người tên là Tsukui Junko. Cô có từng nghe đến cái tên ấy không?"

"Tsukui..."

"Tsukui Junko. Tên cô ấy viết thế này." Kusanagi cho Ayane nhìn cái tên được viết trong sổ tay.

Ayane nhìn thẳng vào mắt Kusanagi, "Lần đầu tiên tôi biết cái tên này," cô đáp.

"Vậy, cô đã bao giờ nghe chồng nói về tác giả sách tranh chưa? Những chi tiết rất nhỏ cũng được."

"Tác giả sách tranh à?" Cô nhíu mày, nghiêng đầu suy nghĩ.

"Cô Tsukui Junko từng vẽ sách tranh. Vì vậy, tôi mới nghĩ đến khả năng chồng cô từng kể về mối quan hệ đó như một chuyện trong quá khứ."

Ánh mắt Ayane chếch xuống dưới, cô nhấp một ngụm trà.

"Xin lỗi, nhưng tôi không nhớ chuyện nào về sách tranh hay tác giả sách tranh do chồng tôi kể lại. Nếu từng nghe chắc tôi sẽ có ấn tượng. Bởi vì thế giới của tôi hoàn toàn không liên quan đến người đó."

"Vậy à. Thế thì chịu rồi."

"Xin hỏi... người ấy liên quan đến vụ án à?" Ayane chủ động hỏi.

"Chưa biết thế nào. Giờ tôi vẫn đang điều tra."

"Thế ạ." Ayane cụp mắt xuống. Cô chớp mắt, hàng mi dài rung lên.

"Tôi có thể hỏi thêm một câu không? Có thể tôi không nên hỏi cô, nhưng những người được nhắc đến đều không còn trên cõi đời này nữa."

"Những người được nhắc đến?" Cô ngước lên.

"Vâng. Thực ra thì cô Tsukui Junko ấy cũng mất rồi. Hai năm trước."

"Ồ..." Ayane mở to mắt.

"Vậy, tôi hỏi nhé, theo chúng tôi biết được sau khi vất vả điều tra, chồng cô có dấu hiệu che giấu mọi người xung quanh về mối quan hệ với cô Tsukui Junko. Cô nghĩ vì sao lại như vậy? Thời điểm bắt đầu hẹn hò với cô, chồng cô có hành xử tương tự không?"

Ayane ôm cốc trà bằng cả hai tay, suy nghĩ một lúc. Rồi cô đáp tuy vẫn nghiêng đầu suy nghĩ.

"Chồng tôi không che giấu mối quan hệ với tôi với những người xung quanh. Trường hợp của tôi, lần đầu gặp nhau còn có cả anh Ikai, người bạn thân thiết nhất của chồng tôi."

"A, đúng vậy nhỉ."

"Nhưng, giả sử anh Ikai không có ở đó, cũng có thể chồng tôi sẽ cố gắng không để người khác biết về tôi."

"Tại sao vậy?"

"Bởi vì, nếu không ai biết thì lúc chia tay cũng không phải nghe xung quanh xì xào đồn đoán."

"Nghĩa là, anh ấy vẫn tính đến khả năng chia tay à?"

"Tôi nghĩ, nên nói là tính đến trường hợp đối tác không thể sinh con thì đúng hơn. Bởi vì, nhanh chóng chia tay trong trường hợp đó là cách giải quyết của chồng tôi. Đối với anh ấy, hôn nhân lý tưởng là cuộc hôn nhân làm được điều xã hội thường nói."

"Quả thật sinh con là mục đích duy nhất à? Nhưng rốt cuộc cuộc hôn nhân với cô lại thành ra thế này."

Ayane mỉm cười ẩn ý trước những lời này của Kusanagi. Lần đầu tiên, anh thấy ánh mắt đó sáng lên như toan tính điều gì.

"Lý do rất đơn giản. Tôi cự tuyệt điều đó. Cho đến trước khi chính thức kết hôn, tôi đề nghị anh ấy cẩn thận tránh thai."

"Ra là thế. Vậy thì, thời gian ở cạnh cô Tsukui Junko, chắc anh nhà không tránh thai đâu nhỉ?"

Biết đó là câu hỏi sống sượng nhưng Kusanagi vẫn bạo gan tung ra.

"Có thể, chắc là vậy. Tôi nghĩ vì thế người phụ nữ ấy mới bị bỏ rơi."

"Bị bỏ rơi?"

"Chồng tôi là người như thế mà." Cô mỉm cười như nhắc đến chủ đề rất thú vị.

Kusanagi gấp sổ tay lại.

"Tôi hiểu rồi. Cảm ơn cô."

"Vậy là xong rồi à?"

"Thế là đủ rồi. Xin lỗi vì những câu hỏi không mấy dễ chịu."

"Không sao. Vì tôi cũng từng hẹn hò với người đàn ông khác ngoài anh ấy."

"Đúng thế nhỉ." Kusanagi thật lòng nói. "Thôi, tôi giúp cô treo tấm thảm nhé."

"Vâng," Ayane đáp rồi cầm lấy bọc giấy khi nãy. Nhưng ngay lập tức, cô buông nó xuống như vừa suy nghĩ kỹ.

"Hôm nay thì thôi. Nghĩ lại thì tôi vẫn chưa lau bức tường này. Để tôi làm sạch nó rồi tự treo."

"Vậy à. Treo vào đây chắc sẽ đẹp lắm. Nếu cần giúp cô cứ nói nhé."

"Cảm ơn anh," Ayane cúi đầu.

Rời khỏi Anzu House, Kusanagi ngẫm lại trong đầu câu hỏi mình đã bật ra. Hơn nữa còn xác nhận lại, liệu câu trả lời của cô có phải là phản ứng hợp lý hay không.

Tôi tin cậu không phải kẻ yếu đuối, vì tình cảm mà bẻ cong nguyên tắc của một cảnh sát hình sự.

Lời Yukawa vang lên rõ mồm một trong tâm trí anh.

24

Loa trên tàu thông báo sắp đến ga Hiroshima. Kaoru gỡ khỏi tai chiếc tai nghe nối với iPod, vừa cất nó vào ba lô vừa rời khỏi chỗ ngồi.

Bước xuống sân ga, cô xác nhận lại địa chỉ viết trong sổ tay. Nhà cha mẹ Tsukui Junko nằm ở Takayachou, thành phố Higashi-Hiroshima. Ga gần nhất là Nishi-Takaya. Chuyến thăm ngày hôm nay đã được báo trước cho gia đình ấy. Tsukui Yoko, mẹ của Junko, có vẻ hơi bối rối khi nghe điện thoại. Có lẽ vì Kusanagi cũng đã hỏi về vụ tự sát của Junko. Chắc hẳn bà thấy nghi ngại, vì sao đến bây giờ điều tra viên của sở cảnh sát thủ đô lại quan tâm đến chuyện đó.

Đến ga Hiroshima, cô mua nước khoáng ở quầy bán hàng rồi đổi sang tuyến Sanyo Honsen. Ở đây cách ga Nishi-Takaya chín ga, sẽ mất khoảng bốn mươi phút. Kaoru lại lấy iPod trong túi ra. Cô vừa nghe bài hát của Fukuyama Masaharu, vừa uống chai nước. Xem trên nhãn thì có vẻ đây là nước mềm. Chắc chắn Yukawa từng nói loại nước này hợp với món ăn nào nhưng cô đã quên sạch.

Nhắc đến nước thì...

Yukawa dường như chắc chắn nơi thạch tín được cho vào chính là thiết bị lọc nước. Nhưng, tuy chắc chắn về điều đó, anh ta nhất định không nói cách thực hiện cho cả Kaoru và Kusanagi. Theo lời Kusanagi, anh ta nói rằng, "không thể chứng minh là thủ thuật đó không được thực hiện". Yukawa e ngại suy luận của mình có thể dẫn đến việc buộc tội oan uổng.

Có thể nghĩ ra về mặt lý thuyết nhưng không có khả năng xảy ra trong thực tế - đó là lời anh ta đã nói khi lần đầu tiên nghĩ ra thủ đoạn đánh lừa ấy. Lần tiếp theo, sau khi Kaoru thông báo nội dung điều tra theo yêu cầu của Yukawa, anh nói một câu. *Chuyện đó, tuyệt đối không thể.*

Không chịu tiết lộ nội dung của thủ đoạn kia nhưng Yukawa vẫn giao cho Kaoru một số việc. Trước hết là ngay lập tức nghiên cứu triệt để thiết bị lọc nước để xác nhận xem có điểm gì đáng nghi ngờ hay không. Anh còn nói tốt nhất nên mang đến SPring-8 để kiểm tra chất độc. Hơn thế còn yêu cầu cô tìm hiểu mã sản phẩm của thiết bị lọc nước.

Chưa có kết quả ở SPring-8 thì Yukawa đã bảo cô làm tiếp việc khác. Quan điểm của bên giám định là thiết bị lọc nước của gia đình Mashiba hoàn toàn không có điểm bất thường. Lần thay đổi phễu lọc trước đã được khoảng một năm, lượng chất bẩn bám trên đó ở mức phù hợp, không hề có thêm dấu hiệu chỉnh sửa nào. Mã sản phẩm cũng là của chính hãng.

Sau khi nghe những thông tin ấy, Yukawa đáp, "Tôi hiểu rồi. Vất vả cho cô." Chỉ có thế và Kaoru thấy cuộc gọi bị ngắt.

Ít nhất cũng nên cho người ta gợi ý chứ, trong lòng hậm hực nhưng cô cảm thấy vô ích nếu trông đợi điều đó ở nhà vật lý học ấy.

Nhưng Kaoru quan tâm nhiều hơn đến những lời Kusanagi nghe được từ Yukawa. Yukawa khuyên Kusanagi nên ngược sâu về quá khứ mà điều tra tất cả mọi việc chứ không chỉ trước và sau vụ án. Đặc biệt, anh ta thể hiện rõ sự quan tâm đối với việc Tsukui Junko tự sát bằng thạch tín.

Cô tự hỏi, như vậy nghĩa là sao? Không phải Yukawa vẫn nghi ngờ Mashiba Ayane là thủ phạm ư? Nếu Ayane là thủ phạm thì chắc chắn chỉ cần điều tra trước và sau vụ án là đủ. Cho dù trong quá khứ có điều gì giống như một mối bất hòa nào đó, Yukawa cũng không phải là kiểu người tỏ ra quan tâm đến những chuyện như vậy.

Không biết từ lúc nào album nhạc của Fukuyama Masaharu trong iPod đã chạy hết và chuyển sang bài hát của ca sĩ khác. Trong khi cô sắp nhớ ra tên bài hát thì tàu đến ga Nishi-Takaya.

Nhà Tsukui cách ga khoảng năm phút đi bộ. Nằm trên con dốc, sát phía sau là khu rừng rậm rạp. Đó là một ngôi biệt thự kiểu phương Tây có hai tầng. *Có quá rộng để phụ nữ sống một mình không?* Kaoru thầm nghĩ. Trò chuyện qua điện thoại, cô biết cha của Tsukui Junko đã mất, còn anh cả cô đã chuyển đến sống trong thành phố Hiroshima sau khi kết hôn.

Nhấn chuông gọi cửa, cô liền thấy vọng ra giọng

nói đã nghe trên điện thoại. Có lẽ vì đã báo trước giờ đến thăm nên không thấy đối phương có vẻ bối rối.

Tsukui Yoko là một phụ nữ gầy, ước chừng ở giữa độ tuổi 60. Biết Kaoru đi một mình, bà tỏ ra khá an tâm. Có lẽ bà đã tưởng tượng sẽ phải ngồi cùng một nam cảnh sát điều tra dữ tợn.

Biệt thự nhà Tsukui có vẻ ngoài theo kiểu Tây nhưng bên trong là phòng ốc thuần Nhật, căn phòng Kaoru được dẫn vào cũng là một phòng kiểu Nhật rộng khoảng hai mươi mét vuông. Chính giữa phòng đặt một chiếc bàn thấp cỡ lớn. Bên cạnh tủ âm là bàn thờ.

"Phải đi xa thế này, cô vất vả quá." Yoko vừa nói vừa đổ nước nóng từ bình đun vào ấm trà.

"Không ạ, cháu mới phải xin lỗi. Đến giờ lại bị hỏi đủ điều về chuyện của cô Junko, chắc bác thấy lạ lắm phải không ạ?"

"Nói sao nhỉ. Vì tôi cứ nghĩ mình đã có quyết định riêng về chuyện đó rồi."

"Mời cô," Yoko đưa chén trà nóng ra trước mặt Kaoru.

"Theo những ghi chép tại thời điểm ấy thì không xác định được nguyên nhân tự sát, chi tiết đó đến giờ vẫn không có gì thay đổi ạ?"

Trước câu hỏi của Kaoru, Yoko nở nụ cười rất nhẹ.

"Bởi vì, không có gì giống như manh mối. Những người quen biết với nó cũng không có ý kiến gì. Nhưng rốt cuộc, có lẽ vì nó quá buồn chăng, giờ thì tôi nghĩ như thế."

"Buồn ấy ạ?"

"Con bé rất thích vẽ tranh và muốn trở thành tác

giả sách tranh nên mới đến thủ đô, nó vốn là đứa giản dị và ngoan ngoãn. Tôi nghĩ, sống ở một thành phố lạ, mãi chưa có tín hiệu thành công với tư cách tác giả sách tranh, nhất định nó đã vô cùng khổ sở. Đã 34 tuổi, chắc chắn nó còn cảm thấy bất an về tương lai nữa. Nếu có ai đó để tâm sự thì có lẽ đã khác."

Đúng là Yoko dường như không hề biết chuyện con gái đã có người yêu.

"Ngay trước khi qua đời, chị Junko có về đây phải không ạ?" Cô xác nhận lại nội dung bản báo cáo ngày ấy.

"Đúng thế. Tôi thấy nó không được khỏe nhưng đâu ngờ nó lại nghĩ đến cái chết..." Yoko chớp mắt. Có lẽ đang cố gắng ngăn không cho nước mắt trào ra.

"Tức là, bác và chị ấy vẫn trò chuyện như mọi khi?"

"Vâng. Tôi hỏi, *con có khỏe không đấy?* Nó trả lời, *con khỏe mà*." Yoko cúi đầu xuống thấp.

Kaoru nhớ đến mẹ của mình. Cô thử hình dung, nếu quyết định tự sát và trở về để nhìn mặt mẹ lần cuối thì mình sẽ tiếp xúc với mẹ như thế nào. Cô nghĩ mình sẽ không thể nhìn thẳng vào mắt mẹ, đồng thời có cảm giác mình cũng có thể tỏ ra bình thường giống như Junko.

"Xin hỏi," Yoko ngẩng mặt lên. "Chuyện Junko tự sát có vấn đề gì phải không?"

Đó chắc chắn là điều bà quan tâm nhất. Nhưng tại thời điểm này, cô không thể tiết lộ chi tiết nội dung điều tra.

"Có ý kiến cho là có thể liên quan đến một vụ án khác. Tuy nói vậy nhưng chưa có gì chứng minh cả nên bác hãy nghĩ cháu hỏi chỉ để tham khảo thôi."

"Vâng, là vậy à." Yoko có vẻ không thỏa mãn.

"Thật ra là vấn đề về chất độc."

Đôi lông mày của Yuko khẽ chuyển động.

"Chất độc... nói vậy tức là..."

"Cô Junko đã uống thuốc độc tự sát, bác có nhớ chất độc được sử dụng là gì không?"

Trước câu hỏi này, Yoko im lặng với vẻ bối rối. Kaoru đoán đó là biểu hiện cho thấy bà đã quên. Vì vậy cô nói tiếp, "Một chất được gọi là thạch tín."

"Hôm trước, khi trả lời một người của chúng cháu tên là Kusanagi, bác có nói con gái đã uống thuốc ngủ tự sát, nhưng theo hồ sơ ghi lại thì đó là trúng độc do thạch tín. Bác không biết chuyện đó à?"

"A... cái đó, là..." không hiểu vì sao khuôn mặt Yoko lại lộ vẻ căng thẳng. Hơn nữa còn tiếp tục ấp úng. "Việc đó thì, thì, có vấn đề gì hay sao? Chuyện tôi buột miệng đáp là thuốc ngủ có sao..."

Lạ thật, Kaoru thầm nghĩ.

"Bác biết đó không phải là thuốc ngủ nhưng vẫn trả lời như vậy à?"

"Tôi xin lỗi," Yoko khổ sở nhăn mặt rồi lí nhí đáp. "Tôi nghĩ chuyện đã qua rồi, con bé tự sát như thế nào chắc cũng không phải điều gì quá quan trọng nên trả lời như vậy."

"Bác không muốn nói ra chuyện cô ấy uống thạch tín à?"

Yoko im lặng. *Hình như có lý do nào đó*, Kaoru ngầm đoán.

"Bác Tsukui."

"Tôi xin lỗi." Yoko đột nhiên thu người lại, đặt hai tay xuống chiếu. Bà ta cứ thế cúi đầu xuống.

"Tôi thực sự xin lỗi. Nhưng lúc ấy tôi không thể nói ra được..."

Kaoru bối rối trước phản ứng không ngờ tới.

"Bác hãy ngẩng mặt lên. Rốt cuộc là thế nào? Bác biết chuyện gì phải không?"

Yoko từ từ ngẩng đầu lên, liên tục chớp mắt

"Chất asen đó là ở nhà tôi."

"Hả?" Kaoru buột miệng. "Nhưng, bản báo cáo viết là không rõ nguồn gốc..."

"Tôi không thể nói được. Đúng là lúc đó, asen... không phải, là thạch tín à? Lúc đó cảnh sát hỏi tôi có nghĩ ra điều gì không. Nhưng, dù thế nào tôi cũng không thể nói con gái đã lấy ở nhà mình nên lỡ đáp là tôi không biết. Và cứ thế... Tôi vô cùng xin lỗi."

"Chờ đã. Việc thạch tín có sẵn ở nhà là sự thật phải không?"

"Có lẽ tôi không nhầm đâu. Lúc còn sống, ông nhà tôi được người quen cho để diệt chuột. Ông ấy cất nó trong kho chứa đồ."

"Bác có xác nhận được đúng là cô Junko đã mang nó đi không?"

Yoko gật đầu.

"Sau khi cảnh sát điều tra hỏi về thạch tín, tôi đã kiểm tra kho chứa. Rõ ràng cái bọc ở đó đã biến mất. Lúc ấy tôi nhận ra, con bé về nhà vì mục đích ấy."

Kaoru quên cả ghi chép vì quá bất ngờ. Cô vội vàng viết ngoáy vào sổ tay.

"Con bé đã về nhà mà tôi lại không nhận ra ý định tự sát của nó, thêm nữa còn để nó mang chất độc theo, tôi thật sự không thể thú nhận chuyện đó. Nên lời nói dối ấy... Nếu gây rắc rối vì đã làm như vậy, tôi thật không biết phải nói gì. Phải đi đâu cũng được, tôi thực sự muốn xin lỗi." Yoko liên tục cúi đầu xuống.

"Có thể cho cháu xem nhà kho không?" Kaoru hỏi.

"Nhà kho à? Được thôi."

"Nhờ bác dẫn đường," Kaoru nói rồi đứng dậy.

Nhà kho được thiết kế ở góc sân sau. Làm từ vật liệu đơn giản là thép, bên trong rộng hơn ba mét vuông. Nội thất cũ, đồ điện gia dụng, hộp các tông... được cất vào đó. Bước chân vào là ngửi thấy mùi của nấm mốc và bụi.

"Thạch tín để ở đâu?" Kaoru hỏi.

"Chắc chắn là ở đó." Yoko chỉ vào cái lon rỗng đặt trên giá phủ đầy bụi. "Tôi nhớ ở đó có bọc ni lông chứa asen."

"Cô Junko mang đi khoảng bao nhiêu?"

"Cả cái túi ni lông đã biến mất. Vì thế, có lẽ khoảng ngần này."

Yoko khum hai tay làm động tác.

"Một lượng khá lớn nhỉ." Kaoru nói.

"Vâng. Tôi nghĩ phải được một bát đầy."

"Để tự sát thì không cần nhiều đến thế đâu. Theo ghi chép hình như không tìm được một lượng thạch tín lớn đến vậy ở hiện trường."

Yoko tỏ vẻ băn khoăn.

"Đúng vậy. Tôi cũng có để ý... Hay là Junko vứt nó đi rồi?"

Không có chuyện đó, Utsumi thầm nghĩ. Người tự sát sẽ không nghĩ đến việc xử lý phần chất độc dư thừa.

"Nhà kho này thường xuyên được sử dụng à?"

"Không, giờ thì tôi hầu như không động đến. Cũng lâu rồi mới mở ra."

"Bác có chìa khóa không?"

"Chìa khóa à? Có, để phòng khi cần."

"Vậy thì từ hôm nay bác khóa nó lại nhé. Có thể mấy hôm nữa phải xin phép bác cho kiểm tra nó."

Yoko tròn mắt ngạc nhiên. "Cái nhà kho này ấy à?"

"Cháu sẽ cố gắng để không gây phiền phức. Mong bác cho phép."

Vừa liên tục nói lời tác động, Kaoru vừa thấy có chút hào hứng. Thạch tín được dùng để sát hại Mashiba Yoshitaka vẫn chưa biết ở đâu ra. Giả sử nó có cùng thành phần với loại Junko mang ra khỏi nhà thì toàn cảnh vụ án sẽ hoàn toàn thay đổi.

Dù sao đi nữa, vì không có vật chứng nên chỉ có thể hy vọng tìm thấy bột thạch tín còn sót lại trong nhà kho này. Cô dự định sẽ trao đổi với Mamiya sau khi trở về Tokyo.

"Phải rồi, hình như bác có nhận được di thư của cô Junko phải không. Qua đường bưu điện."

"À... Vâng, đúng vậy."

"Cháu xem có được không?"

Yoko suy nghĩ một chút rồi gật đầu. "Tôi hiểu rồi."

Họ quay lại trong nhà. Lần này cô được dẫn đến căn phòng của Junko trước đây. Phòng kiểu Tây rộng khoảng mười ba mét vuông, bàn và giường vẫn để nguyên như cũ.

"Tôi tập hợp và cất giữ tất cả đồ đạc của con bé trong căn phòng này. Tôi vẫn nghĩ lúc nào đó phải sắp xếp lại một chút." Yoko mở ngăn kéo bàn, lấy ra phòng bì đặt trên cùng.

"Nó đây."

"Cháu xin phép," Kaoru đón lấy.

Nội dung di thư không khác nhiều so với những gì nghe được từ Kusanagi. Không thấy viết gì cụ thể về động cơ tự sát. Lá thư chỉ viết rằng bản thân không còn gì nuối tiếc trong thế giới này.

"Tôi cứ nghĩ, nếu mình cố gắng thì đã làm được điều gì đó. Nếu tôi không lơ là thì đã nhận ra nỗi khổ tâm của con bé và làm được điều gì đó phải không?" Giọng Yoko run lên.

Không biết nên nói gì, Kaoru để lại di thư vào ngăn kéo. Cô để ý thấy còn vài lá thư gửi qua đường bưu điện.

"Đây là?"

"Thư của con bé. Vì tôi không dùng những thứ như tin nhắn nên thi thoảng nó gửi thư cho tôi biết tình hình."

"Cháu xem được không?"

"Vâng, mời cô. Tôi đi lấy trà." Yoko nói rồi bước ra.

Kaoru kéo ghế ngồi xuống, xem xét những lá thư gửi qua bưu điện. Nội dung hầu hết là báo tin mình đang vẽ cuốn sách tranh như thế nào, sắp tới sẽ làm công việc gì. Hoàn toàn không viết gì về các mối quan hệ với người khác hay chuyện có người yêu.

Sắp sửa ngừng lại vì thấy chúng chẳng có giá trị tham khảo, mắt cô dừng lại ở một tấm bưu ảnh. Ảnh chụp một chiếc xe buýt hai tầng. Đọc những dòng viết bằng mực màu xanh nước biển, Kaoru nín thở. Nội dung như sau.

"Mẹ có khỏe không? Con đang ở London. Ở đây, con kết bạn với một cô gái người Nhật, quê ở Hokkaido, nghe nói đang đi du học. Ngày mai cô ấy sẽ dẫn con đi dạo phố."

25

"Tsukui Yoko cho biết, sau khi tốt nghiệp đại học, Junko có đi làm một thời gian nhưng được ba năm thì bỏ việc rồi đến Paris để học vẽ trong vòng hai năm. Tấm bưu ảnh được gửi về trong khoảng thời gian ấy."

Nhìn chằm chằm vào khóe miệng của Utsumi Kaoru đang hào hứng nói, Kusanagi có cảm giác khó chịu ở đâu đó. Anh buộc phải thừa nhận, sâu thẳm trong lòng, anh không muốn khen ngợi phát hiện của cô.

Mamiya tựa mình vào lưng ghế, đôi tay mập mạp khoanh trước ngực.

"Tóm lại, Tsukui Junko và Mashiba Ayane từng là bạn thân à?"

"Tôi nghĩ rất có khả năng đó. Dấu bưu điện trên bưu thiếp trùng với thời gian phu nhân Mashiba đi du học ở London. Hơn nữa còn xuất thân ở Hokkaido. Không thể nghĩ đó là ngẫu nhiên."

"Cũng chưa chắc," Kusanagi nói. "Ngẫu nhiên ở mức độ đó thì tôi nghĩ vẫn có thể. Rốt cuộc ở London có bao nhiêu du học sinh người Nhật? Nếu chỉ là một hai trăm người thì không như thế đâu."

"Nào nào," Mamiya phẩy tay ra dấu im lặng. "Giả sử hai người đó là bạn thân thì cô nghĩ chuyện đó liên quan gì đến vụ án này?" Đội trưởng hỏi Utsumi Kaoru.

"Chỉ là suy luận thôi nhưng có khả năng Junko đã giao cho phu nhân chỗ thạch tín còn lại."

"Ngày mai tôi sẽ thử trao đổi về chuyện đó để sớm tiến hành giám định. Liệu có xác nhận được không nhỉ. Nhưng này, nếu đúng như suy luận của cô thì phu nhân lại kết hôn với người yêu cũ của người bạn đã tự sát à?"

"Đúng thế."

"Cô không nghĩ như thế là không bình thường à?"

"Tôi không nghĩ vậy."

"Tại sao?"

"Có rất nhiều phụ nữ hẹn hò với tình cũ của bạn mình. Trong số người quen của tôi cũng có. Thậm chí có phụ nữ còn nhấn mạnh vào ưu điểm là nhờ thông tin có được từ bạn thân mà biết trước về đối phương."

"Dù người bạn thân đó có tự sát à?" Kusanagi nói xen vào. "Nguyên nhân tự sát có thể nằm ở người đàn ông đấy."

"Có thể không có nghĩa là chắc chắn như vậy."

"Cô đang quên mất điểm quan trọng. Phu nhân gặp Mashiba ở một bữa tiệc. Ngẫu nhiên gặp người yêu cũ của bạn thân ở một nơi như vậy à?"

"Nếu cả hai đều độc thân thì không phải chuyện gì hiếm."

"Rồi ngẫu nhiên thành mối quan hệ luyến ái? Câu chuyện khá là thuận lợi đấy."

"Điểm đó thì có lẽ không phải là ngẫu nhiên."

"Ý cô là sao?"

Kusanagi vừa dứt câu hỏi, Utsumi Kaoru đã nhìn thẳng vào mắt anh.

"Có thể ngay từ đầu phu nhân đã nhắm đến Mashiba. Bị thu hút từ khi Mashiba và Tsukui Junko còn hẹn hò và nhân cái chết của Junko để tiếp cận. Việc gặp gỡ ở bữa tiệc xem mắt cũng có khả năng không phải ngẫu nhiên."

"Ngớ ngẩn." Kusanagi bật ra. "Cô ấy không phải là người phụ nữ như vậy."

"Vậy là người phụ nữ thế nào? Anh Kusanagi, anh biết gì về phu nhân?"

"Thôi đi!" Mamiya đứng bật dậy. "Utsumi, tôi ghi nhận sự nhanh nhạy của cô nhưng cô tưởng tượng hơi quá rồi đấy. Những việc đó để khi nào có đủ vật chứng đã. Còn Kusanagi, thay vì phản bác từng lời thì trước hết đi điều tra đi. Đôi khi chân tướng sẽ sáng tỏ trong lúc trao đổi thật nhiều ý kiến. Cậu vốn là người biết lắng nghe. Thật không giống cậu chút nào."

"Tôi xin lỗi," Utsumi Kaoru cúi đầu. Kusanagi im lặng gật đầu.

Mamiya lại ngồi xuống ghế.

"Câu chuyện của Utsumi thú vị nhưng tiếc là căn cứ chưa rõ ràng. Hơn nữa, trong trường hợp phu nhân là thủ phạm, tuy có thể giải thích về nguồn gốc của chất độc nhưng những chuyện khác thì không thấy có liên quan gì đến vụ án này." Ông đặt hai khuỷu tay lên bàn, ngẩng lên nhìn Utsumi Kaoru. "Tiếp cận Mashiba Yoshitaka để trả thù cho người bạn đã tự sát, cô định tưởng tượng như thế à?"

"Không, đến mức đó thì... Tôi nghĩ không ai lại đến mức kết hôn nhằm mục đích trả thù."

"Vì thế, trò chơi tưởng tượng chỉ đến đây thôi. Phần tiếp theo để sau khi bên giám định nghiên cứu kho chứa của gia đình Tsukui đã." Mamiya nói như để kết luận.

Lâu rồi Kusanagi mới trở về phòng của mình khi đã bước sang ngày mới. Anh muốn tắm dưới vòi sen nhưng vừa cởi áo khoác đã đổ ập xuống giường. Do cơ thể mệt mỏi hay vì tinh thần yếu đuối? Chính anh cũng không biết.

Anh Kusanagi, anh biết gì về phu nhân?

Lời nói của Utsumi Kaoru văng vẳng bên tai. *Đúng là mình chẳng biết gì hết*, anh nghĩ. Chỉ trao đổi ngôn ngữ và nhìn thấy bề ngoài mà lại tưởng mình hiểu nội tâm của Ayane.

Nhưng, dù thế nào anh cũng không thể tin cô là người phụ nữ có thể bình thản kết hôn với người yêu của bạn thân đã tự sát. Giả sử Mashiba Yoshitaka không liên quan đến vụ tự sát ấy đi nữa, không phải sẽ cảm thấy có lỗi với người bạn đó sao? Cô ấy chắc chắn sẽ thấy như vậy.

Anh ngồi dậy, nới lỏng cà vạt. Ánh mắt anh dừng lại ở hai cuốn sách tranh vứt trên chiếc bàn bên cạnh. Tác phẩm của Tsukui Junko anh xin được ở nhà xuất bản Tanugi.

Anh lại ngả xuống giường, hờ hững lật từng trang. Đó là cuốn "Người tuyết ngã rồi". Câu chuyện kể về một người tuyết sống ở xứ tuyết, ngày nọ khởi hành đi tìm một đất nước ấm áp. Người tuyết muốn tiến thêm về phương Nam nhưng nếu đi xa hơn thì cơ thể phải đối mặt với tình thế bị tan chảy. Người tuyết bỏ cuộc và trở về quê hương lạnh giá. Trên đường về, người tuyết đi qua trước cửa một ngôi nhà. Nhìn vào bên trong qua cửa sổ, cậu thấy gia đình đó đang quây quanh lò sưởi chuyện trò rôm rả vẻ rất hạnh phúc. *Chính vì bên ngoài lạnh giá mới biết ơn sự ấm áp* - họ trò chuyện về những điều như vậy.

Nhìn bức tranh được vẽ trong trang này, Kusanagi bật dậy.

Trên bức tường trong căn phòng người tuyết đang nhìn vào có treo một vật mà anh biết.

Hoa văn là những cánh hoa nhiều màu sắc trong khung cảnh màu nâu đen, chúng tản đi một cách có quy tắc như được phản chiếu trong chiếc kính vạn hoa.

Thậm chí bây giờ Kusanagi vẫn nhớ rõ cảm xúc khi lần đầu tiên nhìn thấy hoa văn này. Anh cũng nhớ mình đã thấy nó ở đâu.

Đó là phòng ngủ của gia đình Mashiba. Họa tiết của tấm thảm treo trên tường.

Lúc trưa, đúng là Ayane định nhờ Kusanagi treo tấm thảm đó lên. Nhưng dường như tâm trạng đột ngột thay đổi, cô nói hôm nay cứ để như vậy đã.

Phải chăng vì trước đó nghe thấy cái tên Tsukui Junko? Có phải vì biết trong sách tranh của cô ấy có xuất hiện tấm thảm kia nên tránh không cho Kusanagi nhìn thấy?

Kusanagi ôm lấy đầu. Tai anh ù đi theo nhịp đập trong mạch máu.

Sáng hôm sau, Kusanagi tỉnh giấc bởi tiếng chuông điện thoại. Anh nhìn đồng hồ, đã hơn 8 giờ. Anh nằm trên ghế xô pha. Trên bàn trước mặt là chai whisky và chiếc cốc thủy tinh. Trong cốc còn một nửa.

Anh nhớ ra, mình bắt đầu uống vì không ngủ được. Không cần phải cố gắng nhớ xem vì sao mình lại mất ngủ.

Dựng cơ thể nặng nề dậy, anh vươn tay đến chiếc điện thoại di động đang tiếp tục reo inh ỏi trên bàn. Màn hình hiển thị cho biết đó là Utsumi.

"Tôi nghe đây."

"Utsumi đây. Xin lỗi vì gọi vào sáng sớm. Tôi có thứ muốn báo cho anh càng sớm càng tốt."

"Tóm lại là sao?"

"Đã có kết quả rồi. Báo cáo từ SPring-8. Đã phát hiện thạch tín trong thiết bị lọc nước."

26

Văn phòng luật sư Ikai nằm cách ga Ebisu khoảng năm phút đi bộ. Chiếm toàn bộ mặt sàn tầng bốn của một tòa nhà sáu tầng, ở quầy tiếp tân có một cô gái mặc vest màu xám, ước chừng mới ngoài 20 tuổi.

Đã hẹn làm việc từ trước nên Kusanagi có thể đợi ở phòng tiếp đón. Gọi là phòng tiếp đón nhưng đó chỉ là căn phòng bé với chiếc bàn nhỏ và ghế pipe. Nhìn qua thấy vài căn phòng cùng kiểu, anh đoán có một số luật sư đang làm việc ở đây. Anh đã hiểu vì sao Ikai có thể giúp Mashiba Yoshitaka vận hành công ty.

Cuối cùng Ikai cũng xuất hiện sau hơn mười lăm phút. Vậy mà anh ta chẳng buồn xin lỗi một lời, chỉ cúi đầu nói "xin chào". Chắc anh ta khó chịu vì anh đến trong giờ làm việc.

"Có gì tiến triển à? Tôi không thấy Ayane nói gì." Ikai vừa nói vừa ngồi xuống ghế.

"Không biết có thể gọi là tiến triển hay không nhưng đang xác minh được một số tình tiết mới. Tiếc là tôi không thể kể chi tiết được."

Ikai cười khổ.

"Không sao. Tôi nào mưu mô tìm kiếm điều gì. Tôi

cũng không rảnh rang đến thế. Công ty của Mashiba mãi mới ổn định sau một khoảng thời gian hỗn loạn, giờ tôi chỉ cầu mong sự việc được giải quyết thuận lợi. Vậy, hôm nay anh có việc gì? Tôi nghĩ anh cũng hiểu sau những lần trao đổi cho đến giờ, tôi không rõ lắm về cuộc sống cá nhân của Mashiba." Anh ta vừa nói vừa nhìn đồng hồ đeo tay. Chắc có ý muốn nói "hãy mau kết thúc".

"Hôm nay tôi đến để hỏi về việc anh biết rất rõ. Không, có lẽ nên nói đó là việc chỉ mình anh biết."

Ikai nghiêng đầu, vẻ mặt ngạc nhiên.

"Việc chỉ mình tôi biết? Có việc như thế à?"

"Là về cuộc gặp gỡ của Mashiba Yoshitaka và phu nhân Ayane. Anh chắc chắn đã có mặt lúc đó. Ở lần gặp trước tôi có nghe anh nói như vậy."

"Lại là chuyện đó à?" Ikai tỏ ra chán nản.

"Anh có thể nói kỹ về hai người ấy tại buổi tiệc đó được không? Đầu tiên họ gặp nhau như thế nào?"

Nghe xong câu hỏi, Ikai nhíu mày vẻ nghi ngờ.

"Chuyện đó liên quan đến vụ án à?"

Kusanagi im lặng cười khổ sở. Thấy vậy, Ikai thở dài.

"Bí mật đang trong quá trình điều tra à? Nhưng tôi tò mò đấy. Chuyện cũng khá lâu rồi. Tôi nghĩ chẳng liên quan gì đến vụ án."

"Liên quan hay không thì chính chúng tôi cũng chưa biết. Anh cứ hiểu là chúng tôi đang đối chiếu từng chi tiết nhỏ nhất."

"Nhìn mặt anh thì tôi không thể nghĩ như vậy... Thôi được rồi. Vậy tôi nên kể như thế nào?"

"Theo câu chuyện lần trước thì đó được coi là bữa

tiệc xem mặt phải không? Tôi nghe nói ở những nơi như vậy thường có sự sắp xếp để những người đàn ông và phụ nữ chưa từng quen biết nói chuyện với nhau, có đúng như vậy không? Chẳng hạn như, giới thiệu bản thân theo thứ tự..."

Ikai xua tay trước mặt.

"Không có chuyện đó đâu. Anh cứ hình dung đó là bữa tiệc đứng hết sức bình thường. Nếu có sự sắp đặt kỳ quặc thì tôi đã chẳng đi cùng."

Chắc vậy, Kusanagi thầm nghĩ và gật đầu.

"Phu nhân Ayane cũng đến bữa tiệc đó nhỉ. Phu nhân có dẫn theo ai không?"

"Không, cô ấy đến một mình. Chẳng nói chuyện với ai, chỉ ngồi ở quầy rượu uống cocktail."

"Bên nào bắt chuyện trước?"

"Là Mashiba." Ikai trả lời ngay.

"Anh Mashiba à?"

"Lúc đó chúng tôi đang uống ở quầy rượu. Cách cô ấy khoảng hai chiếc ghế. Thế rồi Mashiba bất ngờ khen chiếc ốp điện thoại của cô ấy."

Kusanagi dừng bàn tay đang ghi chép.

"Ốp điện thoại... à?"

"Cô ấy đặt nó trên mặt quầy rượu. Đó là sản phẩm patchwork, có tạo những lỗ nhỏ để nhìn được phần màn hình tinh thể. Tôi không nhớ cậu ấy đã khen là 'đẹp quá' hay 'thật hiếm thấy' nhưng đúng là Mashiba lên tiếng trước. Cô ấy mỉm cười đáp lại, nói đó là món đồ handmade. Thoáng sau họ đã rộn ràng trò chuyện."

"Đó là lúc họ làm quen à?"

"Đúng vậy. Lúc ấy, trong tưởng tượng tôi cũng không ngờ sau này họ tiến tới hôn nhân."

"Anh đi cùng Mashiba đến bữa tiệc kiểu ấy chỉ một lần đó thôi à?"

"Tất nhiên rồi. Chỉ lần đó thôi."

"Mashiba vốn là người như thế à? Ý tôi là, việc dễ dàng bắt chuyện với phụ nữ không quen ấy, bình thường có như vậy không?"

Ikai nhăn mặt khó hiểu.

"Nói sao nhỉ. Cậu ta là kiểu người có thể nói chuyện không chút rụt rè dù đối phương là phụ nữ chưa quen, nhưng từ thời sinh viên đã không phải kẻ hay tán tỉnh. Cậu ta thường nói tâm hồn quan trọng hơn ngoại hình của phụ nữ, tôi nghĩ đó là lời nói thật lòng chứ không phải để gây ấn tượng."

"Thế thì, việc bắt chuyện với phu nhân Ayane ở bữa tiệc ấy có thể coi là ngoại lệ đối với Mashiba đúng không?"

"Đúng vậy. Tôi cũng hơi ngạc nhiên. Nhưng đó không phải là linh cảm mà người ta vẫn nói à? Chắc cậu ta cảm nhận điều gì đó. Vì thế tôi vẫn cho rằng hai người đã được kết nối."

"Lúc đó anh có thấy trạng thái của họ có gì không được tự nhiên hay không? Chi tiết rất nhỏ cũng được."

Ikai có vẻ suy nghĩ rất kỹ trước khi khẽ lắc đầu.

"Tôi không nhớ lắm. Dù sao thì, họ trò chuyện hết sức vui vẻ, tôi hoàn toàn bị cho ra rìa. Nhưng, anh Kusanagi, câu hỏi của anh có ý nghĩa gì vậy? Anh có thể cho tôi biết không? Gợi ý thôi."

Kusanagi mỉm cười, cất sổ tay vào túi áo.

"Để lúc nào anh có thời gian trò chuyện đi. Xin lỗi đã làm phiền lúc anh bận rộn." Anh đứng dậy. Đang bước ra phía cửa thì anh quay đầu lại. "Việc hôm nay mong anh cố gắng giữ bí mật. Kể cả với phu nhân Ayane."

Ánh mắt Ikai trở nên cảnh giác.

"Cảnh sát đang nghi ngờ cô ấy à?"

"Không, tuyệt đối không phải như vậy. Dù sao cũng mong anh hợp tác."

Kusanagi nhanh chóng ra khỏi phòng để tránh bị giữ lại.

Bỏ tòa nhà lại phía sau, Kusanagi đứng trên lối đi bộ. Anh bất giác thở dài một hơi.

Trong phạm vi lời kể của Ikai thì có vẻ Ayane không chủ động tiếp cận Mashiba Yoshitaka. Có thể thấy hai người đó ngẫu nhiên quen nhau ở bữa tiệc ấy.

Nhưng có đúng như vậy không?

Khi Kusanagi hỏi Ayane có biết Tsukui Junko hay không, cô đáp mình không biết. Đó là điểm vướng mắc. Bởi vì không thể như vậy được.

Trong cuốn sách tranh "Người tuyết ngã rồi" của Tsukui Junko có vẽ tấm thảm giống y hệt món đồ Ayane đã làm. Thiết kế đó chính xác là của Ayane. Không phải sản phẩm dựa trên tham khảo. Nghệ nhân patchwork Mita Ayane chỉ làm những sản phẩm do mình thiết kế. Tóm lại, Tsukui Junko đã nhìn thấy tác phẩm của Ayane ở đâu đó.

Nhưng, trong phạm vi điều tra của mình, Kusanagi không thấy tấm thảm đó được đăng trong các tuyển tập tác phẩm của Ayane. Nếu nhìn thấy thì phải đến hội trường triển lãm cá nhân. Nhưng ở những nơi như vậy lại không được chụp ảnh. Không có ảnh chụp thì không thể nào mô tả chính xác như cuốn sách tranh.

Suy ra là, Tsukui Junko đã được cho xem tấm thảm đó một mình. Tất nhiên, cô nhất định có sự quen biết ở mức nào đó với Ayane.

Tại sao Ayane lại nói dối? Tại sao lại nói mình không biết Tsukui Junko? Có đơn giản chỉ vì muốn giấu đi việc người chồng đã mất là người yêu cũ của bạn thân?

Kusanagi nhìn xuống đồng hồ. Đã hơn 4 giờ chiều. Phải nhanh lên mới được. Anh hẹn đến chỗ Yukawa. Nhưng Kusanagi cảm thấy nặng nề. Nếu có thể thì anh không muốn gặp. Chắc chắn, Yukawa sẽ đưa ra kết luận mà Kusanagi không mong đợi. Nhưng anh nhất định phải nghe Yukawa nói bằng đôi tai mình. Vì anh hiểu đó là điều đương nhiên với tư cách cảnh sát hình sự đang điều tra vụ án này. Đồng thời, anh cũng quyết định dứt khoát với sự dao động của mình.

27

Xếp giấy lọc xong, Yukawa dùng thìa đổ bột cà phê vào. Động tác tay cho thấy anh đã khá thuần thục.

"Anh hoàn toàn thành tín đồ của máy pha cà phê rồi nhỉ," Kaoru nói với lưng của anh.

"Đúng là đã quen nhưng tôi cũng nhận ra nhược điểm của nó."

"Là gì thế?"

"Đó là, cô bắt buộc phải quyết định trước sẽ cho lượng cà phê của bao nhiêu cốc. Nếu bị thiếu hai hay ba cốc thì pha lại là xong, nhưng tôi không muốn phải pha lại chỉ vì một cốc. Có thể bị thừa nếu lỡ vì thế mà pha nhiều lên. Bỏ đi thì lãng phí mà để lâu thì mùi vị sẽ biến đổi. Khá là phiền toái."

"Hôm nay thì không sao đâu. Tôi sẽ uống phần dư ra."

"Không hôm nay thì tôi chẳng lo gì cả. Tôi chỉ pha bốn cốc thôi. Cô, tôi và Kusanagi là ba cốc. Cốc còn lại tôi sẽ nhẩn nha uống sau khi hai người ra về."

Có vẻ Yukawa nghĩ câu chuyện sẽ kết thúc sớm. Liệu có dễ như vậy không? Kaoru thầm nghĩ.

"Mọi người ở trụ sở điều tra biết ơn tiên sinh lắm.

Nếu anh không kiên quyết yêu cầu như vậy thì chúng tôi có lẽ không tính đến việc mang thiết bị lọc nước tới SPring-8."

"Không cần phải cảm ơn tôi. Tôi chỉ nói những lời khuyên cần thiết với tư cách nhà khoa học." Yukawa ngồi xuống phía đối diện với Kaoru. Trên bàn có đặt một bàn cờ. Anh cầm lấy quân mã màu trắng và bắt đầu nghịch nó trong lòng bàn tay. "Vậy à. Đúng là đã tìm thấy thạch tín à?"

"Ở SPring-8, họ có thể phân tích đến thành phần chi tiết. Tôi nghĩ nó giống hệt thạch tín được dùng để hạ sát Mashiba Yoshitaka, trước mắt là không sai."

Yukawa cụp mắt xuống rồi gật đầu, đặt lại quân mã vào bàn cờ.

"Có biết nó được tìm thấy ở bộ phận nào của thiết bị lọc không?"

"Theo báo cáo thì ở gần đầu ra. Bên trong thiết bị có lõi lọc nhưng không tìm thấy ở đó. Vì vậy, bên giám định nhận định, có khi nào thủ phạm đã cho thạch tín vào quanh khớp nối giữa thiết bị lọc và ống nước hay không?"

"Hợp lý."

"Chỉ có điều, vấn đề là," Kaoru tiếp tục nói. "Cách làm đó thì từ trước ta đã biết là không thể. Rốt cuộc thủ phạm đã làm cách nào? SPring-8 đưa ra kết quả như vậy rồi, hôm nay anh sẽ cho chúng tôi biết đúng không?"

Yukawa xắn ống tay chiếc áo màu trắng lên rồi khoanh tay trước ngực.

"Vậy là bên giám định cũng không hiểu à?"

"Tổ giám định nói rằng chỉ có một phương pháp duy nhất. Tạm thời tháo ống nước khỏi thiết bị lọc, cho thạch tín vào sau đó lắp lại. Nhưng cách này thì chắc chắn phải để lại dấu vết."

"Nếu không biết cách thực hiện thì dở nhỉ."

"Khỏi phải nói. Có nghi ngờ ai thì cũng không chứng thực được hành vi phạm tội."

"Dù chất độc đã được tìm thấy?"

"Nếu không biết được cách thực hiện thì chẳng thể tranh tụng ở tòa. Bên biện hộ sẽ khăng khăng cho rằng việc tìm thấy chất độc là nhầm lẫn của cảnh sát."

"Nhầm lẫn?"

"Vì có khả năng, do một thao tác nhầm lẫn nào đó mà thạch tín có trong cà phê nạn nhân đã uống lại bám vào thiết bị lọc nước. Dù sao thì, câu chuyện chỉ ở cấp độ phân tử."

Yukawa dựa lưng vào ghế, chậm rãi gật gù.

"Đúng là họ có thể khăng khăng như vậy. Nếu phía kiểm sát không chỉ ra được phương thức hạ độc, thẩm phán đành phải chấp nhận lời giải thích của phía biện hộ."

"Do đó, việc giải thích cách thực hiện là tuyệt đối cần thiết. Xin nói cho tôi biết. Đội giám định cũng rất quan tâm. Có người còn muốn theo tôi đến hỏi tiên sinh."

"Thế thì chết. Người liên quan với cảnh sát mà ầm ầm kéo đến thì thật rắc rối."

"Tôi cũng nghĩ vậy nên mới đi một mình. Ngoài ra chỉ có Kusanagi thôi."

"Thế thì đợi cậu ta đã. Nói đi nói lại cùng một lời

giải thích cũng phiền phức lắm. Hơn nữa tôi có chuyện muốn xác nhận một lần nữa." Yukawa giơ ngón trỏ lên. "Hai người... không, ý kiến cá nhân của cô cũng được. Cô nghĩ sao về động cơ của vụ án này?"

"Động cơ... theo tôi có thể là rắc rối tình cảm."

Yukawa trề môi tỏ vẻ chán nản trước câu trả lời của Kaoru.

"Cô nói gì thế? Định phỉnh phờ tôi bằng cách nói trừu tượng ấy à? Một người nào đó yêu ai đó, thù hận thế nào đó rồi giết chết nạn nhân à? Không nói cụ thể hơn thì tôi không hiểu đâu."

"Tôi vẫn đang tưởng tượng thôi."

"Thế là đủ. Tôi nói rồi mà, ý kiến cá nhân cũng được."

Vâng, Kaoru ngượng ngùng cúi đầu.

Có tiếng reo báo hiệu nước sôi từ máy pha cà phê. Yukawa đứng dậy, lấy mấy chiếc cốc đặt ở bồn rửa. Vừa nhìn theo anh, Kaoru vừa nói.

"Tôi đúng là vẫn nghi ngờ phu nhân Mashiba. Động cơ là vì Mashiba Yoshitaka phản bội. Tôi nghĩ, cô ta quyết định sát hại chồng không chỉ vì anh ta lấy lý do không thể có con để đòi ly hôn, mà còn vì biết được đối phương đã có người phụ nữ khác."

"Tức là ra quyết định vào buổi tối có bữa tiệc gia đình à?" Yukawa rót cà phê vào cốc.

"Tôi cho là quyết định cuối cùng được đưa ra vào đêm hôm đó. Nhưng, có thể cô ta đã âm mưu trước đó không lâu. Ayane nhận ra mối quan hệ giữa Yoshitaka và Wakayama Hiromi. Thậm chí đoán ra việc Wakayama

Hiromi có thai. Phải chăng lời tuyên bố chia tay của Yoshitaka chính là đòn bẩy?"

Yukawa cầm hai cốc cà phê bằng hai tay, đặt một cốc xuống trước mặt Kaoru.

"Người phụ nữ tên là Tsukui Junko thì sao? Không liên quan gì đến vụ án à? Hôm nay Kusanagi cũng vì việc liên quan đến chuyện đó mà đi lấy thông tin đúng không?"

Rất có khả năng Tsukui Junko và Mashiba Ayane từng quen biết nhau. Kaoru cho Yukawa biết thông tin này ngay khi vừa đến đây hôm nay.

"Tất nhiên không phải là không liên quan. Tôi cho rằng thạch tín được dùng để gây án và loại Tsukui sử dụng để tự sát là một. Một người từng thân thiết với Tsukui Junko như phu nhân Ayane sẽ có cơ hội để lấy được nó."

Yukawa cầm cốc cà phê lên, nhìn Kaoru một cách kỳ lạ.

"Sau đó thì sao?"

"Sau đó thì sao...?"

"Sự liên quan của cô gái có tên Tsukui Junko chỉ thế thôi à? Không dính dáng gì đến động cơ gây án?"

"Chuyện đó thì tôi chưa..."

Yukawa cười nhạt rồi nhấp cà phê.

"Nếu thế thì tôi chưa thể nói ra thủ thuật gây án rồi."

"Vì sao thế?"

"Cô chưa nhận ra bản chất vụ án. Cho người như vậy biết thì vô cùng nguy hiểm."

"Tức là tiên sinh nhận ra à?"

"Nhiều hơn cô."

Kaoru nắm chặt hai bàn tay trừng mắt nhìn Yukawa, đúng lúc đó vang lên tiếng gõ cửa.

"Good morning. Có lẽ anh ta nắm được bản chất vụ án rồi đấy." Yukawa nói rồi đứng lên, bước về phía cánh cửa.

28

Kusanagi vừa đi vào phòng, Yukawa đã hỏi về kết quả thu thập thông tin. Tuy bối rối nhưng Kusanagi vẫn kể lại những gì nghe được từ Ikai.

"Người bắt chuyện trước là Mashiba Yoshitaka. Suy luận của Utsumi cho rằng phu nhân lợi dụng bữa tiệc xem mặt để tiếp cận Mashiba Yoshitaka thế là sụp đổ." Kusanagi vừa nói vừa liếc sang nữ cảnh sát đàn em.

"Không đến mức suy luận. Tôi chỉ nói là có khả năng."

"Thế à? Nhưng mà khả năng đó biến mất rồi. Vấn đề là giờ thì cô nghĩ sao?" Kusanagi nhìn Utsumi và hỏi.

Một cốc cà phê chìa ra trước mặt anh. Cà phê do Yukawa pha.

"Cảm ơn," Kusanagi nói và đón lấy nó.

"Cách nghĩ của cậu thì sao?" Yukawa hỏi tiếp. "Nếu chấp nhận câu chuyện của anh luật sư Ikai đó thì phu nhân và Mashiba đã gặp nhau lần đầu tiên ở bữa tiệc ấy. Tóm lại, chuyện người yêu cũ của Mashiba từng là bạn thân của phu nhân đơn giản chỉ là ngẫu nhiên. Như vậy có được không?"

Kusanagi không trả lời ngay mà đưa cà phê lên

miệng. Anh sắp xếp lại suy nghĩ của mình.

"Cậu có vẻ không tin tưởng câu chuyện của luật sư?"

"Tôi không nghĩ Ikai nói dối." Kusanagi đáp. "Tuy nhiên, không có căn cứ cho thấy những gì anh ta nói là thật."

"Có nghĩa là?"

Kusanagi ngừng một hơi trước khi nói tiếp. "Có thể chỉ là diễn kịch."

"Diễn kịch?"

"Vở kịch cho thấy họ gặp nhau lần đầu. Hai người đã quan hệ từ trước rồi nhưng lại muốn giấu chuyện đó nên mới tạo ra tình huống gặp gỡ ở bữa tiệc. Ikai được dẫn đến để đóng vai trò người làm chứng. Nếu nghĩ như vậy thì hoàn toàn hợp lý. Cảm thấy tâm đầu ý hợp nhờ vào chiếc ốp điện thoại đặt trên quầy rượu, nghĩ thế nào cũng thấy không bình thường."

"Tuyệt vời," đôi mắt Yukawa sáng lên. "Tôi hoàn toàn tán thành. Hỏi thử ý kiến của phụ nữ xem sao," anh nhìn về phía Utsumi Kaoru.

Cô cũng gật đầu.

"Tôi nghĩ là hoàn toàn có thể. Nhưng vì sao họ làm như vậy?"

"Chính là chỗ đó. Tại sao hai người lại cần diễn kịch?" Yukawa nhìn Kusanagi. "Cậu nghĩ sao về điểm này?"

"Lý do rất đơn giản. Vì họ không thể tiết lộ chuyện thực sự xảy ra."

"Chuyện thực sự xảy ra?"

"Là duyên cớ thực sự khiến họ quen nhau. Tôi đoán có thể họ biết nhau qua Tsukui Junko. Nhưng họ ngại không muốn công bố chuyện đó. Dù sao thì cô gái ấy cũng là người yêu cũ của Mashiba Yoshitaka. Do đó, họ muốn dựng nên câu chuyện gặp gỡ trong một cơ hội hoàn toàn khác. Vì vậy mới lợi dụng bữa tiệc xem mặt."

Yukawa búng ngón tay.

"Suy luận rất hay. Không có gì để phản bác. Vậy thì hai người thực ra đã quen nhau khi nào? Không, không phải như vậy, mối quan hệ trở nên sâu sắc từ bao giờ mới là điều quan trọng. Cụ thể hơn là trước hay sau vụ tự sát của Tsukui Junko?"

Có vẻ Utsumi Kaoru vừa hít một hơi thật sâu. Cô ngồi thẳng lưng, mắt nhìn xoáy vào Yukawa.

"Ý anh là, Tsukui Junko tự sát là do Mashiba và phu nhân Ayane qua lại với nhau à?"

"Nếu nghĩ như vậy cũng hợp lý đúng không? Cùng lúc cả người yêu và bạn thân phản bội. Có thể hình dung đó là một cú sốc đáng kể."

Nghe những lời Yukawa nói, Kusanagi cảm thấy tâm hồn mình đang chìm vào bóng tối. Anh không cho rằng suy luận của bạn mình là bất thường. Từ lúc nghe Ikai nói chuyện, suy nghĩ ấy đã thấp thoáng xuất hiện trong đầu anh rồi.

"Nếu thế thì ý nghĩa của bữa tiệc coi mặt càng rõ ràng hơn nữa nhỉ." Utsumi Kaoru nói. "Dù có để lộ mối quan hệ giữa Mashiba và Tsukui Junko với người khác, hơn nữa người ta có biết phu nhân Ayane từng là bạn thân đi nữa, một khi đã có nhân chứng là anh Ikai thì họ cũng nghĩ việc hai người hẹn hò đơn giản chỉ là ngẫu nhiên và không kết nối với chuyện Tsukui tự sát vài tháng trước đó."

"Được đấy. Độ chính xác trong suy luận đã tăng đáng kể." Yukawa gật đầu vẻ thỏa mãn.

"Có xác nhận với phu nhân được không?" Utsumi Kaoru nhìn Kusanagi.

"Nói gì để xác nhận đây?"

"Chẳng hạn như, anh Kusanagi đưa ra cuốn sách tranh mình tìm được thì sao? Nó có vẽ tấm thảm có một không hai trên thế giới. Nếu không quen biết phu nhân thì không thể làm được."

Kusanagi lắc đầu.

"Phu nhân sẽ trả lời thế này: *Tôi không biết, tôi không nhớ gì cả*."

"Nhưng mà..."

"Cho đến giờ cô ấy vẫn liên tục che giấu. Cả chuyện người yêu cũ của Mashiba Yoshitaka và việc cô gái đó từng là bạn thân mình. Tôi không nghĩ có thể đánh sập vỏ bọc đó chỉ bằng cách đưa ra cuốn sách tranh. Như vậy chỉ cho cô ấy biết ta có gì trong tay mà thôi."

"Tôi cũng đồng ý với Kusanagi." Yukawa lại gần bàn cờ, cầm lấy một quân màu đen. "Nếu ta dồn đuổi hung thủ này thì phải xử lý dứt khoát một lần thôi. Chỉ cần chậm một chút thì e rằng vĩnh viễn không thể chiếu tướng."

Kusanagi nhìn người bạn học giả.

"Cậu muốn nói cô ấy đúng là thủ phạm?"

Nhưng Yukawa không trả lời, anh ngó lơ rồi đứng dậy.

"Điều quan trọng là từ bây giờ cơ. Nếu vợ chồng Mashiba có quá khứ như vậy thì nó sẽ kết nối như thế nào với vụ án này? Hoặc là, có sự liên quan nào khác ngoài chất độc thạch tín hay không?"

"Đứng ở vị trí của phu nhân thì, đã yêu Mashiba đến mức dồn bạn thân đến nỗi tự sát, vậy mà còn bị anh ta phản bội, phải chăng càng cảm thấy không thể tha thứ cho Mashiba được?" Utsumi Kaoru nói với vẻ trầm tư.

"Hợp lý. Tâm lý ấy không có gì khó hiểu." Yukawa gật đầu.

"Không, nếu là cô ấy thì sẽ suy nghĩ kiểu khác," Kusanagi nói. "Phản bội người bạn thân trước đây rồi cướp người yêu của cô ấy. Cho nên bây giờ mới bị trợ lý của mình phản bội và cướp chồng. Như thế đấy."

"Nhân nào quả nấy à? Vì thế phu nhân sẽ chấp nhận bỏ cuộc và không thù hận chồng cũng như tình nhân của anh ta. Ý anh là thế à?"

"Không phải vậy nhưng..."

"Nghe các cậu nói tôi mới để ý một điều," Yukawa đứng quay lưng trước tấm bảng đen, nhìn cả hai người. "Vì sao Mashiba Yoshitaka lại chuyển từ Tsukui Junko sang phu nhân Ayane?"

"Đơn giản là thay lòng đổi dạ..." Nói đến đó thì Utsumi Kaoru đưa tay lên miệng. "Không, sai rồi..."

"Ừm sai rồi." Kusanagi nói. "Có khi nào là do không thể có con? Mashiba Yoshitaka vẫn có tư tưởng sẽ kết hôn nếu đối phương có thai. Nhưng dường như không thể có nên mới chuyển qua đối tượng khác. Không sai!"

"Từ những gì chúng ta được nghe đến thời điểm này thì có vẻ đúng như vậy. Thế thì, khi ấy phu nhân Ayane có hiểu việc đó không nhỉ? Tức là, Mashiba chia tay với Tsukui Junko và chọn mình là vì hy vọng mình có thể dễ dàng sinh con?"

"Điều đó..." Kusanagi ngập ngừng.

"Tôi nghĩ không có chuyện đó đâu." Utsumi Kaoru nói bằng giọng cả quyết. "Không có người phụ nữ nào vui vẻ với lựa chọn như vậy. Nếu phu nhân Mashiba nhận ra điều đó thì có lẽ là ngay trước khi cưới. Tôi nghĩ là vào lúc họ giao ước sẽ chia tay nếu không thể có con trong vòng một năm."

"Tôi cũng nghĩ thế. Được rồi, vậy ta thử xét thêm một động cơ nữa. Lúc nãy Utsumi có nói sự phản bội của Mashiba là động cơ, nhưng hành vi của anh ta có thực sự là phản bội hay không? Đã qua một năm rồi nhưng vợ vẫn chưa có thai nên ly hôn để đến với một phụ nữ khác, đó không phải chỉ là thực hiện đúng như giao ước ngay từ khi mới kết hôn à?"

"Đúng thế nhưng về mặt tâm lý thì đó không phải chuyện có thể chấp nhận."

Yukawa mỉm cười khi Utsumi Kaoru nói như vậy.

"Tóm lại, có thể nói khác đi như sau: Trong trường hợp phu nhân Mashiba là thủ phạm thì động cơ là không muốn thực hiện giao ước với chồng. Có được không?"

"Có vẻ đúng."

"Cậu định nói gì?" Kusanagi nhìn người bạn thân.

"Hãy xét đến tâm lý của phu nhân trước khi kết

hôn. Cô ấy chấp nhận giao ước đó với suy nghĩ như thế nào? Lạc quan rằng sẽ có thai trong vòng một năm à? Hay là, cho rằng nếu không có thai thì chồng mình cũng chẳng lôi giao ước đó ra?"

"Tôi nghĩ là cả hai." Utsumi Kaoru nói.

"Được rồi. Vậy tôi hỏi cô, vì đơn giản nghĩ rằng không mang thai cũng chẳng sao nên phu nhân chẳng buồn đi khám à?"

"Đi khám?" Utsumi Kaoru nhíu màu.

"Từ những gì chúng ta biết đến giờ thì trong một năm qua, phu nhân không điều trị vô sinh. Tôi nghĩ là, nếu đã có giao ước như vậy, chậm nhất thì vài tháng sau khi kết hôn, bắt đầu đi khám phụ khoa cũng không có gì lạ."

"Phu nhân có nói với Wakayama Hiromi là việc điều trị vô sinh mất nhiều thời gian nên hai vợ chồng ngay từ đầu đã không tính đến..."

"Đó là Mashiba thôi. Nếu phải làm việc phiền phức như thế thì đổi vợ cho nhanh. Nhưng phía phu nhân thì sao? Đương nhiên sẽ tìm mọi cách có thể chứ?"

"Nói vậy cũng đúng." Kusanagi lẩm bẩm.

"Vì sao phu nhân lại không có ý định đi khám? Chìa khóa của vụ án này nằm ở đó." Yukawa đưa ngón tay lên sửa lại vị trí của mắt kính. "Thử nghĩ xem. Nếu một người có cả tiền và thời gian, cần đến bệnh viện nhưng lại không đi, lý do sẽ là gì?"

Kusanagi nghĩ ngợi. Anh thử đặt mình vào cảm xúc của Ayane. Nhưng anh không tìm được đáp án nào cho câu hỏi của Yukawa.

Chợt Utsumi Kaoru bất ngờ đứng dậy.

"Vì có đi cũng vô ích... phải không?"

"Vô ích? Là sao cơ?" Kusanagi hỏi.

"Vì biết có đi khám cũng không có tác dụng. Lúc đó người ta sẽ không đến bệnh viện."

"Đúng là như vậy." Yukawa nói. "Phu nhân vốn biết mình có đi khám cũng vô ích. Vì thế mới không đi. Suy luận như vậy là hợp lý nhất."

"Tức là cô ấy... phu nhân Ayane bị vô sinh à?"

"Phu nhân đã ngoài 30 rồi. Chắc không có chuyện chưa từng đi khám phụ khoa. Phải chăng bác sĩ đã cho biết là cơ thể mình không thể mang thai? Nếu vậy thì có đến bệnh viện cũng vô nghĩa. Không những thế, có thể còn lộ ra với chồng là mình bị vô sinh."

"Chờ đã. Thế thì, dù biết không thể mang thai nhưng cô ấy vẫn giao ước như vậy à?" Kusanagi hỏi.

"Đúng thế. Tóm lại, hy vọng cuối cùng của cô ấy chỉ có trường hợp người chồng hủy giao ước. Tuy nhiên hiện thực không diễn ra như vậy. Anh ta định làm theo giao ước. Vì thế cô ấy quyết định giết chồng. Rồi, ở đây tôi muốn hỏi hai người. Rốt cuộc là cô ấy tính chuyện giết chồng từ lúc nào?"

"Đã nói là do mối quan hệ giữa Mashiba Yoshitaka và Wakayama Hiromi..."

"Không, sai rồi." Utsumi Kaoru cắt lời Kusanagi. "Nếu xác định sẽ giết chồng trong trường hợp anh ta làm theo giao ước thì quyết tâm đó phải có từ thời điểm giao hẹn."

"Tôi đã chờ câu trả lời này." Yukawa trở lại vẻ

nghiêm túc. "Tóm lại là thế này. Phu nhân Ayane dự đoán trước động cơ giết chồng sẽ hình thành trong vòng một năm. Có nghĩa là, tại thời điểm đó cũng có thể đã chuẩn bị sẵn cho việc sát hại."

"Chuẩn bị cho việc sát hại?" Kusanagi trợn trừng mắt.

Yukawa nhìn Utsumi Kaoru. "Khi nãy cô đã cho tôi biết nhận định của tổ giám định. Cách bỏ chất độc vào thiết bị lọc nước chỉ có một thôi, tháo ống nước ra để cho thạch tín vào rồi lại lắp vào, đúng không? Bên giám định nói không sai đâu. Đúng là như thế. Thủ phạm đã dùng cách đó để cho chất độc vào từ một năm trước."

"Không thể nào..." Kusanagi không cất thành lời.

"Nhưng nếu làm thế thì không thể sử dụng thiết bị lọc nước." Utsumi Kaoru nói.

"Đúng thế. Phu nhân không dùng thiết bị lọc trong suốt một năm."

"Thế thì không đúng. Bởi vì lõi lọc của thiết bị có dấu hiệu đã qua sử dụng."

"Vết tích đó không phải của một năm nay. Đó là cái được gắn từ một năm trước." Yukawa mở ngăn kéo bàn, lấy ra một tờ tài liệu. "Tôi có nhờ cô tìm hiểu mã sản phẩm của lõi lọc đúng không? Tôi báo mã hàng với nhà sản xuất để hỏi xem nó có trên thị trường từ bao giờ. Đáp án là hai năm về trước. Tôi cũng được cho hay, không thể có chuyện lõi lọc được thay một năm trước lại có mã sản phẩm ấy. Có lẽ thủ phạm sau khi nhờ thay lõi của thiết bị lọc đã ngay lập tức tự gắn lại lõi cũ. Chắc hẳn đã tính đến tình huống thủ đoạn bị lộ tẩy nếu lõi còn mới tinh. Và đó là lúc thạch tín được bỏ vào."

"Không thể nào." Kusanagi nói từng tiếng khô khốc. "Không thể có chuyện như vậy. Bỏ chất độc vào từ một năm trước rồi sau đó không hề dùng đến thiết bị lọc... không thể thế được. Dù cô ấy không dùng nhưng người khác có thể vẫn sử dụng cơ mà? Không thể làm một việc nguy hiểm như thế."

"Đúng là một cách rất nguy hiểm. Nhưng cô ấy đã làm được." Yukawa lạnh lùng nói. "Suốt một năm qua, tuyệt đối không ra ngoài nếu chồng ở nhà, không ai có thể lại gần thiết bị lọc. Ngay cả khi tiệc tùng tại nhà cũng một mình nấu nướng. Thường xuyên mua sẵn nước đóng chai để tránh việc không đủ nước uống. Tất cả đều là những nỗ lực để hoàn tất thủ thuật này."

Kusanagi lắc đầu. Rất nhiều lần.

"Việc điên rồ như thế... không thể nào. Không thể có chuyện đó. Không thể có người hành động như vậy."

"Không, có thể chứ." Utsumi Kaoru nói. "Tôi đã tìm hiểu cuộc sống sau hôn nhân của vợ chồng họ theo yêu cầu của tiên sinh Yukawa. Cũng hỏi Wakayama Hiromi rất kỹ. Tôi không biết mục đích của việc đó nhưng giờ thì đã hiểu rồi. Tiên sinh muốn xác nhận xem ngoài phu nhân ra, còn ai có cơ hội động tới máy lọc nước hay không."

"Đúng vậy. Yếu tố then chốt là hành động lúc Mashiba nghỉ ở nhà. Phu nhân ngồi ở ghế xô pha trong phòng khách và khâu patchwork cả ngày. Tôi đã vào ngôi nhà đó rồi nên biết. Cùng với việc khâu patchwork, cô ấy cảnh giác không để chồng bước vào căn bếp."

"Đối trá. Đó là sản phẩm tưởng tượng của cậu." Kusanagi nói như đang rên rỉ.

"Về lý thì chẳng còn cách nào khác cả. Chỉ có thể nói đó là sức mạnh của sự cố chấp đáng kinh ngạc và một ý chí đáng sợ."

Nói dối, Kusanagi lặp đi lặp lại. Nhưng giọng nói ấy mỗi lúc một yếu ớt.

Không nhớ vào lúc nào, Ikai đã nói thế này về sự hy sinh của Ayane.

"Cô ấy hoàn hảo trong vai trò người vợ. Bỏ tất cả công việc bên ngoài để chuyên tâm cho gia đình. Những lúc Mashiba ở nhà, cô ấy chỉ ngồi làm patchwork trên ghế xô pha trong phòng khách và luôn sẵn sàng chăm sóc cho chồng."

Hơn nữa, Kusanagi còn nhớ ra câu chuyện được nghe ở nhà cha mẹ của Ayane. Cha mẹ cô cho biết, Ayane vốn không giỏi nấu nướng, đến trước khi cưới mới vội vàng đi học nấu ăn để nâng cao tay nghề.

Nếu nghĩ mọi việc đều là phương sách để không ai có thể bước vào gian bếp thì hoàn toàn hợp lý.

"Vậy là nếu phu nhân muốn giết Mashiba thì không cần làm gì đặc biệt nhỉ." Utsumi Kaoru nói.

"Đúng thế. Không làm gì cũng được. Chỉ cần ra khỏi nhà để chồng ở một mình là được. Không, có làm một việc duy nhất. Đó là đổ đi vài chai nước trong số đã mua sẵn. Số còn lại chỉ còn một, hai chai thôi đúng không? Không có gì xảy ra khi Mashiba uống nước. Lần đầu tiên pha cà phê chắc cũng dùng nước đóng chai. Nhưng khi tự pha lần thứ hai, anh ta đã dùng nước của thiết bị lọc. Có lẽ vì chỉ còn một chai nước khoáng cuối cùng nên muốn tiết kiệm chăng? Cuối cùng thì chất độc được sắp đặt từ một năm trước cũng đến lúc phát huy uy lực." Yukawa cầm lấy cốc cà phê trên mặt bàn. "Suốt một năm nay, phu nhân có thể giết Mashiba bất cứ lúc nào. Ngoài ra còn liên tục chú ý từ việc nhỏ nhất để anh ta không mắc sai lầm mà uống phải chất độc. Thường thì người ta hao tâm tổn sức để tìm cách giết người. Nhưng thủ phạm lần này thì ngược lại. Dốc toàn bộ sức lực cho việc không giết người. Không có thủ phạm nào như thế. Từ cổ chí kim, từ đông sang tây đều không có. Về mặt lý luận thì có thể nhưng không thể nghĩ đến trong thực tế. Vì thế tôi mới gọi là đáp án ảo."

Utsumi Kaoru bước ra trước mặt Kusanagi.

"Chúng ta khẩn trương yêu cầu phu nhân Ayane đi theo để hợp tác điều tra thôi."

"Có chứng cứ không? Chứng cứ cho thấy cô ấy đã dùng thủ thuật đó?"

Nhà vật lý học liền gỡ kính rồi đặt nó lên bàn.

"Không có chứng cứ. Không thể có được."

Utsumi Kaoru kinh ngạc quay sang nhìn anh. "Thật à?"

"Cô thử nghĩ mà xem, đó là điều đương nhiên. Nếu làm một việc gì đó thì sẽ lưu lại vết tích. Nhưng cô ta không làm gì cả. Không làm gì hết chính là phương thức giết người. Thế thì có muốn tìm dấu vết hành động của cô ta cũng vô ích. Vật chứng duy nhất là thạch tín được tìm thấy trong thiết bị lọc nhưng chỉ như thế thì không đủ để làm chứng cứ, khi nãy chính cô Utsumi đã giải thích rồi. Mã sản phẩm trên lõi lọc cũng chỉ đủ làm bằng chứng tình huống. Tóm lại, chứng minh cô ấy đã dùng thủ thuật đó, trong thực tế là không thể."

"Sao cơ..." Utsumi Kaoru câm nín.

"Nên tôi nói từ trước rồi. Đây là một tội ác hoàn hảo."

29

Kaoru đang sắp xếp tài liệu trong phòng họp tại trụ sở Meguro, Mamiya vừa từ bên ngoài trở về liền ra hiệu cho cô bằng ánh mắt. Cô đứng dậy, đi ra gặp ông.

"Tôi vừa trao đổi với trưởng phòng về vụ đó." Mamiya ngồi xuống ghế rồi nói. Vẻ mặt không được tươi tỉnh.

"Lệnh bắt thì sao?"

Mamiya khẽ lắc đầu.

"Với tình hình hiện tại thì không thể. Quá thiếu các dữ liệu để xác định thủ phạm. Suy luận của giáo sư Galileo vẫn ấn tượng như mọi khi nhưng nếu không có chứng cứ nào thì không thể tiến hành khởi tố."

"Thật thế à?" Kaoru ủ rũ. Đúng như Yukawa đã nói.

"Trưởng phòng và cán bộ quản lý đều rất đau đầu. Sắp đặt chất độc từ một năm trước rồi nỗ lực không để nạn nhân uống cho đến thời khắc quyết định, đó là hành vi phạm tội kiểu gì không biết. Tôi cảm thấy cả hai đều bán tín bán nghi. Không, nói thật thì tôi cũng vậy. Đúng là chỉ có thể nghĩ đến câu trả lời như vậy nhưng kể cả thế thì cũng rất khó tin. Tôi cứ nghĩ đó là chuyện không thể."

"Tôi cũng không tin được lúc vừa nghe tiên sinh Yukawa nói."

"Có những người nghĩ ra được những chuyện hoàn toàn không tưởng. Ayane đã vậy mà cả giáo sư suy luận ra được chuyện đó cũng thế. Không hiểu bộ óc họ cấu tạo kiểu gì." Mamiya nhăn nhó. "Vẫn chưa biết suy luận của giáo sư có đúng hay không nữa. Một khi chưa làm sáng tỏ được thì vẫn chưa thể ra tay với Mashiba Ayane."

"Về phía Tsukui Junko thì sao? Bên giám định đã kiểm tra nhà cha mẹ cô ấy ở Hiroshima rồi phải không?"

Mamiya gật đầu.

"Đã gửi cái lon rỗng từng chứa thạch tín đến SPring-8. Tuy vậy, giả sử phát hiện có thạch tín và nó giống hệt loại được dùng trong vụ án này thì vẫn không dùng làm chứng cứ có tính quyết định được. Không, thậm chí nó còn không thể là bằng chứng tình huống. Tsukui Junko là người yêu cũ của Mashiba Yoshitaka nên hoàn toàn có khả năng chính Mashiba là người giữ thạch tín."

Kaoru thở hắt ra.

"Rốt cuộc thì cái gì mới dùng làm chứng cứ được chứ? Hãy cho tôi biết cần có những gì đi! Nếu chỉ ra cho tôi thì cách nào tôi cũng tìm được. Không lẽ, đúng như tiên sinh Yukawa nói, đây là một tội ác hoàn hảo ư?"

Mamiya nhăn mặt.

"Đừng có lớn tiếng sủa nhặng lên. Làm thế nào thì chứng minh được hành vi phạm tội à? Chẳng phải không biết nên mới đau đầu hay sao? Lúc này chỉ có thiết bị lọc có thể tạm gọi là tang chứng. Là vì đã tìm thấy thạch tín.

Cái nâng cao giá trị vật chứng của nó chính là yếu tố quyết định. Ý kiến của các sếp đấy."

Kaoru bất giác cắn môi. Cứ như thể cô vừa nghe được tuyên bố thua cuộc.

"Đừng có làm bộ mặt đó. Tôi không bỏ cuộc đâu. Chắc chắn sẽ tìm được gì đó. Cái gọi là tội ác hoàn hảo đâu có thực hiện được một cách dễ dàng như vậy."

Kaoru im lặng gật đầu rồi lại cúi chào Mamiya và rời khỏi đó. Nhưng cô không đồng tình với ý kiến của cấp trên.

Đâu có thực hiện được một cách dễ dàng như vậy - cô lại tin mình hiểu. Bởi vì điều Mashiba Ayane đã làm khó đến độ người bình thường sẽ nói là không thể nên cô e rằng đó sẽ là một tội ác hoàn hảo.

Quay lại chỗ ngồi, cô liền lấy điện thoại di động ra kiểm tra tin nhắn. Hy vọng có tin báo một kết quả nào đó từ Kusanagi. Nhưng gửi đến cô chỉ có tin nhắn của mẹ.

30

Đến quán nước như đã hẹn, anh thấy Wakayama Hiromi đã ở đó. Kusanagi vội tiến lại gần.

"Xin lỗi vì để cô chờ."

"Không sao, tôi cũng vừa mới đến."

"Thật sự xin lỗi vì làm phiền cô hết lần này tới lần khác. Tôi sẽ cố gắng kết thúc nhanh thôi."

"Anh không cần quá bận tâm. Bây giờ không làm việc nên riêng thời gian thì tôi luôn có." Wakayama Hiromi khẽ cười.

So với lần cuối gặp nhau, có thể thấy sắc mặt cô tốt hơn trước. Kusanagi đoán cô đã lấy lại tinh thần.

Phục vụ bàn tiến đến, Kusanagi gọi cà phê. "Cô uống sữa nhỉ?" Anh hỏi Wakayama Hiromi.

"Không, cho tôi nước chanh." Cô đáp.

Người phục vụ quay đi, Kusanagi cười với cô và nói.

"Xin lỗi. Vì tôi nhớ lần trước cô uống sữa."

Cô gật đầu.

"Không hẳn là tôi thích sữa đâu. Với lại, hiện giờ tôi đang cố gắng hạn chế uống sữa bò."

"Ồ... có lý do nào không?"

Wakayama Hiromi nghiêng đầu.

"Có bắt buộc phải trả lời câu hỏi tỉ mỉ như vậy không?"

"A, không, không cần đâu!" Kusanagi xua tay. "Nghe cô nói là có thời gian nên tôi dông dài chút thôi. Vậy tôi vào nội dung chính nhé. Hôm nay tôi muốn hỏi về căn bếp của gia đình Mashiba. Cô có biết ở đó có thiết bị lọc nước gắn vào đường ống không?"

"Tôi biết."

"Cô đã dùng nó bao giờ chưa?"

"Chưa." Wakayama Hiromi trả lời rất rõ ràng.

"Cô trả lời ngay nhỉ. Tôi thấy bình thường cô sẽ suy nghĩ một chút."

"Bởi vì," cô nói. "Tôi hiếm khi bước chân vào bếp. Cũng chưa từng giúp cô giáo nấu ăn. Vì thế nên chưa từng động tới thiết bị lọc. Tôi nhớ cũng nói với cô Utsumi rồi. Tôi chỉ vào bếp khi cô giáo nhờ pha cà phê hoặc trà thôi. Và cũng chỉ trong trường hợp cô giáo đang nấu nướng không thể ngơi tay."

"Vậy cô có từng ở trong bếp một mình không?"

Wakayama Hiromi có vẻ cảnh giác.

"Tôi không hiểu ý đồ của câu hỏi ấy."

"Cô không hiểu cũng được. Cô nhớ xem có lần nào mình ở trong bếp một mình hay không?"

Hiromi cau mày suy nghĩ một lát rồi nhìn Kusanagi.

"Có lẽ là không. Tôi vẫn nghĩ mình không được vào bếp nếu không xin phép cô giáo."

"Cô ấy nói là không được tự ý vào đó à?"

"Không nói rõ ràng như vậy nhưng tôi có cảm giác

ấy. Với lại, người ta vẫn nói căn bếp là thành trì của người vợ phải không?"

"Đúng là như vậy."

Đồ uống được mang tới. Wakayama Hiromi để lát chanh nổi trên tách trà và bắt đầu uống một cách ngon lành. Biểu cảm ấy có gì đó đầy sức sống.

Ngược lại, trong lòng Kusanagi vô cùng buồn bã. Lời nói của cô củng cố thêm cho suy luận của Yukawa.

Anh nhấp một ngụm cà phê rồi đứng dậy. "Cảm ơn cô đã hợp tác."

Wakayama Hiromi tròn mắt ngạc nhiên. "Xong rồi ạ?"

"Mục đích đã hoàn thành. Cô cứ thong thả nhé." Anh cầm lấy tờ hóa đơn rồi hướng ra cửa.

Anh ra khỏi quán, đang vẫy taxi thì điện thoại báo có cuộc gọi đến. Là Yukawa.

Cậu ta có chuyện muốn trao đổi về thủ thuật gây án.

"Tôi muốn khẩn trương xác nhận. Có thể gặp nhau ở đâu?"

"Nếu là việc đó thì tôi sắp đến chỗ cậu đây. Nhưng là gì vậy? Việc cậu muốn xác nhận ấy. Không phải cậu rất tự tin vào suy luận kia à?"

"Tất nhiên là tự tin rồi. Chính vì vậy mới cần xác nhận. Đến đây nhanh hết sức có thể nhé." Dứt lời, Yukawa tắt máy.

Khoảng ba mươi phút sau, Kusanagi đã bước qua cánh cổng trường đại học Teito.

"Giả sử thủ thuật gây án nói hôm trước được sử

dụng thì sau khi nhìn lại vụ án này, có một việc khiến tôi vô cùng băn khoăn. Biết đâu lại có ích cho việc điều tra của các cậu nên tôi mới khẩn trương liên lạc." Vừa nhìn thấy Kusanagi, Yukawa đã bắt đầu nói.

"Có vẻ đặc biệt quan trọng nhỉ?"

"Rất quan trọng. Vì thế, tôi muốn xác nhận với cậu một việc vào lúc phu nhân Ayane về nhà lần đầu tiên sau khi vụ án xảy ra. Chắc chắn lúc ấy có đi cùng các cậu."

"Đúng thế, tôi và Utsumi đưa cô ấy về nhà."

"Cô ấy làm gì trước tiên?" Yukawa hỏi.

"Trước tiên à? Đó là, xem hiện trường..."

Yukawa lắc đầu ra chiều bực bội.

"Chắc chắn cô ta đi vào bếp. Lấy nước từ đường ống trong bếp. Không sai chứ?"

Kusanagi giật mình. Quang cảnh lúc đó hiện lên sống động.

"Đúng rồi. Đúng là như vậy. Cô ấy đã dùng nước."

"Dùng cho cái gì? Theo suy luận của tôi thì nhất định là một lượng nước rất lớn." Ánh mắt Yukawa lóe lên.

"Tưới nước cho hoa. Cô ấy nói nhìn hoa héo hắt như vậy thì không thể ngồi yên. Cô ấy hứng nước vào xô rồi tưới cho hoa ở ban công tầng hai."

"Chính nó." Yukawa chỉ ngón trỏ vào Kusanagi. "Đó là bước hoàn tất thủ thuật gây án."

"Bước hoàn tất thủ thuật à?"

"Hãy thử hình dung tâm lý của thủ phạm. Để chất độc trong thiết bị lọc rồi ra khỏi nhà. Đúng như ý muốn, đối tượng mục tiêu uống nước và tử vong. Nhưng không thể yên tâm được. Bởi vì trong thiết bị lọc có thể còn dư chất độc."

Kusanagi bất giác ngồi thẳng dậy. "Đúng thế thật."

"Cứ để như vậy thì rất nguy hiểm đối với thủ phạm. Nếu sơ sẩy để ai đó uống, thì e rằng sẽ có nạn nhân thứ hai. Đương nhiên là thủ thuật gây án sẽ lộ tẩy với cảnh sát. Vì thế, thủ phạm phải tính kế tiêu hủy chứng cứ sớm nhất có thể."

"Vì thế nên mới tưới nước..."

"Lúc đó, nước cô ta trữ vào xô chính là nước từ thiết bị lọc. Nếu liên tục xả đầy một xô thì gần như hoàn toàn rửa sạch lượng thạch tín bên trong. Đến mức không thể phát hiện nếu không nhờ sự giúp đỡ của SPring-8. Tóm lại là, cô ta nói là tưới nước nhưng đã đường đường hoàn tất việc tiêu hủy chứng cứ ngay trước mặt điều tra viên các cậu."

"Là như thế à? Nước đó..."

"Nếu còn dư nước lúc ấy thì có thể dùng làm chứng cứ." Yukawa nói. "Chỉ với việc tìm thấy các hạt nhỏ thạch tín bên trong thiết bị lọc nước thì không đủ để chứng minh thủ thuật gây án đó phải không? Nhưng nếu có thể chỉ ra rằng, có một lượng nước chứa thạch tín đủ để gây chết người được lấy ra từ thiết bị lọc đúng ngày xảy ra vụ án thì khi đó suy luận của tôi sẽ được củng cố."

"Tôi vừa nói rồi, lượng nước đó đã được đem tưới hoa."

"Cho nên hãy nghiên cứu đất trong bồn hoa và các

chậu cây. SPring-8 chắc chắn sẽ tìm ra thạch tín. Lúc đó, có thể vẫn khó chứng minh thạch tín có trong nước phu nhân mang tưới hoa nhưng vẫn có thể trở thành một trong các chứng cứ."

Có gì đó vướng mắc trong tâm trí Kusanagi khi nghe Yukawa nói. Có gì đó anh có thể nhớ ra nhưng lại không nhớ được, điều gì đó anh biết nhưng lại quên là mình biết.

Ký ức đó như một nỗi đau rơi bụp vào suy nghĩ của anh. Kusanagi nín thở nhìn khuôn mặt Yukawa.

"Sao thế?" Yukawa hỏi. "Mặt tôi dính gì à?"

"Không," Kusanagi lắc đầu. "Cậu... không, tôi có việc nhờ cậy phó giáo sư Yukawa của trường đại học Teito. Lời nhờ cậy với tư cách một điều tra viên thuộc đội điều tra số 1, sở cảnh sát thủ đô."

Yukawa lấy lại vẻ nghiêm túc. Anh đưa ngón tay sửa lại vị trí của mắt kính. "Tôi nghe đây."

31

Kaoru dừng lại trước cánh cửa. Không có gì thay đổi, trên đó vẫn gắn tấm biển đề "Anzu House". Nhưng Kusanagi cho biết, lớp học patchwork hầu như đang trong tình trạng mở cửa mà không làm việc.

Thấy Kusanagi gật đầu, Kaoru bấm chuông gọi cửa. Chờ một lát không thấy phản hồi, cô đặt ngón tay lên nút bấm định nhấn thêm lần nữa. Đúng lúc ấy thì có tiếng đáp. "Vâng." Đúng là giọng nói của Ayane.

"Tôi là Utsumi của sở cảnh sát thủ đô." Kaoru ghé lại gần mic nói. Cô cố gắng không để hàng xóm xung quanh nghe thấy.

"À... cô Utsumi. Có chuyện gì thế?" Tiếng trả lời vọng ra sau một thoáng im lặng.

"Quả thật tôi có việc muốn hỏi. Có được không ạ?"

Lại im ắng. Kaoru hình dung trong đầu điệu bộ suy tư của Ayane ở bên kia điện thoại cửa.

"Tôi hiểu. Tôi mở cửa đây."

Kaoru và Kusanagi nhìn nhau. Anh hơi ngước lên.

Có tiếng mở khóa, sau đó cánh cửa được mở ra. Ayane có vẻ hơi ngạc nhiên khi trông thấy Kusanagi. Có lẽ cô tưởng Utsumi đến một mình.

Kusanagi nhìn xuống Ayane, cúi đầu chào. "Xin lỗi vì đường đột."

"Có cả anh Kusanagi à?" Ayane nở nụ cười. "Xin mời vào."

"Không, thực ra thì..." Kusanagi nói. "Mời cô đi cùng chúng tôi đến trụ sở Meguro."

Nụ cười trên khuôn mặt Ayane biến mất. "Đến chỗ cảnh sát à?"

"Vâng. Chúng tôi muốn từ từ hỏi chuyện cô ở sở. Thực ra thì có một số nội dung hơi nhạy cảm."

Ayane nhìn Kusanagi bằng ánh nhìn như đã thấu suốt. Kaoru cũng theo ánh mắt đó nhìn sang khuôn mặt của cảnh sát đàn anh. Trong ánh mắt anh có nỗi buồn, luyến tiếc và cả sự thương xót. Chắc anh cũng muốn Ayane biết mình đã đến đây với quyết tâm rất lớn.

"Thế à," cô đáp. Đôi mắt đã trở lại nét dịu dàng. "Nếu vậy thì tôi sẽ đi. Nhưng tôi cần chút thời gian chuẩn bị nên hai người có thể đợi trong nhà được không? Tôi không thoải mái nếu để người khác đợi bên ngoài."

"Tôi hiểu. Vậy chúng tôi xin phép." Kusanagi trả lời.

"Xin mời," Ayane lại mở rộng cửa.

Bên trong căn phòng đã được dọn sạch sẽ. Có thể thấy một số đồ đạc và dụng cụ đã thay đổi. Nhưng chiếc bàn lớn kiêm bàn thao tác đặt chính giữa căn phòng vẫn còn nguyên.

"Cô không treo tấm thảm đó à?" Kusanagi nhìn lên tường.

"Mãi tôi vẫn chưa có thời gian." Ayane đáp.

"Thế à. Họa tiết ấy rất tuyệt, tôi nghĩ treo lên thì đẹp lắm. Giống như thiết kế có trong cuốn sách tranh vậy."

Ayane vẫn mỉm cười, nhìn ngược lại anh. "Cảm ơn."

Kusanagi chuyển ánh mắt ra ban công.

"Cô mang hoa đến đây à?"

Nghe anh hỏi, Kaoru cũng nhìn theo. Đúng là có những bông hoa nhiều màu sắc bên ngoài cửa sổ.

"Vâng, chỉ một phần thôi." Ayane trả lời. "Tôi nhờ người bên công ty vận chuyển mang đến."

"Vậy à. Cô vẫn tưới nước cho chúng phải không?" Kusanagi nhìn xuống. Ngay trước cửa kính có một bình tưới cỡ lớn.

"Vâng. Bình tưới đó giúp tôi rất nhiều. Cảm ơn anh."

"Không có gì, có ích như vậy thì tốt." Kusanagi quay lại nhìn Ayane. "Đừng bận tâm đến chúng tôi, cô cứ chuẩn bị đi."

"Vâng," Ayane gật đầu rồi bước sang phòng bên cạnh. Nhưng cô quay đầu lại trước khi mở cửa.

"Đã tìm được gì rồi ạ?"

"Ý cô là?" Kusanagi hỏi.

"Có gì liên quan đến vụ án... Sự thật hoặc chứng cứ nào đó. Vì đã tìm được điều gì đó nên tôi mới bị cảnh sát gọi đi phải không?"

Kusanagi liếc nhanh sang Kaoru rồi lại nhìn Ayane.

"Vâng, đúng là như vậy."

"Tôi tò mò lắm. Anh có thể cho tôi biết đã tìm được

gì không? Hay là, nếu không đến chỗ cảnh sát thì không thể cho tôi biết?" Giọng Ayane vui vẻ như đang giục giã anh kể một câu chuyện thú vị.

Kusanagi hơi cụp mắt rồi cất lời sau một thoáng im lặng.

"Đã rõ chất độc được sắp đặt ở đâu. Từ nhiều đánh giá có tính khoa học, có thể suy luận đó là bên trong thiết bị lọc nước, chắc chắn là thế."

Kaoru quan sát kỹ khuôn mặt Ayane nhưng biểu cảm của cô không gợn chút dao động. Cô tiếp tục nhìn Kusanagi bằng ánh mắt trong vắt.

"Thế à? Đặt vào thiết bị lọc nước đó?" Giọng nói cũng không hề nao núng.

"Vấn đề là cách thức cho chất độc vào thiết bị lọc. Xét từ trạng thái của nó thì chỉ có một cách. Và như vậy đã thu hẹp được đối tượng tình nghi. Chỉ còn một người." Kusanagi chăm chú nhìn Ayane. "Vì vậy chúng tôi mời cô đi cùng."

Đôi má Ayane hơi ửng hồng. Nhưng nụ cười trên môi vẫn không biến mất.

"Có chứng cứ cho thấy chất độc được cho vào thiết bị lọc không?"

"Kết quả phân tích tỉ mỉ đã phát hiện thạch tín. Có điều, chỉ như vậy không thể gọi là chứng cứ. Dù sao, nếu thủ phạm bỏ chất độc vào thì cũng phải từ một năm trước. Chất độc đó phát tác vào đúng ngày xảy ra vụ án, tức là suốt một năm thiết bị lọc nước không hề được sử dụng, thạch tín đặt bên trong không hề chảy ra ngoài. Đó là điều cần chứng minh."

Đôi mi dài của Ayane lay động. Kaoru nhìn thấy phản ứng đó khi nghe đến cụm từ "một năm trước".

"Vậy, có chứng minh được không?"

"Cô không bất ngờ nhỉ." Kusanagi nói. "Thủ phạm đặt chất độc từ một năm trước, lần đầu tiên nghe suy luận này, tôi còn không tin vào tai mình."

"Toàn chuyện bất ngờ nên tôi không kịp thể hiện cảm xúc."

"Vậy à."

Kusanagi nhìn Kaoru ra hiệu. Cô lấy ra từ trong cặp của mình một túi ni lông.

Khoảnh khắc đó, lần đầu tiên nụ cười trên môi Ayane vụt tắt. Có vẻ cô đã nhận ra vật bên trong túi.

"Chắc chắn cô biết đây là cái gì đúng không?" Kusanagi nói. "Cái lon rỗng trước đây cô vẫn dùng để tưới nước. Phần đáy có lỗ được tạo bằng khoan."

"Cái đó, không phải anh đã bỏ..."

"Tôi đã giữ nó. Hơn nữa còn không rửa." Kusanagi mỉm cười nhưng ngay sau đó quay lại vẻ nghiêm túc. "Cô còn nhớ Yukawa không? Người bạn là nhà vật lý học của tôi ấy. Tôi đã nhờ cậu ấy kiểm tra cái lon rỗng này ở trường. Theo kết luận thì thạch tín đã được tìm thấy. Hơn nữa, sau khi nghiên cứu các thành phần khác thì xác minh được là đã có nước trong thiết bị lọc ở nhà cô chảy qua. Tôi vẫn nhớ rõ lần cuối cùng cái lon này được sử dụng. Cô tưới nước cho hoa ở tầng hai. Lúc ấy Wakayama Hiromi đến nên việc tưới bị gián đoạn. Sau lần đó, cái lon này không còn được sử dụng. Bởi vì tôi đã mua bình tưới. Nó được cho vào ngăn kéo bàn của tôi và không được dùng đến nữa."

Ayane mở to mắt ngạc nhiên. "Vì sao... anh lại cho nó vào ngăn bàn?"

Nhưng Kusanagi không trả lời. Thay vào đó, anh nói tiếp bằng giọng kìm nén.

"Từ đó có thể ước đoán, chắc chắn thạch tín được đặt trong thiết bị lọc nước, vào ngày xảy ra vụ án, nước từ thiết bị lọc có chứa lượng thạch tín đủ để gây ra cái chết ngay lập tức. Thêm vào đó, nhiều chứng cứ khác cho thấy thạch tín được cho vào đó từ một năm trước. Có thể làm việc ấy, hơn nữa, còn có thể giữ không cho ai sử dụng thiết bị lọc suốt một năm, thì chỉ có một người duy nhất."

Kaoru hơi ngước lên, chăm chú quan sát Ayane. Nghi phạm có khuôn mặt xinh đẹp cụp mắt xuống, mím môi. Tuy vẫn còn dư âm nụ cười nhưng vẻ sang trọng vốn có dần dần lộ nét u buồn giống như vầng mặt trời sắp lặn.

"Câu chuyện chi tiết tôi sẽ nói ở trụ sở." Kusanagi kết luận.

Ayane ngước lên. Cô thở một hơi dài, nhìn thẳng Kusanagi rồi gật đầu.

"Tôi hiểu rồi. Nhưng có thể đợi tôi một chút không?"

"Không sao cả. Cô cứ từ từ chuẩn bị."

"Không chỉ có việc ấy. Tôi muốn tưới hoa. Vốn tôi cũng đang làm dở."

"A... vậy thì xin mời cô."

Xin lỗi, Ayane nói và mở cửa ra ban công. Nhấc bình tưới lên, cô bắt đầu chậm rãi tưới nước bằng hai tay.

32

H*ôm đó mình cũng tưới nước như thế này* - Ayane nhớ lại chuyện cách đây khoảng một năm. Đó là ngày cô được Yoshitaka cho biết một sự thật nhẫn tâm. Vừa nghe anh nói, cô vừa đăm đăm nhìn hoa păng xê trong bồn. Loài hoa mà người bạn thân của cô, Tsukui Junko, yêu thích. Vì thế cô ấy lấy bút danh là "Kocho SUMIRE". Đó là tên khác của hoa păng xê.

Lần đầu cô gặp Junko là ở một hiệu sách tại London. Ayane đang tìm thiết kế patchwork. Cô với tay đến một cuốn sách tranh thì một cô gái khác cũng chạm vào nó. Cô ấy là người Nhật, có vẻ hơn Ayane vài tuổi.

Cô và Junko ngay lập tức hợp nhau và hẹn nhất định gặp lại khi về nước. Lời hẹn đó đã được thực hiện. Không bao lâu sau khi Ayane đến thủ đô thì Junko cũng xuất hiện ở Tokyo.

Họ đều có công việc riêng nên không có nhiều thời gian gặp gỡ nhưng đối với Ayane, Junko là người bạn cô có thể tin tưởng. Tương tự, cô tự tin mình cũng là người bạn như vậy đối với Junko. Junko kém giao thiệp hơn so với Ayane.

Ngày nọ, Junko nói muốn cô đi gặp một người.

Đó là giám đốc công ty phát hành phim hoạt hình trực tuyến do cô tạo hình nhân vật chính.

"Sau khi trao đổi về các sản phẩm liên quan đến nhân vật, tớ nói có bạn là chuyên gia patchwork và anh ấy bảo nhất định muốn gặp cậu. Hơi phiền một chút nhưng cậu đi cùng tớ một lần được không?"

Trên điện thoại, Junko nhờ cô với vẻ ngại ngần. Ayane nhận lời. Cô không có lý do nào để từ chối.

Thế là Ayane và Mashiba Yoshitaka gặp nhau. Yoshitaka là người đàn ông có sức hấp dẫn mãnh liệt. Biểu cảm khi thể hiện suy nghĩ của anh rất phong phú, ánh mắt tràn ngập tự tin. Anh còn thành thạo kỹ thuật khơi gợi để người khác nói chuyện. Đến mức chỉ sau vài phút trò chuyện với anh là có thể ngộ nhận mình cũng giỏi ăn nói.

Sau khi tạm biệt, Ayane buột miệng nói "một người tuyệt vời nhỉ". "Đúng không?" Junko cười vui vẻ đáp lại. Khoảnh khắc nhìn thấy biểu cảm ấy, Ayane đã nhận ra cảm xúc của Junko đối với Yoshitaka.

Lúc đó mình đã không xác nhận, bây giờ Ayane vẫn còn ân hận. Chỉ một lời thôi, "hai người đang hẹn hò à?", nếu cô chịu hỏi thì tốt biết bao. Cô không hỏi nên Junko cũng không nói gì.

Ý tưởng đưa tranh patchwork vào sản phẩm của nhân vật hoạt hình cuối cùng bị hủy bỏ. Vì vậy Yoshitaka trực tiếp gọi điện cho cô. Nội dung cuộc nói chuyện là xin lỗi vì đã làm cô mất thời gian. Lúc đó, anh nói muốn sớm được mời cô đi ăn.

Cô tưởng đó chỉ là câu nói xã giao nhưng chẳng

bao lâu sau anh gọi đến mời cô thật. Hơn thế, dựa vào cách nói của Yoshitaka, có thể đoán anh không gọi cho Junko. Do đó, Ayane nghĩ hai người đó hiện không hẹn hò với nhau.

Cô đi ăn cùng Yoshitaka với tâm lý hết sức vui vẻ. Thời gian chỉ có hai người bên nhau thực sự thú vị đến mức không thể so sánh với lần trước đó.

Tình cảm Ayane dành cho Yoshitaka mau chóng lớn lên. Đồng thời, cô và Junko dần trở nên xa cách. Vì đã biết Junko cũng bị Yoshitaka thu hút nên không hiểu sao Ayane ngại việc liên lạc.

Lần gặp Junko sau đó vài tháng, Ayane ngạc nhiên nhìn bạn. Cô ấy gầy xọp đi, làn da nứt nẻ. Cô lo lắng hỏi thăm sức khỏe có vấn đề gì hay không nhưng Junko chỉ nói mình vẫn ổn.

Trong lúc cả hai thông báo tình hình gần đây với nhau, Junko dần dần tươi tỉnh hơn. Thế rồi, khi Ayane định nói ra chuyện với Yoshitaka, vẻ mặt Junko bất ngờ thay đổi.

"Cậu sao vậy?" Cô thử hỏi. Junko đáp "không có gì" rồi đứng dậy luôn. Cô nói mình phải về vì nhớ ra có việc gấp.

Không hiểu lý do nhưng Ayane đành tiễn Junko lên taxi. Rốt cuộc, đó chính là lần vĩnh biệt cô ấy.

Năm ngày sau, một bưu phẩm được chuyển đến chỗ Ayane. Bên trong chiếc hộp nhỏ là túi ni lông chứa chất bột màu trắng. Bên ngoài túi đề "Asen (có độc)" bằng bút dạ. Người gửi là Junko.

Cảm thấy kỳ lạ, cô liền gọi điện. Nhưng không kết

nối được với điện thoại của Junko. Cô lo lắng nên đến tận chung cư của bạn. Đập vào mắt cô là quang cảnh căn phòng đang bị cảnh sát khám xét. Phóng viên tụ tập quanh đó cho biết chủ nhân căn phòng đã uống thuốc độc tự sát.

Quá sốc, Ayane không nhớ nổi sau đó mình đã bước đến đâu, như thế nào. Lúc nhận ra thì cô đã về đến phòng của mình. Một lần nữa, cô nhìn lại món đồ nhận được từ Junko.

Trong khi suy nghĩ về thông điệp của nó, một ý nghĩ chợt lóe lên. Lần cuối cùng gặp Junko, cô ấy đã nhìn chằm chằm vào điện thoại di động của Ayane. Ayane lấy điện thoại của mình ra xem. Trên đó có dây đeo điện thoại đôi cô mua cùng Yoshitaka.

Phải chăng Junko tự sát vì nhận ra mối quan hệ của Ayane và Yoshitaka? Suy nghĩ chẳng lành ấy lan rộng trong lồng ngực Ayane. Nếu chỉ ở mức tình cảm đơn phương thì không lý nào Junko lại chết. Có nghĩa là cô ấy đã có quan hệ sâu sắc với Yoshitaka.

Ayane không thể đi gặp cảnh sát. Cũng không thể xuất hiện trong đám tang của Junko. Cô sợ sự thật sẽ bị phơi bày khi nghĩ rằng mình đã dồn bạn đến việc tự sát.

Cũng với lý do đó, cô không có can đảm hỏi Yoshitaka về chuyện với Junko. Tất nhiên, cô cũng e sợ mối quan hệ với anh sẽ đổ vỡ nếu làm như vậy.

Một thời gian sau, Yoshitaka đề nghị với cô một điều kỳ lạ. Hai người sẽ xuất hiện riêng biệt ở một buổi tiệc xem mặt, làm ra vẻ quen nhau ở đó. Anh nói mục đích là "để giải tỏa phiền phức".

"Những người rảnh rang trong thế giới này chắc chắn sẽ hỏi duyên cớ gặp gỡ người yêu đúng không? Anh không muốn bị hỏi han đủ thứ về chuyện đó. Nếu là bữa tiệc xem mặt thì câu chuyện rất đơn giản."

Cô nghĩ, nếu chỉ như vậy thì cứ kể chuyện đó là xong, không cần thiết phải tham gia bữa tiệc trong thực tế, nhưng Yoshitaka thậm chí muốn có nhân chứng là Ikai. Có thể nói hành xử triệt để như vậy đúng là kiểu của anh, nhưng Ayane nghi ngờ anh thực chất muốn xóa sạch hình ảnh của Junko trong quá khứ. Có điều, cô chỉ ngờ vực mà không nói ra. Cô xuất hiện ở bữa tiệc đúng như ý anh, diễn vở "cuộc gặp gỡ kịch tính" đúng trình tự đã trao đổi.

Sau đó, mối quan hệ của hai người tiến triển thuận lợi. Nửa năm sau bữa tiệc xem mặt, Ayane được Yoshitaka cầu hôn.

Dẫu ngập tràn trong cảm giác hạnh phúc, có một niềm nghi ngờ mỗi ngày một lớn lên trong lòng Ayane. Tất nhiên là chuyện về Junko. Tại sao cô ấy lại tự sát? Mối quan hệ với Yoshitaka diễn ra thế nào?

Vừa muốn biết sự thật lại vừa không muốn, hai chiều suy nghĩ ấy thay nhau bủa vây cô. Trong khi đó, ngày cưới của cô và Yoshitaka cũng đến gần.

Một ngày nọ, Yoshitaka thông báo một điều gây sốc. Không, phía anh có lẽ không nghĩ mình đang nói điều gì khinh suất đến vậy. Anh nói điều này bằng giọng nhẹ tênh.

"Sau khi kết hôn, anh sẽ chia tay nếu chúng ta không có con trong vòng một năm."

Ayane không tin vào tai mình. Cô không ngờ lại được nghe về chuyện ly hôn trong khi họ còn chưa lấy nhau.

Cô nghĩ đó là một kiểu nói đùa nhưng có vẻ không phải như vậy.

"Từ xưa anh đã nghĩ như vậy. Thời hạn là một năm. Nếu không tránh thai thì hầu hết các cặp vợ chồng đều có con. Nếu không thì nhiều khả năng là một trong hai người có vấn đề. Anh đã kiểm tra rồi và không có vấn đề gì hết."

Nghe anh nói, Ayane sởn gai ốc toàn thân. Cô đăm đăm nhìn anh và hỏi.

"Anh cũng nói như vậy với Junko à?"

"Hả?" Ánh mắt Yoshitaka lạc vào khoảng không. Hiếm khi thấy anh lộ vẻ bối rối.

"Xin anh trả lời thật. Anh cũng đã hẹn hò với Junko phải không?"

Yoshitaka nhíu mày vẻ khó chịu. Nhưng anh không lảng tránh. Tuy tỏ vẻ rất khó chịu nhưng anh vẫn đáp, "Đúng vậy."

"Anh cứ tưởng sẽ bị lộ sớm hơn. Vì anh đoán trước, em hoặc Junko, một trong hai sẽ nói về chuyện này với anh."

"Anh bắt cá hai tay?"

"Không phải vậy. Lúc bắt đầu hẹn hò với em thì anh đã chia tay với Junko. Anh không nói dối."

"Anh đã nói gì trước khi chia tay?" Ayane đăm đăm nhìn người chồng tương lai. "Không thể kết hôn với người phụ nữ không sinh được con... anh có nói thế không?"

Yoshitaka nhún vai.

"Từ ngữ thì khác nhưng ý thì đúng đấy. Anh nói về thời gian giới hạn."

"Thời gian giới hạn..."

"Cô ấy đã 34 tuổi rồi. Không tránh thai nhưng chẳng có vẻ gì là sẽ mang thai. Đó là lúc từ bỏ."

"Vì thế anh chọn em?"

"Không được sao? Hẹn hò với người không có khả năng thì chẳng ý nghĩa gì. Anh chủ trương không làm những việc vô ích như vậy."

"Tại sao anh giấu em đến tận bây giờ?"

"Vì anh nghĩ không cần thiết. Lúc nãy anh đã nói rồi, anh biết kiểu gì cũng lộ ra. Anh định lúc đó sẽ giải thích với em. Anh không phản bội em hay lừa dối em."

Ayane quay lưng lại phía Yoshitaka, cô nhìn xuống luống hoa. Những bông păng xê lọt vào mắt cô. Loài păng xê mà Junko yêu thích. Vừa nhìn chúng cô vừa nhớ đến Junko. Nghĩ đến sự thất vọng của bạn, Ayane suýt rơi nước mắt.

Sau khi bị Yoshitaka bỏ rơi, chắc chắn Junko luôn có cảm giác không thể chấp nhận. Cô gặp Ayane với tâm trạng ấy và nhận ra mối quan hệ của cô với Yoshitaka nhờ móc treo điện thoại. Cô quyết định tự vẫn vì quá sốc nhưng trước khi chết vẫn muốn chuyển lời nhắn đến Ayane. Chính là chỗ thạch tín ấy. Nhưng không phải cô hận vì bị cướp mất người yêu. Đó là một lời cảnh báo.

Với Ayane, Junko là người duy nhất biết rõ tất cả mọi nỗi muộn phiền. Chuyện không có hy vọng có con do bất thường về di truyền cô cũng chỉ nói với Junko. Vì vậy, cô thấy trước Ayane cũng sẽ bị Yoshitaka vứt bỏ trong tương lai gần.

"Em có nghe anh nói không đấy?" Yoshitaka nói.

Cô quay lại.

"Em đang nghe mà. Em vẫn nghe suốt đấy thôi."

"Vậy mà em phản ứng chậm nhỉ?"

"Em chỉ hơi lơ đễnh một chút."

"Lơ đễnh? Không giống em lắm nhỉ."

"Bởi vì em đang ngạc nhiên."

"Thế sao? Chẳng phải em biết rõ những kế hoạch trong cuộc đời của anh à?"

Yoshitaka nói về quan điểm hôn nhân của mình. Đại khái là nếu không có con thì cuộc hôn nhân không có ý nghĩa.

"Này Ayane, tóm lại em còn gì bất mãn nào? Em đã có mọi thứ mà em muốn. Tất nhiên, nếu em vẫn còn nguyện vọng gì thì cứ nói. Việc gì làm được anh sẽ làm. Đừng lo lắng không đâu nữa, nghĩ về cuộc sống mới đi. Hay là em có lựa chọn nào khác?"

Anh hoàn toàn không hiểu mình đã làm tổn thương tình cảm của người yêu đến mức nào. Đúng là nhờ có sự hỗ trợ của anh, Ayane đã thực hiện được rất nhiều mơ ước. Nhưng xác định sẽ ly hôn sau một năm thì sao còn có thể nghĩ về cuộc sống hôn nhân trước mắt nữa?

"Này, em xác nhận một điều thôi được không? Dù với anh có thể là chuyện vớ vẩn." Ayane hỏi Mashiba. "Tình yêu dành cho em? Thế nào rồi?"

Câu hỏi đó có nghĩa là, phải chăng anh vứt bỏ Junko

để chọn cô đơn giản chỉ vì muốn có con chứ không phải vì tình yêu?

Anh trả lời ngay dù lộ vẻ bối rối. "Không có gì thay đổi." Hơn nữa, anh còn tiếp tục. "Anh có thể khẳng định điều đó. Tình cảm đối với em không có gì thay đổi."

Ayane đã hạ quyết tâm khi nghe những lời này. Cô sẽ lấy anh. Nhưng không đơn giản vì muốn sống cùng anh. Cô muốn cân bằng tâm lý lẫn lộn hai thứ tình cảm tương phản của mình là tình yêu và lòng thù hận.

Em sẽ ở bên anh với tư cách người vợ. Hơn nữa, người nắm giữ vận mệnh của anh là em. Cô đã xác định một cuộc sống hôn nhân như thế. Đó là cuộc sống trì hoãn sự trừng phạt dành cho anh.

Cô rất căng thẳng khi cho thạch tín vào thiết bị lọc nước. Thế này thì không ai được lại gần căn bếp. Đồng thời, cô lại thấy vui vì đã chi phối được Yoshitaka.

Cô sẽ thường xuyên ngồi ở xô pha những lúc anh ở nhà. Muốn đi vệ sinh hoặc vào nhà tắm cũng cẩn thận chọn đúng lúc anh không thể lại gần căn bếp.

Sau khi kết hôn anh vẫn rất dịu dàng. Là một người chồng không có gì phải phàn nàn. Chỉ cần tình cảm của anh không thay đổi, Ayane sẽ không để ai có thể đến gần thiết bị lọc. Những gì anh làm với Junko là không thể tha thứ nhưng nếu anh không đối xử với mình như vậy thì mãi mãi sống thế này cũng được. Đối với Ayane, cuộc sống hôn nhân là chuỗi ngày liên tục cứu mạng người chồng đứng trên giá treo cổ.

Nhưng tất nhiên, cô không kỳ vọng Yoshitaka chịu từ bỏ mong muốn có con. Vào lúc nhận ra quan hệ của anh với Wakayama Hiromi, cô biết thời điểm phải đến đã đến.

Tối hôm tổ chức bữa tiệc tại nhà có mặt vợ chồng Ikai, Yoshitaka đã tuyên bố chia tay. Giọng điệu hết sức thực tế.

"Anh nghĩ em cũng biết, sắp đến thời hạn rồi. Anh muốn em chuẩn bị rời khỏi đây."

Ayane hơi mỉm cười. Cô trả lời anh.

"Trước đó, em có một nguyện vọng duy nhất."

"Gì vậy?" Anh hỏi. Cô vừa nói vừa nhìn sâu vào mắt chồng:

"Từ mai, em muốn vắng nhà khoảng hai, ba ngày. Em hơi lo lắng nếu để anh ở nhà một mình."

"Em nói gì thế?" Anh cười. "Không sao đâu. Anh ở một mình cũng được."

"Vậy à," Ayane gật đầu. Đó là khoảnh khắc việc giải cứu anh kết thúc.

33

Quán bar đó nằm dưới mặt đất. Mở cửa ra là thấy quầy rượu, sâu trong cùng có ba chiếc bàn xếp cạnh nhau. Kusanagi và Yukawa ngồi ở ghế sát tường.

"Xin lỗi vì đến muộn." Kaoru cúi đầu chào rồi ngồi vào ghế bên cạnh Kusanagi.

"Kết quả thế nào?" Kusanagi hỏi.

Kaoru gật mạnh đầu.

"Tin tốt. Tìm thấy cùng một thứ."

"Thế à." Kusanagi mở to mắt.

Họ mang cái lon ở kho chứa tại nhà cha mẹ Tsukui Junko đến SPring-8, từ đó phát hiện cùng loại thạch tín được dùng để sát hại Mashiba Yoshitaka. *Tôi cho chỗ thạch tín nhận được qua đường bưu điện từ Junko vào thiết bị lọc nước*. Lời khai của Mashiba Ayane càng được củng cố.

"Thế nào mà chúng ta cũng kết thúc vụ này thuận lợi." Yukawa nói.

"Đúng vậy. Nào, Utsumi cũng đến rồi, chạm cốc tiếp đi."

Kusanagi gọi phục vụ bàn và yêu cầu sâm panh.

"Dù sao thì, lần này đã được cậu giúp đỡ. Cảm ơn. Hôm nay tôi mời, uống hết mình nhé."

Yukawa nhíu mày.

"Không phải 'lần này', 'lần này cũng' chứ nhỉ? Hơn nữa, tôi có cảm giác người mình hợp tác không phải cậu mà là Utsumi."

"Thế nào cũng được, tiểu tiết quá. Nào, sâm panh đến rồi, chạm cốc thôi."

Theo nhịp hô của Kusanagi, ba người cụng ly với nhau.

"Nhưng này, cậu giữ kỹ món đó nhỉ." Yukawa nói.

"Món đó là sao?"

"Cái lon rỗng Mashiba Ayane dùng để tưới cây. Cậu giữ lại nó còn gì?"

"À, cái đó hả?" Kusanagi cúi xuống, vẻ mặt kém vui.

"Tôi biết cậu tưới cây thay cho phu nhân nhưng không biết cậu mua cả bình tưới. Thế cũng được nhưng sao còn giữ lại vật ấy? Utsumi nói cậu cất nó trong ngăn bàn."

Kusanagi liếc nhanh sang Kaoru. Cô đánh mắt sang hướng khác.

"Cái đó là... linh cảm."

"Linh cảm? Linh cảm của cảnh sát hình sự ấy à?"

"Đúng vậy. Không biết nó có trở thành vật chứng hay không nên không thể vứt đồ bừa bãi cho đến khi vụ án được giải quyết. Đó là kỷ luật thép trong điều tra."

"Hừm. Kỷ luật thép cơ đấy." Yukawa nhún vai rồi đưa sâm panh lên miệng. "Tôi cứ tưởng cậu giữ nó làm kỷ niệm gì chứ."

"Ý cậu là sao?"

"Không, chẳng có gì."

"Tôi hỏi tiên sinh một câu được không?" Kaoru nói.

"Xin mời."

"Tại sao tiên sinh nhận ra thủ đoạn gây án đó? Nếu bảo là tình cờ thì tôi thấy không thuyết phục."

Yukawa thở đánh thượt.

"Nếu bảo là ý nghĩ chợt đến thì không phải. Nó nảy ra sau rất nhiều quan sát và suy nghĩ. Cái đầu tiên tôi để ý là tình trạng của thiết bị lọc nước. Tôi vẫn nhớ vì tự mình quan sát, nó rõ ràng bám đầy bụi, rất lâu không được đụng tới."

"Tôi biết. Chính vì thế mới không hiểu được cách bỏ chất độc."

"Nhưng, tôi tự hỏi tại sao lại có tình trạng ấy? Theo lời kể của cô, phu nhân tạo ấn tượng là người vô cùng cẩn thận. Thực tế, cô hướng sự nghi ngờ vào cô ấy là vì những ly sâm panh để ở bên ngoài đúng không? Một người phụ nữ như vậy, dù là bên dưới bồn rửa, bình thường cũng sẽ lau sạch đúng không?"

"A...!"

"Sau đó tôi nghĩ tiếp thế này. Có khi nào là cố tình hay không? Cố tình không dọn dẹp. Để cho bụi bám đầy. Nếu thế thì mục đích là gì? Nghĩ đến đây thì tôi nảy ra ý tưởng ngược đời."

Kaoru nhìn vị học giả, khẽ lắc đầu.

"Quả không hổ danh."

"Không đến mức phải khen ngợi đâu. Nhưng phụ nữ đáng sợ thật đấy. Có thể nghĩ ra được thủ thuật gây án đầy mâu thuẫn và bất hợp lý đến mức ấy."

"Nói đến mâu thuẫn, Wakayama Hiromi quyết định sinh con đấy."

Yukawa đáp lại cô bằng ánh mắt ngạc nhiên.

"Tôi lại không nghĩ đó là mâu thuẫn đâu. Muốn sinh con không phải là bản năng của phụ nữ à?"

"Người khuyên cô ấy sinh là Mashiba Ayane."

Nghe Kaoru nói, biểu cảm của nhà vật lý học khựng lại một thoáng. Sau đó anh lại từ tốn lắc đầu.

"Chuyện đó thì... quả là mâu thuẫn. Không thể hiểu được."

"Đó mới là phụ nữ."

"Đúng thật. Dù sao thì, lần này giải quyết được vụ án dựa vào lý luận quả là gần như một kỳ tích. Cậu có nghĩ..." Yukawa định nói tiếp với Kusanagi nhưng đột nhiên dừng lại.

Kaoru cũng nhìn sang bên cạnh. Kusanagi gục đầu về phía trước, anh đã ngủ gục.

"Cùng với lúc phá được tội ác hoàn hảo, trái tim cậu ta cũng tan vỡ. Kiệt sức là đương nhiên. Cho cậu ấy nghỉ một chút đi."

Yukawa nghiêng ly rượu.

SỰ CỨU RỖI CỦA THÁNH NỮ

Chịu trách nhiệm xuất bản
GIÁM ĐỐC - TỔNG BIÊN TẬP
NGUYỄN QUANG THIỀU

Biên tập	Tạ Viết Đãng
Biên tập viên Nhã Nam	Thu Hằng
Thiết kế bìa	Tùng Nâm
Trình bày	Hồng Nhung
Sửa bản in	Ngân Lê

NHÀ XUẤT BẢN HỘI NHÀ VĂN

65 Nguyễn Du - Hà Nội
Tel & Fax: 024 38222135
Email: nxbhoinhavan@yahoo.com.vn
http://nxbhoinhavan.com

Chi nhánh miền Nam
371/16 Hai Bà Trưng - Q3 - TP. HCM
Tel & Fax: 028 38297915
Email: nxbhnv.saigon@gmail.com

Chi nhánh miền Trung và Tây Nguyên
42 - Trần Phú - thành phố Đà Nẵng
Tel: 0236 3849516
Email: nxbhnv.mientrungtaynguyen@gmail.com

Chi nhánh miền Tây Nam Bộ
314C - Hoàng Lam - thành phố Bến Tre
Tel: 0275 3812736 - 01699808386
Email: nxbhnvmekong@gmail.com

LIÊN KẾT XUẤT BẢN VÀ PHÁT HÀNH

CÔNG TY VĂN HÓA & TRUYỀN THÔNG NHÃ NAM

59 Đỗ Quang, Trung Hòa, Cầu Giấy, Hà Nội
Điện thoại: 024 35146875 | Fax: 024 35146965
Website: www.nhanam.vn
Email: nhanambook@vnn.vn
http://www.facebook.com/nhanampublishing

Chi nhánh tại TP Hồ Chí Minh
Nhà 015 Lô B chung cư 43 Hồ Văn Huê,
Phường 9, Quận Phú Nhuận, TP Hồ Chí Minh
Điện thoại: 028 38479853 | Fax: 028 38443034
Email: hcm@nhanam.vn

In 5.000 cuốn, khổ 14x20.5cm tại Công ty CP In Viễn Đông (km 19+400, Giai Phạm, Yên Mỹ, Hưng Yên). Căn cứ trên số đăng ký xuất bản: 852-2019/CXBIPH/68-24/HNV và quyết định xuất bản số 278/QĐ-NXBHNV của Nhà xuất bản Hội Nhà Văn ngày 20.3.2019. Mã ISBN 978-604-53-7326-2. In xong và nộp lưu chiểu năm 2019.